ലിറ്റിൽ ഗ്രീൻ

ജപ്പാനീസ് നാടോടിക്കഥകൾ

ഉണ്ണിക്കൃഷ്ണൻ പൂങ്കുന്നം

കഥാകൃത്ത്, നോവലിസ്റ്റ്, ബാലസാഹിത്യകാരൻ, വിവർത്തകൻ എന്നീ മേഖലകളിൽ പ്രവർത്തനം. 1939ൽ തൃശൂർ ജില്ലയിലെ വരടിയം ഗ്രാമത്തിൽ ജനനം. ഫോറിൻ ട്രേഡിൽ ഡിപ്ലോമ. ഡൽഹിയിലെയും മദ്രാസിലെയും ചില സ്വകാര്യസ്ഥാപനങ്ങളിൽ ജോലി ചെയ്തു. പൊതുമേഖല സ്ഥാപനമായ MMTCയിൽ മുപ്പത് വർഷത്തെ സേവനം. നീണ്ടകാലം ജപ്പാനീസ് നിവാസിയായിരുന്നു. ജപ്പാൻ ഭാഷയിൽ പരിജ്ഞാനമുണ്ട്. ഹോങ്കോംഗ്, ഇറ്റലി, കാനഡ, കിഴക്കൻ ജർമ്മനി തുടങ്ങിയ രാജ്യങ്ങൾ സന്ദർശിച്ചിട്ടുണ്ട്. *മസായി, ചൈനീസ്, ജപ്പാനീസ് നാടോടിക്കഥകൾ* എന്നിങ്ങനെ ഇരുപത്തഞ്ചോളം പുസ്തകങ്ങൾ.

ബാലസാഹിത്യം

ജപ്പാനീസ് നാടോടിക്കഥകൾ

ഉണ്ണിക്കൃഷ്ണൻ പൂങ്കുന്നം

Little Green

little green
an imprint of green books private limited
gb building, civil lane road, ayyanthole,
thrissur- 680 003, kerala, ph: +91 487-2381066, 2381039
website: www.greenbooksindia.com
e-mail: info@greenbooksindia.com

branches:
thrissur 0487-2422515
thiruvananthapuram 0471-2335301
calicut 0495 4854662

malayalam
japanese natotikkathakal
story
by
unnikrishnan poonkunnam

first published may 2014
reprinted april 2019

cover design : rajesh chalode

printed in india
repro india ltd

isbn : 978-81-8423-318-6

₹ 220.00
GBPL/565/2014

വിദേശത്തു താമസിക്കാനിടയായ ഒരു നീണ്ട കാലയളവിൽ, ജപ്പാനിലേയും, ചൈനയിലേയും റഷ്യയിലേയും നാടോടിക്കഥകളെക്കുറിച്ച് ഏറെ അറിയാനും പഠിക്കാനുമുള്ളൊരു അവസരമെനിക്കുണ്ടായി. അവയിൽ പലതിനേയും ഉൾക്കൊണ്ട്, തികച്ചും സ്വതന്ത്രമായ ശൈലിയിൽ കഥകളും, നീണ്ടകഥകളും, നോവലുകളുമായി രൂപാന്തരപ്പെടുത്തി ആവിഷ്ക്കരിക്കുകയെന്ന ഏറക്കുറെ വ്യത്യസ്തമായൊരു രചനാരീതിയാണ് ഞാൻ അവലംബിച്ചിട്ടുള്ളത്. പൊതുവെ, പത്തുമുതൽ പതിനെട്ടു വയസ്സുവരേയ്ക്കുമുള്ള കുട്ടികളേയും മുതിർന്നവരേയും ഉദ്ദേശിച്ചാണ്, ഈ പുസ്തകത്തിലെ കഥകൾ ചിട്ടപ്പെടുത്തിയിരിക്കുന്നത്. താരതമ്യേന പ്രായക്കുറവുള്ള കുട്ടികൾ, ഇതിലെ കഥകൾ, അവരുടെ അച്ഛനമ്മമാരുടെ സഹായത്തോടെ വായിക്കുന്നതായിരിക്കും കൂടുതൽ ഫലപ്രദം.

താങ്ങും തണലുമായി എന്നും എനിക്കൊപ്പം നിന്ന ഡോക്ടർ അകവൂർ നാരായണന്റെ ഓർമ്മയ്ക്കു മുമ്പിൽ ഈ സമാഹാരം സമർപ്പിക്കുന്നു.

ഉണ്ണികൃഷ്ണൻ പൂങ്കുന്നം

കഥകൾ

മാന്ത്രികവിശറി

മഹാമടിയനും അതികൗശലക്കാരനുമായൊരു ചെറുപ്പക്കാരനായിരുന്നു മസൂദ. ജീവിതത്തിൽ അയാൾക്ക് ഒരേയൊരു ലക്ഷ്യംമാത്രമേ ഉണ്ടായിരുന്നുള്ളൂ. എത്രയും എളുപ്പത്തിൽ പണം സമ്പാദിക്കുക. അതിനായി അയാൾ സ്വീകരിക്കാത്ത ദുഷിച്ച മാർഗ്ഗങ്ങൾ ഒന്നുംതന്നെയില്ലായിരുന്നു.

ഒന്നുകിൽ പകലിന്റെ ആദ്യത്തെ പകുതിയിലും പിന്നീട് ഉച്ചയ്ക്കുശേഷവും തന്റെ ഗ്രാമത്തിലെ നാൽക്കവലയിലെ നിരത്തുവക്കത്ത് പല തരം ചെപ്പടിവിദ്യകൾ കാണിച്ച് കുട്ടികളെ കബളിപ്പിച്ച് തഞ്ചത്തിൽ ചില്ലറക്കാശ് കൈവശമാക്കും. അല്ലെങ്കിൽപ്പിന്നെ, സൂര്യൻ പടിഞ്ഞാട്ടു ചാഞ്ഞുകഴിഞ്ഞാൽ ഇരുൾപരന്ന കുന്നിൻചെരുവിൽ ചെന്നിരുന്ന് ചില കൂട്ടുകാരോടൊത്തു ചൂതാടി, സമ്പാദിച്ച പണമൊക്കെയും ധൂർത്തടിച്ചു തീർക്കും. പിന്നീട് രാത്രികാലങ്ങളിൽ ചില്ലറ മോഷണങ്ങളിലേർപ്പെട്ട് കയ്യിൽ കിട്ടുന്ന പൊരുളുകൾ വിറ്റു കാശാക്കും.

നാളുകൾ പിന്നിട്ടപ്പോൾ, ജീവിക്കാനായി അന്നോളം കൈക്കൊള്ളാനിടയായ വളഞ്ഞ വഴികളിലൊക്കെയും അയാൾക്ക് ഒട്ടേറെ വിലങ്ങുതടികൾ നേരിടേണ്ടിവന്നു. നാൽക്കവലയിൽ മസൂദയെ കാണാനിടയായതും കുട്ടികളെല്ലാവരും പേടിച്ച് എവിടേയ്ക്കെങ്കിലും ഓടിയൊളിക്കും. രാത്രികളിൽ മോഷ്ടിച്ചു ഓടിരക്ഷപ്പെടാൻ പണിപ്പെടുമ്പോൾ, അയാൾ പലപ്പോഴും തൊണ്ടിയോടെ പിടിക്കപ്പെടുകയും പിന്നീട് ശിക്ഷിക്കപ്പെടുകയും ചെയ്തു. കാലംചെന്നപ്പോൾ, കുന്നിൻചെരുവിൽ വൻതോതിൽ കൃഷിയിടങ്ങൾ രൂപംകൊണ്ടപ്പോൾ, ചൂതാട്ടക്കാരുടെ കൂട്ടം ചിന്നിച്ചിതറി. ഒടുവിൽ മസൂദ ഒറ്റപ്പെട്ടു.

അങ്ങനെ, തീരെ നിൽക്കക്കള്ളിയില്ലാതായപ്പോൾ, മസൂദ തീരുമാനിച്ചു. അയാളുടെ പ്രവർത്തനരംഗം മാറ്റിസ്ഥാപിക്കേണ്ട സമയമിതാ അടുത്തിരിക്കുന്നു. ഇനി തനിക്ക് എത്രയും വേഗത്തിലൊരു കോടീശ്വരനാകണം. വെറും ചില്ലറ കളവുകളിലേർപ്പെട്ടതുകൊണ്ടൊന്നും ധനവാനാകാൻ കഴിയില്ലതന്നെ. അതുകൊണ്ട്, എന്നെന്നേയ്ക്കുമായി ആ ഗ്രാമം വിട്ട് അകലത്തുള്ള നഗരത്തിലേയ്ക്കു പോകണം. ഇനിയെന്നെങ്കിലും ആ ഗ്രാമത്തിലേയ്ക്കു തിരിച്ചുവരുന്നത് താനൊരു കോടീശ്വനായിത്തീർന്നതിനുശേഷം മാത്രമായിരിക്കും.

മസൂദ പിന്നീട് കാത്തുനിന്നില്ല. അന്നത്തെ രാത്രിയിൽത്തന്നെ അയാൾ എന്നെന്നേയ്ക്കുമായി തന്റെ ഗ്രാമത്തോടു വിടപറഞ്ഞു.

പിറ്റേന്നാൾ പുലർച്ചയ്ക്ക് ഒരു കാടിന്റെ അരികിലൂടെ നടന്നു പോകുമ്പോൾ, മസൂദ, അപൂർവ്വമായൊരു കാഴ്ച കാണാനിടയായി. മൂന്നു ടെങ്കു* കുട്ടികൾ ഒരു പുൽത്തകിടിയിൽ കൂട്ടംകൂടിനിന്ന് നിറപ്പ കിട്ടുള്ള, അതിവിചിത്രമായൊരു കൊച്ചുവിശറികൊണ്ട് തുടർച്ചയായി വിശിവീശി കളിക്കുന്നു. അവർ ഇടത്തോട്ടു വീശാൻ ആരംഭിച്ചതും അവരുടെ പൊതുവെ നീണ്ട മൂക്കുകൾ തികച്ചും അവിശ്വസനായമാംവണ്ണം പൊടുന്നനെ നീണ്ടു നീണ്ടുവന്നു. പിന്നീട് അവർ വലത്തോട്ടു വീശിയപ്പോൾ, അവരുടെ മൂക്കുകൾ ചുങ്ങിച്ചുരുങ്ങി പഴയ അവസ്ഥയെത്തന്നെ പ്രാപിച്ചു. അങ്ങനെ അവർ ആ തമാശക്കളി തുടർന്നു.

വീശുന്തോറും ടെങ്കു കുട്ടികളുടെ മൂക്കുകൾ നീളുന്നതും ചുരുങ്ങുന്നതും നോക്കിക്കൊണ്ട് മസൂദ, അടക്കാനാവാത്ത അദ്ഭുതത്തോടെ വായുംപൊളിച്ച് ഏറെനേരം അവിടെത്തന്നെ നിന്നുപോയി. ആ സമയമത്രയും അയാളുടെ മനസ്സിൽ പലപല ഉപായങ്ങളും രൂപംകൊള്ളുകയായിരുന്നു. അപ്പോൾത്തന്നെ അയാൾ തീരുമാനിച്ചു. കുട്ടികളെ കബളിപ്പിച്ച് ആ വിചിത്രവിശറി എങ്ങനെയെങ്കിലും കൈക്കലാക്കണം. എന്നിട്ട് ആ വിശറിയുപയോഗിച്ച് തനിക്കൊരു കോടീശ്വരനാകണം. അതിനുശേഷം സ്വന്തം ഗ്രാമത്തിലേയ്ക്കു തിരിച്ചെത്തി ഗമയോടെ കഴിയണം. പക്ഷേ, ആ വിശറി സ്വന്തമാക്കുന്നതെങ്ങനെ?

പിന്നീടൊട്ടും വൈകിയില്ല. അതിസുന്ദരിയായൊരു യുവതിയുടെ വേഷം ധരിച്ച് മസൂദ, ഏറിയ പ്രസരിപ്പോടെ ടെങ്കു കുട്ടികളുടെ മുമ്പിൽ ചെന്നുനിന്നു. എന്നിട്ട് തനിക്കു കൈക്കലാക്കേണ്ട ആ അദ്ഭുത വിശറിയുടെ നേർക്കൊന്ന് ഓട്ടക്കണ്ണിട്ടു നോക്കി, മസൂദ ഒരു കൊഞ്ചലോടെ അവരോടു ചോദിച്ചു:

“കുട്ടികളേ, നിങ്ങൾ മൂവ്വരുംചേർന്ന് രസകരമായ ഏതോ ഒരു കളിയിൽ ഏർപ്പെട്ടിരിക്കുകയാണെന്നു തോന്നുന്നു.”

“അതേ.” കുട്ടികൾ മൂവ്വരും ഒരേ ശബ്ദത്തിലായിരുന്നു മറുപടി പറഞ്ഞത്.

“എങ്കിൽ നമുക്കെന്തുകൊണ്ട് ഇതിനേക്കാളേറെ രസകരമായ മറ്റൊരു കളിയിൽ മുഴുകിക്കൂടാ?”

“തീർച്ചയായും ആവാം.” ഒരിക്കൽക്കൂടി കുട്ടികൾ ഒരേ ശബ്ദത്തിൽ പറഞ്ഞു.

അപ്പോൾ, താൻ വിഷയം മാറ്റുകയാണെന്ന ഭാവത്തിൽ, കുട്ടികളെ നോക്കിക്കൊണ്ട് അവൾ (മസൂദ) പറഞ്ഞു:

---

* ജപ്പാനിലെ കാടുകളിൽ വസിച്ചിരുന്നുവെന്നു പറയപ്പെടുന്ന കുള്ളൻമാരുടെ വർഗ്ഗമാണ് ‘ടെങ്കു’. വെറും രണ്ടോ, മൂന്നോ ചാണുകൾമാത്രം പൊക്കമുള്ള ഈ വർഗ്ഗക്കാരുടെ പ്രത്യേകത, അവരുടെ മൂക്കുകൾക്ക് കുറഞ്ഞത് ഒരു ചാണെങ്കിലും നീളമുണ്ടായിരുന്നുവെന്നതാണ്.

“കുട്ടികളേ, നിങ്ങൾക്കറിയാമോ, എന്റെ തോളത്തെ സഞ്ചിക്കകത്ത് എന്താണെന്ന്?”

അവളുടെ സഞ്ചിക്കകത്ത് എന്താണെന്നറിയാൻ അത്യാസക്തിയുള്ള വരായിത്തീർന്നു, മൂന്നു കുട്ടികളും. അവർ വല്ലാത്ത വെമ്പലോടെ ഒരേ സമയം ചോദിച്ചു:

“എന്താണ്? നിന്റെ സഞ്ചിക്കകത്തെന്താണ്? ഞങ്ങൾക്കിപ്പോൾ ത്തന്നെ അറിഞ്ഞേതീരൂ. അതുകൊണ്ട്, അതെന്താണെന്ന് ഞങ്ങൾ ക്കുടനെ കാണിച്ചുതരൂ.”

“തീരെ സംശയിക്കേണ്ട, കുട്ടികളേ. എന്റെ സഞ്ചിക്കകത്തുള്ള ആ പ്രത്യേകവസ്തു കാണാൻ തീർച്ചയായും ഞാൻ നിങ്ങളെ അനുവദിക്കാം. പക്ഷേ, നിങ്ങൾ മൂന്നുപേരും എന്നെ അനുസരിക്കാൻ ഒരുക്കമുണ്ടെങ്കിൽ മാത്രം. മാത്രമല്ല, ഒരു പുത്തൻകളിയിൽ പങ്കെടുക്കാൻ നിങ്ങൾ മൂന്നു പേർക്കും താല്പര്യമുണ്ടെന്ന് എനിക്ക് ഉറപ്പുണ്ടെങ്കിൽ മാത്രം. അതു കൊണ്ട്, എന്റെ വ്യവസ്ഥകളൊക്കെയും നിങ്ങൾക്ക് പൂർണമായും സമ്മത മാണോ, കുട്ടികളേ?”

“എന്തു വ്യവസ്ഥയായാലുംശരി, ഞങ്ങൾ ഉടൻ അനുസരിക്കാൻ തയ്യാർ.” കുട്ടികൾ മൂവ്വരും ഒരേ സ്വരത്തിൽ പറഞ്ഞു. എന്നിട്ട് അക്ഷമ രായി കാത്തുനിന്നു. അത്തരമൊരു സന്ദർഭത്തിനുവേണ്ടിയായിരുന്നു താനും മസൂദയും കാത്തിരുന്നത്.

“ഒരു തുടക്കമെന്നോണം, നമുക്കെല്ലാവർക്കുംചേർന്ന്, ഞാനി പ്പോൾ പറഞ്ഞ, അതിരസകരമായ ആ കളിയിൽ ഉടനെ ഏർപ്പെടാം. ഒരുതരം മത്സരക്കളി. നോക്കാമല്ലോ, നിങ്ങൾ മൂന്നുപേരിൽ ആരാണു ജയിക്കുന്ന തെന്ന്.” മുമ്പത്തേക്കാളേറെ കൊഞ്ചിക്കുഴഞ്ഞുകൊണ്ട് മസൂദ പറഞ്ഞു.

എല്ലാവരുംചേർന്ന് ഒരു പുത്തൻകളിയിൽ പങ്കുചേരുന്നതാണ് ഇനി ഉടനടി സംഭവിക്കാൻപോവുന്നത് എന്നറിയാനിടയായതും ടെങ്കു കുട്ടി കൾക്കു ഉത്സാഹമേറി.

“അങ്ങനെത്തന്നെ...” ഉടനടി കുട്ടികൾ മൂന്നുപേരും വീണ്ടും ഒരേ ശബ്ദത്തിൽ പറഞ്ഞു.

“എന്റെ സഞ്ചിക്കകത്ത്... അതായത്... അതിനകത്തുള്ളത്... അതി സ്വാദിഷ്ടങ്ങളായ...മധുരപലഹാരങ്ങളാണ്.” അവൾ നിറുത്തിനിറുത്തി കൊഞ്ചിക്കുഴഞ്ഞുകൊണ്ടുതന്നെ പറഞ്ഞു.

ടെങ്കു കുട്ടികളുടെ അച്ഛനും അമ്മയും അകലത്തുള്ള ഏതോ നഗര ത്തിൽനിന്നു കൊണ്ടുവന്നുകൊടുത്ത മധുരപലഹാരങ്ങൾ അവർ മുമ്പൊ രിക്കൽ ഭക്ഷിച്ചിട്ടുണ്ട്. ആ സ്വാദോർത്ത് വായിൽ വെള്ളമൂറിയതുകാരണം, അവർക്ക് അല്പനേരത്തേയ്ക്ക് യാതൊന്നും സംസാരിക്കാൻ കഴിഞ്ഞില്ല. പിന്നീട്, മൂന്നു കുട്ടികളും ഒരേസമയം മസൂദയുടെ നേർക്കു കൈനീട്ടി. അപ്പോൾ വല്ലാത്ത നിസ്സഹായത അഭിനയിച്ചുകൊണ്ട് ഏറിയ നാട്യ ത്തോടെ അയാൾ പറഞ്ഞു:

“ഭാഗ്യക്കേടിന് എന്റെ കൈവശമുള്ളത് മധുരപലഹാരത്തിന്റെ നാലു കഷ്ണങ്ങൾ മാത്രമാണ്. പക്ഷേ, നിങ്ങൾത്തന്നെ പറയൂ,

എനിക്കെങ്ങനെയാണ്, ആ നാലു കഷ്ണങ്ങൾ നിങ്ങൾ മൂന്നു പേർക്കുമിടയിൽ തുല്ല്യമായി പങ്കുവെയ്ക്കാനാകുക? അല്ലെങ്കിൽപ്പിന്നെ പലഹാരത്തിന്റെ ഒരു കഷ്ണം കൂടുതൽ കിട്ടാനുള്ള യോഗ്യത നിങ്ങളിൽ ആർക്കാണെന്ന് എനിക്ക് എങ്ങനെ തീരുമാനിക്കാനാകും?"

അപ്പോൾ, കൂട്ടത്തിൽ ഏറ്റവും മുതിർന്നവനെന്നു തോന്നിക്കുന്ന കുട്ടി കുപിതനായി ഒച്ചയുയർത്തിക്കൊണ്ടു പറഞ്ഞു:

"മൂന്നുപേരിലും മൂത്തവൻ ഞാനാണ്. അതുകൊണ്ട്, രണ്ടു പല ഹാരക്കഷ്ണങ്ങൾ എനിക്കു തരണം."

"കഴിഞ്ഞ തവണതന്നെ ഏറ്റവും വലിയ കഷ്ണമാണ് അച്ഛൻ നിനക്കു തന്നതെന്നു മറന്നുപോയോ? അതും നിന്റെ വിടാവാശി സഹിക്കാൻ വയ്യാഞ്ഞിട്ട്. മൂന്നുപേരിലും മൂത്തവൻ നീയാണ് എന്ന അതേ കാരണം പറഞ്ഞുതന്നെ. അതുകൊണ്ട്, ഇത്തവണ ന്യായപ്രകാരം ഒരു കഷ്ണം അധികം കിട്ടേണ്ടത് എനിക്കാണ്." നടുവിലത്തെ കുട്ടി ശബ്ദമുയർത്തി ശാഠ്യംപിടിച്ചു. എന്നിട്ട് അക്കാര്യത്തിൽ താനൊരു കലഹത്തിന് തയ്യാറാണെന്ന മട്ടിൽ നിലകൊണ്ടു.

"മൂന്നുപേരിലും ഇളയവൻ ഞാനല്ലേ? അതുകൊണ്ട്, ന്യായമായും എനിക്കല്ലേ, നാലാമത്തെ പലഹാരക്കഷ്ണം തരേണ്ടത്?" അത്രത്തോളമായപ്പോഴയ്ക്കും, ഒടുക്കത്തെ കുട്ടിയും ഒട്ടും വിട്ടുകൊടുക്കാൻ ഭാവമില്ലായിരുന്നു. ചുരുക്കത്തിൽ, നാലാമത്തെ പലഹാരക്കഷ്ണത്തിന് അർഹത ആർക്കാണെന്ന ചോദ്യം ഉയർന്നുവന്നിരിക്കുന്നു.

"അല്ല, എനിക്ക്..."

"അതെങ്ങനെ? കഴിഞ്ഞ തവണതന്നെ..."

"എങ്കിൽപ്പിന്നെ നമുക്കു നറുക്കിടാം. അപ്പോഴറിയാം, പലഹാരത്തുണ്ട് ശരിക്കും കിട്ടേണ്ടത് ആർക്കാണെന്ന്."

ആ അവസരത്തിനുവേണ്ടിയായിരുന്നല്ലോ, മസൂദയും കാത്തിരുന്നത്. നാലാമത്തെ പലഹാരത്തുണ്ടിനുവേണ്ടി കുട്ടികൾ തമ്മിൽത്തമ്മിൽ കലഹിക്കുമെന്ന് അയാൾക്കുറപ്പുണ്ടായിരുന്നു. അതുകൊണ്ട്, ആ വഴക്കിൽനിന്ന് പൂർണമായും മുതലെടുത്ത് ആ വിശറി കൈക്കലാക്കാൻ തന്നെ അയാൾ തീരുമാനിച്ചു. ഒടുവിൽ, തർക്കംമൂത്ത് കുട്ടികൾ പരസ്പരം ഉന്തും തള്ളുമായെന്നു കണ്ടപ്പോൾ, തക്കസമയത്തു ഇടപെടുന്നതു പോലെ ഭാവിച്ച് മസൂദ സൗമ്യസ്വരത്തിൽ പറഞ്ഞു:

"വഴക്കടിക്കാതെ, കുട്ടികളേ. കലഹിച്ചതുകൊണ്ട് എന്തെങ്കിലും പരിഹാരമുണ്ടാവുമോ? നിങ്ങൾ മൂന്നുപേരിൽ നാലാമത്തെ പലഹാരത്തുണ്ടിനുള്ള അർഹത ആർക്കാണെന്ന് നമുക്കുടനെ തീരുമാനിക്കാമല്ലോ. ഞാൻ നേരത്തെ നിർദ്ദേശിച്ചതുപോലെ നമുക്ക് നാലുപേർക്കും ചേർന്ന് തികച്ചും വ്യത്യസ്തമായൊരു പുത്തൻകളിയിൽ ഏർപ്പെടാം. വളരെയേറെ എളുപ്പവും അതിലേറെ രസകരവുമായൊരു കളി. അത്രയ്ക്ക് പ്രത്യേകതയുള്ള ആ കളിയെന്താണെന്നോ?"

"പറയൂ, പറയൂ..." അടക്കാനാവാത്ത ജിജ്ഞാസയോടെ, കുട്ടികൾ മൂവ്വരും ഒരേ സ്വരത്തിൽ വാശിപിടിച്ചു.

"അതായത്, നിങ്ങൾ മൂന്നുപേരും കണ്ണുകൾ ഇറുക്കിയടച്ച് തീരെ ശ്വാസോച്ഛ്വാസം ചെയ്യാതെ നിവർന്നുനിൽക്കണം. പിന്നീട്, നിങ്ങളിൽ ആരൊടുക്കം ശ്വാസം വിടുന്നുവോ, ആ കുട്ടിക്ക് ഒരു പലഹാരക്കഷ്ണം കൂടുതൽ കിട്ടും. അപ്പോൾപ്പിന്നെ, നിങ്ങളിൽ ആർക്കുംതന്നെ യാതൊരു പരാതിയുമില്ലല്ലോ."

മസൂദ പ്രതീക്ഷിച്ചതുപോലെ, മൂന്നു ടെങ്കു കുട്ടികളുടേയും മുഖങ്ങൾ പെട്ടെന്നു തെളിഞ്ഞു. വാസ്തവത്തിൽ, തീരെ പക്ഷഭേദമില്ലാത്തൊരു തീരുമാനമായിരുന്നുവല്ലോ, മസൂദയുടേത്. അതുകൊണ്ട്, പിന്നീട് അവർ തർക്കിക്കാനൊന്നും മുതിർന്നില്ല. ഉടനെ, അവർ മൂന്നുപേരും കണ്ണുകൾ ഇറുകെച്ചിമ്മി, ശ്വാസമടക്കിപ്പിടിച്ച്, ഉടൽ ഒട്ടും ഇളകാതെ വരിയായി പുൽത്തകിടിയിൽ നിന്നു.

കുട്ടികൾ തമ്മിൽ കലഹിക്കുന്നതിനിടയിൽ വിശറി കൈവിട്ട് പുൽത്തകിടിയിൽ വീണുകിടന്നിരുന്നു. അപ്പോൾ, വിശറിയിലേയ്ക്കുതന്നെ നോക്കിനിന്നുകൊണ്ട്, മസൂദ ഒരു മുന്നറിയിപ്പെന്നോണം അത്യുച്ചത്തിൽ പറഞ്ഞു:

"കണ്ണുകൾ ഒരിക്കലും തുറക്കരുതേ. തുറന്നാൽ നഷ്ടപ്പെടുന്നത് എന്താണെന്ന് ഞാൻ പ്രത്യേകം പറയേണ്ടതില്ലല്ലോ."

കൗശലക്കാരനായ മസൂദ പിന്നീട് ഒരു നിമിഷംപോലും പാഴാക്കിയില്ല. പുൽത്തകിടിയിൽ കിടന്നിരുന്ന വിശറി കൈക്കലാക്കി ഒട്ടും ഒച്ചയില്ലാതെ നിരത്തിലെത്തി. അവിടെനിന്ന് നഗരത്തെ ലക്ഷ്യമാക്കി അയാൾ അതിവേഗം നടന്നു.

മസൂദയുടെ മനസ്സിൽ വീണ്ടും പല ഉപായങ്ങളും വേരുറയ്ക്കുകയായിരുന്നു. ഭാരമേറിയ ചൂതുകരുക്കൾ വീശിയെറിഞ്ഞെറിഞ്ഞ് അയാളുടെ കൈവെള്ളകൾ രണ്ടിലും കല്ലിൻചീളുകൾപോലത്തെ തഴമ്പുകൾ മുഴച്ചിരിക്കുന്നു. ആ ഗ്രാമം ഉപേക്ഷിച്ചു താനോടിപ്പോന്നതുതന്നെ ഒരു കോടീശ്വരനായിത്തീരാനുള്ള മോഹത്തോടെയായിരുന്നു. ഇനിയെന്തായാലും തന്റെ മുഴുവൻ ഭാവിയും തന്റെ പക്കലുള്ള ആ വിചിത്ര വിശറിയെ ആശ്രയിച്ചിരിക്കുന്നു. ഈ വിശറികൊണ്ടെന്തൊക്കെ നേടാനാവുമെന്നൊന്നു പരീക്ഷിക്കണം.

ഏറെ താമസിക്കാതെ മസൂദ, അത്രയ്ക്കകലത്തല്ലാത്ത പട്ടണത്തിലെത്തി. ഒടുവിൽ, അവിടത്തെ ഏറ്റവും പേരുകേട്ട കോടീശ്വരന്റെ മാളിക എളുപ്പത്തിൽത്തന്നെ തേടിക്കണ്ടുപിടിച്ചു. കൂടുതൽ അന്വേഷിച്ചപ്പോൾ അയാൾക്കറിയാൻ കഴിഞ്ഞു. ആ ധനികന്റെ സകല സ്വത്തു സമ്പത്തുകൾക്കും അവകാശിയായി അദ്ദേഹത്തിന് ഒരേയൊരു മകളേയുള്ളൂ. അതിമനോഹരിയായ മക്കിക്കോ. എങ്ങനെയെങ്കിലും അവളെ സ്വന്തമാക്കാൻ കഴിഞ്ഞാൽ...മസൂദയുടെ ഉള്ളിൽ കൊതിയൂറി.

നേരം ഇരുട്ടാൻ തുടങ്ങിയിരുന്നു.

അവസരം കാത്തുനിന്നിരുന്ന മസൂദ ഒടുവിൽ കോടീശ്വരന്റെ മാളികയുടെ പടിക്കലെത്തി. പിന്നീട് മാളികമതിലിന്റെ ചതുരത്തിലുള്ള ദ്വാരങ്ങളിലൊന്നിലൂടെ അയാൾ അകത്തേയ്ക്കു ഒളിഞ്ഞുനോക്കി.

അപ്പോൾ മസൂദ അവിടെ കണ്ടത്... ധനികന്റെ മകൾ മക്കിക്കോ തോട്ടത്തിലിട്ട ചൂരൽക്കസേരകളിലൊന്നിൽ കണ്ണുകളടച്ചു ചാരിയിരിക്കുന്നു. അവൾക്ക് യാതൊരു അനക്കവുമില്ലായിരുന്നു. അവിടെയിരുന്ന് അവൾ ഇളംകാറ്റു കൊള്ളുകയായിരിക്കും, മസൂദ കരുതി. അൽപസമയം ഇമ പൂട്ടാതെ അവളെത്തന്നെ നോക്കിക്കൊണ്ട് അയാൾ പാതവക്കത്തു നിന്നു. അപ്പോഴും അവൾക്ക് യാതൊരുവിധത്തിലുള്ള അനക്കവുമില്ലായിരുന്നു. ഇനിയും നേരം പാഴാക്കരുത്. അയാൾ കരുതി.

മസൂദ തീരെ ഒച്ചവെയ്ക്കാതെ മതിലു ചാടി തോട്ടത്തിലേയ്ക്കു കടന്നു. ഒരു പൂച്ചയെപോലെ നിശ്ശബ്ദം ഓരോ ചുവടുംവെച്ച് പതുങ്ങിപ്പതുങ്ങി അയാൾ ഏറെ കരുതലോടെ മുമ്പോട്ടു നീങ്ങി. കണ്ണുകളടച്ച് തീരെ അനക്കമില്ലാതിരിക്കുന്ന മക്കിക്കോയുടെ മുമ്പിൽ ചെന്നുനിന്നു. കുസൃതി നിറഞ്ഞ ഒരു ചെറുപുഞ്ചിരിയുണ്ടായിരുന്നു അയാളുടെ കോടലേറ്റ ചുണ്ടുകളിൽ. അതേ, താനപ്പോൾ നിലകൊള്ളുന്നത്, കോടീശ്വരനായിത്തീരാനുള്ള ആദ്യത്തെ പടവിന്റെ വക്കത്താണ്.

വസ്ത്രത്തിനകത്ത് നേരത്തെതന്നെ ഒളിപ്പിച്ചുവെച്ചിരുന്ന വിശറി മസൂദ പതുക്കെ പുറത്തെടുത്തു. എന്നിട്ട് മക്കിക്കോയുടെ മുഖത്തോടു ചേർത്തുപിടിച്ച് അയാൾ അല്പനേരം മൃദുവായി ഇടത്തോട്ടു വീശി. അപ്പോൾ അവളുടെ പതിഞ്ഞ മൂക്ക് ആരോ പെട്ടെന്ന് വലിച്ചുവലുതാക്കിയതുപോലെ ക്രമേണ നീണ്ടുനീണ്ടുവന്നു. ഒടുക്കം അവളുടെ മൂക്ക് ഒരു കൈത്തണ്ടയോളം നീളംവെച്ചപ്പോൾ, അയാൾ വിശറികൊണ്ടുള്ള വീശൽ പൊടുന്നനെ മതിയാക്കി. കോടീശ്വരന്റെ പദവിയിലേയ്ക്കുള്ള ഒന്നാംപടവ് താനിതാ വിജയകരമായി ചവിട്ടിക്കയറിയിരിക്കുന്നു. ഇനി രണ്ടാംപടവിനു നേരെ കാലെടുത്തുവെയ്ക്കാൻ ഏറെ കാത്തിരിക്കേണ്ടതില്ല. ഇതേ വിശറി തന്നെ ഇനിയും തന്റെ തുണയ്ക്കെത്താതിരിക്കില്ല.

മസൂദയുടെ ചുണ്ടുകളിൽ വീണ്ടും കുസൃതി നിറഞ്ഞ ആ ചെറുപുഞ്ചിരി തെളിഞ്ഞു. അതേ, അന്നേദിവസത്തെ തന്റെ നേട്ടങ്ങൾ വിലമതിക്കാനാവാത്തവതന്നെയാണ്. ആദ്യമായി ടെങ്കു കുട്ടികളെ കൗശലത്തിൽ കബളിപ്പിച്ച് മാന്ത്രികശക്തിയുള്ള ആ വിശറി തനിക്കു കൈവശമാക്കാൻ കഴിഞ്ഞു. പിന്നീട് ആ വിശറികൊണ്ട് നിലയ്ക്കാതെ ഇടത്തോട്ടു വീശി നഗരത്തിലെ ഏറ്റവും പേരുകേട്ട ധനികന്റെ ഒരേയൊരു മകൾ, അതിമനോഹരിയായ മക്കിക്കോയുടെ മൂക്കിന്റെ നീളം സൂത്രത്തിൽ ഒരു കൈത്തണ്ടയോളം വർദ്ധിപ്പിച്ചെടുത്ത് അവളുടെ മുഖം വല്ലാതെ വികൃതമാക്കിത്തീർത്തു. തന്റെ പക്കലുള്ള മാന്ത്രികവിശറിയുടെ പിന്തുണയോടെ ഇനിയും താനെന്തൊക്കെയൊ നേടാനിരിക്കുന്നു. മനസ്സിൽ ഒട്ടേറെ ആകാശക്കോട്ടകൾ കെട്ടിപ്പടുത്തുകൊണ്ട് അയാൾ മക്കിക്കോയുടെ നീണ്ടുകനത്ത മൂക്കിൽത്തന്നെ അല്പസമയം നോക്കിക്കൊണ്ടു നിന്നു.

അതിനുശേഷം മസൂദ ഏറെനേരം അവിടെ നിന്നില്ല. മതിൽ ചാടിക്കടന്ന് അയാൾ നിരത്തുവക്കത്തേയ്ക്കുതന്നെ തിരിച്ചെത്തി.

പിന്നീട് മതിലിന്റെ ചതുരക്കള്ളികൾക്കിടയിലൂടെ അകത്തേയ്ക്കു ഉറ്റുനോക്കിക്കൊണ്ട് അയാൾ അവിടെത്തന്നെ ചുറ്റിപ്പറ്റിനിന്നു. തൊടിയും

തോട്ടവും മാളികയുമൊക്കെ ഇരുട്ടിൽ മുങ്ങിക്കിടക്കുന്നു. ചൂരൽക്കസേരയിൽ ചാരിയിരുന്നു ഉറങ്ങിക്കൊണ്ടിരിക്കുന്ന മക്കിക്കോവിനെ ഒരു കനത്ത നിഴൽപോലെ കാണാം. അന്നേരമാരെങ്കിലും അവളുടെ വെളുത്തുനീണ്ട, വലിപ്പമേറിയ ചോളപ്പൊതിപോലുള്ള വികൃതമായ ആ മൂക്കു കാണാനിടയായാൽ?!

അപ്പോൾ മാളികവീട്ടിൽനിന്ന് ആരോ തിടുക്കത്തിൽ തോട്ടത്തിലേയ്ക്കിറങ്ങിവരുന്നത് മസൂദ കണ്ടു. കയ്യിൽ മങ്ങിക്കത്തുന്നൊരു വിളക്കുണ്ടായിരുന്നു. വേഷത്തിൽനിന്നുതന്നെ അറിയാം, വേലക്കാരിയാണെന്ന്. ചൂരൽക്കസേരയുടെ നേർക്ക് ഇരുട്ടിലൂടെ പതുക്കെ നടന്നടുക്കുന്ന ആ സ്ത്രീയെ മസൂദ തുറിച്ചുനോക്കിക്കൊണ്ടു നിന്നു.

മക്കിക്കോയുടെ അടുത്തെത്തിയതും വേലക്കാരി പൊടുന്നനെ ഉച്ചത്തിൽ നിലവിളിച്ചുകൊണ്ട് നാലടി പുറകോട്ടു മാറി. അതേ, അവൾ തന്റെ യജമാനത്തിയുടെ അസാധാരണ നീളവും വണ്ണവുമുള്ള ആ മൂക്കു കണ്ടിരിക്കുന്നു. അടുത്ത നിമിഷം അവളുടെ വിറയ്ക്കുന്ന കയ്യിൽനിന്നും വിളക്ക് താഴെ വീണു. വിളക്കണഞ്ഞപ്പോൾ ഒഴുകിക്കൂടിയ ഇരുട്ടിന് മുമ്പത്തേക്കാളേറെ കട്ടിയുണ്ടെന്നു തോന്നി.

നിമിഷങ്ങൾക്കുള്ളിൽ മാളികവീടിന്റെ പല വാതിലുകളും ഒരേ സമയം കാതടയ്ക്കുന്ന ഒച്ചയോടെ തുറക്കുന്നതു കേട്ടു. അതോടൊപ്പം തന്നെ പരക്കംപാഞ്ഞു ഓടിയടുക്കുന്ന കാലൊച്ചകളും. പിന്നീട് ചുറ്റിനും വെളിച്ചത്തിന്റെ പ്രളയമായിരുന്നു. തന്റെ പക്കലുള്ള വിശറിയിതാ പ്രതീക്ഷയ്ക്കൊത്ത് ഒരു മഹാദ്ഭുതംതന്നെ സൃഷ്ടിച്ചിരിക്കുന്നു.

തോട്ടത്തിലെ പിന്നത്തെ രംഗങ്ങൾക്കൊന്നും സാക്ഷ്യം വഹിക്കാനായി മസൂദ അവിടെ കാത്തുനിൽക്കാൻ മിനക്കെട്ടില്ല. കോടലേറ്റ ചുണ്ടത്തു പരന്ന അതേ കുസൃതിച്ചിരിയോടെ അയാൾ നിസ്സാരമട്ടിൽ തിരിഞ്ഞു നടന്നു. ഇനിയും ആ മാളികവീട്ടിലേയ്ക്ക് താൻ തിരിച്ചെത്തുന്നത്, മക്കിക്കോവിന്റെ നീണ്ടുകനത്ത മൂക്ക് മുമ്പത്തെപോലെത്തന്നെയാക്കാനുള്ള തയ്യാറെടുപ്പോടെയായിരിക്കും. ഉടനടി അവളെ വിവാഹം കഴിക്കാനുള്ള ഒരുക്കങ്ങളോടെ.

അപ്പോൾ പുറകിൽനിന്ന് കൂട്ടനിലവിളി ഉയരുന്നുണ്ടായിരുന്നു. അകം നിറഞ്ഞ വിജയലഹരിയോടെ അയാൾ നടത്തം തുടർന്നു.

ഇനി ഏറെ താമസിക്കാതെത്തന്നെ താനൊരു കോടീശ്വരനായിത്തീരുന്നു. ആ രംഗങ്ങളെക്കുറിച്ച് സ്വപ്നം കണ്ടുകൊണ്ട് മസൂദ അതിവേഗം നടന്നു.

വൈകുന്നേരം പതിവുപോലെ തോട്ടത്തിൽ കാറ്റുകൊള്ളാൻ ചെന്നിരുന്ന, അതുവരേയ്ക്കും യാതൊരു അംഗവൈകല്യവുമില്ലാത്ത തന്റെ മകളുടെ, പൊടുന്നനെ നിളംവെച്ച മൂക്കു കണ്ട് അവളുടെ അച്ഛനാകെ പതറിപ്പോയി. എത്രതന്നെ ചിന്തിച്ചിട്ടും അത്രയും ചുരുങ്ങിയ നേരംകൊണ്ട് അവളുടെ മനോഹരമായ മൂക്ക് അത്രത്തോളം നീളംവെയ്ക്കാനുള്ള കാരണം കണ്ടെത്താൻ അയാൾക്കു കഴിഞ്ഞില്ല.

മക്കിക്കോയുടെ അച്ഛൻ പിറ്റേന്നാൾത്തന്നെ നാടാകെ വിളംബരം മുഴക്കി. തന്റെ മകളുടെ മൂക്ക് പഴയ സ്ഥിതിയിലാക്കുന്നയാൾക്ക് അവളെ വിവാഹം കഴിച്ചുകൊടുക്കും. മാത്രമല്ല, അദ്ദേഹത്തിന്റെ സ്വത്തു സമ്പത്തുകളുടെ നേർപകുതി തന്റെ മരുമകന്റെ പേർക്ക് എഴുതിക്കൊടുക്കുകയും ചെയ്യും.

ആ അവസരത്തിനു വേണ്ടിത്തന്നെയായിരുന്നല്ലോ, മസൂദയും കാത്തിരുന്നത്. ആദ്യം മക്കിക്കോയേയും അവളുടെ പകുതി സ്വത്തു സമ്പത്തുകളും സ്വന്തമാക്കുക. പിന്നീട്, താമസിയാതെ ബാക്കി സ്വത്തു സമ്പത്തുകളുടേയുമൊക്കെ ഉടമ മസൂദതന്നെ. അങ്ങനെ കോടീശ്വരനായിത്തീരാനുള്ള പടവുകൾ കയറാൻ അയാൾക്കിനി ഏറെനാളുകൾ വേണ്ട. തന്റെ മോഹമിതാ നിറവേറാൻ പോവുന്നു. പിന്നീട് തന്റെ ഗ്രാമത്തിലേയ്ക്കുള്ള ആർഭാടത്തോടെയുള്ള മടക്കയാത്ര.

അന്നാട്ടിലെ പ്രശസ്തരായ ഒട്ടേറെ മന്ത്രവാദികളും പ്രഗൽഭരായ വൈദ്യൻമാരും വീരവാദം മുഴക്കിക്കൊണ്ട് മക്കിക്കോയുടെ രോഗം ചികിത്സിച്ചുമാറ്റാനായി ഒന്നിനുപുറകെ ഒന്നായി അവളുടെ അച്ഛന്റെയരികിൽ നിലയ്ക്കാതെ എത്തിക്കൊണ്ടിരുന്നു. പക്ഷേ, വന്നതിലുമേറെ വേഗത്തിൽ, കരുവാളിച്ച മുഖത്തോടെ അവരൊക്കെയും മാളികവീട്ടിൽ നിന്നു ഇറങ്ങിപ്പോവുകയാണുണ്ടായത്. മാന്ത്രികവിശറി ഉപയോഗിച്ച് മസൂദ നീളംവെപ്പിച്ച മൂക്ക് അവർക്കെങ്ങനെയാണ് പൂർവ്വസ്ഥിതിയിലാക്കാനാവുക?

ഇനിയും വൈകിക്കരുത്. മസൂദ ഉള്ളിലുറപ്പിച്ചു. കൈവശമുള്ള വിചിത്രവിശറികൊണ്ട് മക്കിക്കോയുടെ മൂക്കിനുനേരെ തിരിച്ചുവീശാ നുള്ള നേരമടുത്തിരിക്കുന്നു. ഇനി തനിക്കല്ലാതെ മറ്റാർക്കാണ് അവളുടെ രോഗം ചികിത്സിച്ചുമാറ്റാൻ കഴിയുക എന്ന അഹങ്കാരത്തോടെ മസൂദ മാളികവീട്ടിലേയ്ക്കു കയറിച്ചെന്നു. വസ്ത്രത്തിനകത്ത് തന്റെ പക്കലുള്ള ഒരേയൊരു പ്രതിവിധിയായ ആ കൊച്ചുവിശറി അയാൾ കരുതലോടെ മറച്ചുവെച്ചിരുന്നു.

മക്കിക്കോയുടെ അവശനായ അച്ഛന്റെ മുമ്പിൽ മസൂദ നിവർന്നു നിന്നു. മകളുടെ വികൃതമായിത്തീർന്ന മുഖത്തെക്കുറിച്ചു ഓർത്തതുകൊ ണ്ടായിരിക്കും അയാളുടെ കണ്ണുകൾ നിറഞ്ഞുതുളുമ്പിയിരുന്നു.

“അതായത്, അങ്ങയുടെ തോരാത്ത കണ്ണുനീർ, നിമിഷങ്ങൾക്കുള്ളിൽ ഒരിക്കലും മായാത്ത പുഞ്ചിരിക്ക് വഴിമാറിക്കൊടുക്കണമല്ലേ...?” മസൂദ ഗർവ്വോടെ ചോദിച്ചു. എന്നിട്ട് ഒച്ചയുയർത്തിക്കൊണ്ടു തുടർന്നു: “...അങ്ങയുടെ ആ ആഗ്രഹം നിഷ്പ്രയാസം നിറവേറ്റിത്തരാനാണ് ഞാനിപ്പോൾ വന്നിരിക്കുന്നത്. ചുരുക്കത്തിൽ, ഏതാനും ചില നിമിഷങ്ങളിൽ ഇനിയുമൊരു മഹാദ്ഭുതം സംഭവിക്കാൻപോവുന്നു. മറ്റുള്ളവരൊക്കെയും തോൽവിയേറ്റു പടിയിറങ്ങിക്കഴിഞ്ഞില്ലേ? അങ്ങയുടെ മകളുടെ മാറാരോഗത്തിനുള്ള ഒരേയൊരു പ്രതിവിധി ഇനിയെന്റെ പക്കൽ മാത്രമേയുള്ളൂ.” മസൂദയുടെ നിസ്സാരമട്ടിലുള്ള വാക്കുകളിൽ അമിതമായ ആത്മവിശ്വാസം നിഴലിച്ചിരുന്നു.

മക്കിക്കോയുടെ അച്ഛൻ സർവ്വ ആശകളും കൈവെടിഞ്ഞ ഘട്ടമായിരുന്നു അത്. മസൂദയുടെ വാക്കുകൾ കേട്ടപ്പോൾ ആഹ്ലാദമടക്കാനാവാതെ കണ്ണുകൾ തുടച്ചുകൊണ്ട് അദ്ദേഹം അയാളുടെ കൈകൾ ചേർത്തുപിടിച്ചു. എന്നിട്ട് ചോദിച്ചു:

"ഇനി ഞാനെന്താണു ചെയ്യേണ്ടത്?"

"താങ്കൾക്കിനിയൊന്നേ ചെയ്യാനുള്ളൂ. അതായത്, ഒട്ടും സമയം പാഴാക്കാതെ മകളുടെ കണ്ണുകൾ കെട്ടി ഒരു മുറിയിൽ എന്നോടൊപ്പം ഒറ്റയ്ക്കിരുത്തണം. എന്റെ ചികിത്സാരീതികൾ മറ്റാരും കാണാൻ പാടില്ല എന്നതാണ്, ഞാനേറ്റെടുക്കാൻ പോവുന്ന പ്രതിവിധിയുടെ കാതലായ വശം." മസൂദ അധികാരസ്വരത്തിൽ അങ്ങനെ പറഞ്ഞപ്പോൾ, നിശ്ശബ്ദനായി നിന്ന് തലയാട്ടാനേ മക്കിക്കോയുടെ അച്ഛനു കഴിഞ്ഞുള്ളൂ.

അടച്ചിട്ട മുറിയിൽ, തൊട്ടുമുമ്പിൽ കണ്ണുകൾ കെട്ടി യാതൊരു അനക്കവുമില്ലാതെയിരിക്കുന്ന അതിസുന്ദരിയായ മക്കിക്കോയെ മസൂദ ഏതാനും നിമിഷങ്ങൾ നോക്കിനിന്നു. അവളുടെ, കൈത്തണ്ടയോളം നീളമുള്ള ആ മൂക്കു കണ്ട് അയാൾ ചിരിയടക്കാൻ പാടുപെടുകയായിരുന്നു. എന്തായാലും കോടീശ്വരനായിത്തീരാനുള്ള തന്റെ ദുരാശയാണല്ലോ, അവളെ ആ അവസ്ഥയിലെത്തിച്ചത്. പക്ഷേ, അടുത്ത ഏതാനും നിമിഷങ്ങൾക്കുള്ളിൽ അവളുടെ മൂക്ക് മുമ്പത്തെപ്പോലെയാക്കി താൻ മക്കിക്കോവിനെ സ്വന്തമാക്കാൻ പോവുന്നു. അതോടൊപ്പം താൻ ആഗ്രഹിച്ച കോടീശ്വരന്റെ പദവിയും. ക്രമേണ അയാൾത്തന്നെയായിരിക്കും ആ മാളികവീടിന്റേയും ഉടമസ്ഥൻ. അത്രയുംകാലത്തെ തന്റെ സ്വപ്നങ്ങളൊക്കെയുമിതാ യാഥാർത്ഥ്യമായിത്തീരാൻ പോവുന്നു. അയാളുടെ മനസ്സിൽ മണിമന്ദിരങ്ങൾ പലതും ഉയരുകയായിരുന്നു!

ഇനിയും നേരം തീരെ പാഴാക്കരുത്. മസൂദ തീരുമാനിച്ചു. വസ്ത്രത്തിനകത്തു കരുതിവെച്ചിരുന്ന മാന്ത്രികവിശറി അയാൾ മെല്ലെ പുറത്തേയ്ക്കെടുത്തു. കണ്ണുകൾ ഇറുകെ കെട്ടിയിരിക്കുന്ന മക്കിക്കോയുടെ മുഖത്തോട് വിശറി ചേർത്തുപിടിച്ച് അയാൾ പതുക്കെപ്പതുക്കെ വലത്തോട്ടു വീശി. അപ്പോൾ, മക്കിക്കോയുടെ മൂക്കിന്റെ നീളം കുറഞ്ഞു കുറഞ്ഞു വന്നു. ആ മാറ്റം കണ്ടതും അയാൾ ഉത്സാഹത്തള്ളിച്ചയോടെ വിശറി കൊണ്ടുള്ള വീശൽ തുടർന്നു. ക്രമേണ അവളുടെ മൂക്ക് പഴയതുപോലെയായി ചുരുങ്ങി.

മസൂദ, മക്കിക്കോയുടെ കണ്ണുകളുടെ കെട്ടഴിച്ചു. എന്നിട്ട് ഉടനടി ഒരു കണ്ണാടിയെടുത്ത് അയാൾ അവളുടെ മുഖത്തിനുനേരെ പിടിച്ചു. അപ്പോൾ അവൾ നാണിച്ച് മൂക്കു പൊത്തി മസൂദയെ നോക്കിച്ചിരിച്ചു. അങ്ങനെ താനിതാ, തന്റെ പക്കലുള്ള മാന്ത്രികവിശറിയുടെ പിൻബലത്തോടെ ഒരു കോടീശ്വനായിത്തീരാനുള്ള ഒടുക്കത്തെ പടവും എത്രയോ എളുപ്പത്തിൽ ചവിട്ടിക്കയറിക്കഴിഞ്ഞു. മസൂദ അപ്പോൾ ഉള്ളിൽ കരുതി. എന്നിട്ട് മക്കിക്കോയോടു പറഞ്ഞു:

"ഇനി ഉടനടി ചെന്ന് നിന്റെ മൂക്ക് അച്ഛനു കാട്ടിക്കൊടുക്കൂ. ബാക്കിയുള്ള കാര്യങ്ങളൊക്കെയും ഞാൻ അദ്ദേഹത്തോടു പറഞ്ഞിട്ടുണ്ട്."

മകൾ മുന്നിൽ വന്നുനിന്നപ്പോൾ അവളുടെ അച്ഛൻ അടക്കാനാവാത്ത അദ്ഭുതത്തോടെ ഞെട്ടിപ്പിടഞ്ഞെണീറ്റു. എന്തൊരു മറിമായം! എവിടെപ്പോയി കൈത്തണ്ടയോളം പോന്ന, പേടിപ്പെടുത്തുന്ന ആ മൂക്ക്? ഒട്ടും വിശ്വസിക്കാനാവാതെ അവളുടെ പതിഞ്ഞ മൂക്കിൽ അദ്ദേഹം പലതവണ തടവിനോക്കി. എന്നിട്ട് തൊട്ടരികിൽ നിൽക്കുന്ന ചെറുപ്പക്കാരനായ മാന്ത്രികന്റെ നേരെ നിറകണ്ണുകളോടെ തിരിഞ്ഞു. അപ്പോൾ യാതൊന്നുംതന്നെ സംഭവിക്കാത്തമട്ടിൽ അഹന്ത പുരണ്ട സ്വരത്തിൽ മസൂദ ധനികനെ നോക്കി പറഞ്ഞു:

"അതേ, ഇതൊക്കെയും എനിക്കെത്ര നിസ്സാരം! ദയവുചെയ്ത് എന്നോട് ഇനിയും നന്ദിവാക്കുകളൊന്നും പറയാൻ ഒരുമ്പെടരുത്. ഇതിലുമൊക്കെ എത്രയോ മാരകങ്ങളായ രോഗങ്ങൾ എത്രയോ തവണ വെറും ചില നിമിഷങ്ങൾക്കുള്ളിൽ ചികിത്സിച്ചു മാറ്റിയിരിക്കുന്നു, ഞാൻ! എനിക്കു തന്നുകഴിഞ്ഞ വാക്ക് ഉടനെ പാലിച്ചാൽമാത്രം മതി അങ്ങ്. അതായത്, ഇനിയൊട്ടും വൈകാതെ മക്കിക്കോയും ഞാനും തമ്മിലുള്ള വിവാഹം ആഘോഷത്തോടെ നടത്തുക. അതിനുശേഷം, അങ്ങയുടെ പാതി സ്വത്തുസമ്പത്തുകൾ എന്റെ പേർക്കാക്കിത്തരിക. പിന്നെ, ഇന്നല്ലെങ്കിൽ നാളെ, ബാക്കി സ്വത്തുസമ്പത്തുകൾക്കും അവകാശി ഞാൻ തന്നെയാണല്ലോ."

ഒരു ദേവദൂതനെപ്പോലെയെത്തി, ഉടനടി തന്റെ ഏകമകളുടെ മുഖത്തെ അത്രയ്ക്കു വികൃതമാക്കിയ ആ മൂക്കിനെ പഴയപടിയാക്കിയ ആ ചെറുപ്പക്കാരനുവേണ്ടി എന്തും ചെയ്യാൻ തയ്യാറായിരുന്നു മക്കിക്കോയുടെ അച്ഛൻ. അപ്പോൾത്തന്നെ അദ്ദേഹം മക്കിക്കോയും മസൂദയും തമ്മിലുള്ള വിവാഹത്തിന് തീയ്യതി നിശ്ചയിച്ചു. പാതി സ്വത്ത് മസൂദയുടെ പേർക്കാക്കിക്കൊടുക്കാനുള്ള നടപടികളെടുത്തു. എന്നിട്ട്, അന്നാട്ടിലെ പ്രമാണിമാരുടെ മുന്നിൽവെച്ച് വാക്കും കൊടുത്തു. തന്റെ കാലശേഷം, ബാക്കി സ്വത്തുസമ്പത്തുക്കളൊക്കെയും മസൂദയ്ക്കു ചേരേണ്ടതാണ്. അപ്പോൾ മസൂദ ഊറ്റംകൊള്ളുകയായിരുന്നു. തന്റെ ഇച്ഛയ്ക്കൊത്തുതന്നെ ഒടുവിൽ താനിതാ ഒരു കോടീശ്വരനായിത്തീർന്നിരിക്കുന്നു. ഇനി തന്റെ നവവധുവായ മക്കിക്കോവിനേയുംകൂട്ടി സ്വന്തം ഗ്രാമത്തിലേയ്ക്കു തിരികെപ്പോകും. എന്നിട്ട് ഇരിപ്പിലും നടപ്പിലും പുത്തൻപണക്കാരനായ തന്റെ നിലയും വിലയും പ്രദർശിപ്പിക്കും.

വിവാഹദിവസം അന്തിമയങ്ങിയ നേരം...കിട്ടിയ അവസരം പാഴാക്കാതെ മസൂദ തന്നത്താൻ മറന്ന് സാക്കെ* കുടിച്ചുകൊണ്ടിരുന്നു. അതിര് കവിഞ്ഞ അളവിൽ മദ്യപിച്ചതുകൊണ്ട് അയാൾക്ക് വല്ലാതെ തലചുറ്റാൻ തുടങ്ങി. അപ്പോൾ പാതിബോധത്തിൽ തോട്ടത്തിൽച്ചെന്ന് അയാൾ അവിടെ നിരനിരയായിട്ടിരുന്ന ചൂരൽക്കസേരകളിലൊന്നിൽ ചാരിക്കിടന്നു. എന്നിട്ട് തുടരെത്തുടരെ സാക്കെ കുടിച്ചുകൊണ്ടിരുന്നു.

നേരമിരുട്ടിയപ്പോഴയ്ക്കും ആ കിടപ്പിൽ മസൂദയുടെ കണ്ണുകൾ അടയാൻ തുടങ്ങിയിരുന്നു. അപ്പോൾ വിറയ്ക്കുന്ന കയ്യിൽ വിശറിയെടുത്ത്

* ലഹരിയേറിയ ജാപ്പനീസ് മദ്യം

അബോധാവസ്ഥയിലെന്നോണം അയാൾ പതുക്കെപ്പതുക്കെ വീശിക്കൊണ്ടിരുന്നു. വല്ലാത്ത തളർച്ചയോടെയുള്ള ആ വീശലിനോടൊപ്പം തന്നത്താനറിയാതെ അയാളുടെ മൂക്കു നീണ്ടുനീണ്ടുവന്നു! അത് ഒരു കൈത്തണ്ടയോളം വലിപ്പംവെച്ചു!

എന്നിട്ടും സ്വയമറിയാതെ തന്റെ പക്കലുള്ള ആ മാന്ത്രികവിശറി കൊണ്ട് മസൂദ വീശിക്കൊണ്ടേയിരുന്നു. വീശുന്തോറും അയാളുടെ മൂക്കിന്റെ നീളമേറിക്കൊണ്ടേയിരുന്നു. അതാ, അതൊരു കനത്ത കൽത്തൂണോളം വലിപ്പംവെച്ചിരിക്കുന്നു!

പിന്നീട്, മയക്കത്തിൽ മസൂദയറിയാതെ അയാളുടെ മൂക്ക് മരക്കൊമ്പുകൾക്കിടയിലൂടെ മാനത്തേയ്ക്കു ചാഞ്ഞും ചെരിഞ്ഞും ഉയർന്ന് നീണ്ടു നീണ്ടുപോയി! അതോടൊപ്പംതന്നെ വിശറികൊണ്ടുള്ള മസൂദയുടെ വീശലും നിലയ്ക്കാതെ തുടർന്നു...

ആ സമയത്ത് സ്വർഗ്ഗത്തിലെ ദേവതകൾ ഒന്നുചേർന്ന് ആകാശ ഗംഗയ്ക്ക് ഒരു പാലം കെട്ടുകയായിരുന്നു! മസൂദയുടെ മേലോട്ടുയർന്ന ആ നീണ്ടുകനത്ത മൂക്കു ചെന്ന് ആ പാലത്തിൽ തടഞ്ഞു! അതോടെ, പാലത്തിന്റെ പണി അലങ്കോലപ്പെടുകയും ചെയ്തു!

"നോക്കൂ...!" പാലംപണിയുടെ മേൽനോട്ടം വഹിക്കുന്ന ദേവത, തന്റെ സഹപ്രവർത്തകരെ നോക്കി പരിഭ്രാന്തയായി പറഞ്ഞു. "...നമ്മൾ പണിതുകൊണ്ടിരിക്കുന്ന പാലത്തിൽ പൊടുന്നനെ എന്തോ വന്നു കുടുങ്ങിയിരിക്കുന്നു. ഉടനെ അതെടുത്തു മാറ്റിയില്ലെങ്കിൽ, പാലത്തിന്റെ ആകൃതിക്ക് വല്ലാത്ത കോട്ടംതട്ടും. അങ്ങനെ നമ്മുടെ ഇന്നോളംവരേയ്ക്കുമുള്ള പ്രയത്നമൊക്കെയും പാഴായിത്തീരുകയും ചെയ്യും. ഉടനടി നമുക്ക് സ്വർഗ്ഗദേവനോട് സമാധാനം പറയേണ്ടിവരും."

പിന്നീടൊട്ടും താമസിച്ചില്ല. സ്വർഗ്ഗലോകത്തിലെ പാലംപണി അവരെല്ലാംചേർന്ന് തൽക്കാലത്തേയ്ക്കു നിറുത്തിവെച്ചു. ഉടനടി ദേവതകളെല്ലാം ഒത്തൊരുമിച്ച് മസൂദയുടെ മൂക്കിന്റെ അറ്റത്തു കടന്നുപിടിച്ചു. ഉടനെ അവർ, സകല കരുത്തുമുപയോഗിച്ച് അയാളുടെ മൂക്കിൽ പിടിമുറുക്കി മേലോട്ടുവലിക്കാൻ തുടങ്ങി. അപ്പോൾ നിലംവിട്ട അയാളുടെ ഉടൽ പതുക്കെ ആകാശത്തേയ്ക്കു പൊങ്ങി.

മസൂദയപ്പോൾ ഞെട്ടിയുണർന്നു. തനിക്ക് എന്താണു സംഭവിക്കുന്നതെന്ന് ആദ്യമയാൾക്ക് യാതൊരുവിധത്തിലുള്ള എത്തും പിടിയും കിട്ടിയില്ല. ഉടനടി, ഒരു നടുക്കത്തോടെ അയാൾ മനസ്സിലാക്കി. വിശ്വസിക്കാൻ വയ്യാത്തവിധത്തിൽ തന്റെ മൂക്ക് ആകാശത്തിന്റെ അഗാധതയിലേയ്ക്കു വളർന്നിരിക്കുന്നു! മാത്രമല്ല, ആരെല്ലാമോചേർന്ന് സകല കരുത്തുമുപയോഗിച്ച് അയാളെ നിലയ്ക്കാതെ മേൽപോട്ടു വലിച്ചുകൊണ്ടിരിക്കുന്നു! ഭൂമിയുമായുള്ള തന്റെ ബന്ധം ഇനിയേതു നിമിഷവും നഷ്ടപ്പെടും. പക്ഷേ ഇതൊക്കെയും സംഭവിച്ചതെങ്ങനെ?

...കനത്തുനീണ്ടൊരു ദണ്ഡുപോലെ തന്റെ മുഖത്ത് കുത്തനെ നിലകൊള്ളുന്ന സ്വന്തം മൂക്കിൽ ഇരുകൈകളുംചേർത്ത് സർവ്വകരുത്തുമുപയോഗിച്ച് അയാൾ ഉടനെ കീഴ്പോട്ടു വലിച്ചു. പക്ഷേ, വല്ലാത്ത

അദ്ഭുതംതന്നെ! ആ മൂക്കിന് യാതൊരുനിധത്തിലുള്ള അനക്കമോ, ഇളക്കമോ ഉണ്ടായില്ലതന്നെ! അയാളുടെ മൂക്ക് ദേവതകൾ നിലയ്ക്കാതെ മേലോട്ടു വലിച്ചുകൊണ്ടേയിരുന്നു.

ഉടൻതന്നെ മസൂദയ്ക്കു തോന്നി...തന്റെ ഉടലിതാ പൊടുന്നനെ മുമ്പത്തേക്കാൾ വേഗത്തിൽ മേലോട്ടുയരുന്നു... വീണ്ടും പരിഭ്രാന്തനായിത്തീർന്ന അയാൾ നെഞ്ചത്തടിച്ച് ഉച്ചത്തിൽ നിലവിളിക്കാൻ തുടങ്ങി. പക്ഷേ, അയാളുടെ കരച്ചിൽ ആരുടേയും കാതുകളിൽ വീണില്ല.

തൊട്ടരികിൽ കിടക്കുന്ന മാന്ത്രികവിശറി അപ്പോഴാണ് മസൂദയുടെ ശ്രദ്ധയിൽപ്പെട്ടത്. അതേ, ഈ ആപൽവേളയിൽ തീർച്ചയായും ആ വിശറി തന്നെ രക്ഷിക്കാതിരിക്കില്ല. അടുത്തനിമിഷം അയാൾ കൈ നീട്ടി വിശറി കടന്നെടുത്ത് തിടുക്കത്തിൽ മറുവശത്തേയ്ക്കു ആഞ്ഞുവീശാൻ തുടങ്ങി...

പക്ഷേ, അപ്പോഴയ്ക്കും വളരെയേറെ വൈകിപ്പോയിരുന്നു. എത്രതന്നെ പണിപ്പെട്ടുവീശിയിട്ടും അയാളുടെ മൂക്കു ചുരുങ്ങിയില്ല. ആകാശത്തോളം നീണ്ടുപോയ അയാളുടെ മൂക്കിൽ എത്രയോ വിചിത്രമെന്നു കരുതപ്പെട്ട ആ കൊച്ചുവിശറിക്ക് യാതൊരുവിധത്തിലുള്ള മാന്ത്രികശക്തിയും ചെലുത്താൻ കഴിഞ്ഞില്ല. അപ്പോഴാണ് വല്ലാത്ത നടുക്കത്തോടെ അയാൾ ശ്രദ്ധിച്ചത്. താനിതാ മരത്തലപ്പുകൾ പിന്നിട്ടുകഴിഞ്ഞു...

അപ്പോഴും മസൂദയുടെ നീണ്ടുകനത്ത മൂക്കു മുറുകെപ്പിടിച്ച് ദേവതകൾ മേലോട്ട് തുടർന്നു വലിച്ചുകൊണ്ടേയിരുന്നു. തന്റെ മൂക്കു ചുരുക്കാനുള്ള അയാളുടെ പ്രയത്നങ്ങളൊക്കെയും തീരെ നിഷ്ഫലമായിത്തീർന്നു. അയാളുടെ പിടയ്ക്കുന്ന ശരീരം അതിവേഗത്തിൽ ആകാശത്തേയ്ക്കു ഉയർന്നുകൊണ്ടേയിരുന്നു. ഇനിയെന്തു ചെയ്യണമെന്നറിയാതെ അയാൾ പിടച്ചിലും കരച്ചിലുമായി.

മസൂദയുടെ കയ്യിൽനിന്ന് വിശറി തോട്ടത്തിലെ പുൽപ്പരപ്പിൽ വീണു...

പരിഭ്രാന്തരായ ദേവതകൾ അപ്പോഴും അവർ തുടങ്ങിവെച്ച ജോലിയിൽത്തന്നെ മുഴുകിയിരിക്കുകയായിരുന്നു. അവർ ഒന്നുചേർന്ന് മസൂദയുടെ മൂക്കു പിടിച്ച് പാലത്തിന്റെ വശംചേർത്ത് നിറുത്താതെ ആഞ്ഞുവലിച്ചു. ഒടുവിൽ അയാൾ ആകാശത്തിന്റെ ആഴത്തിലേയ്ക്ക് ഉയർന്നുയർന്നുപോയി. അയാളുടെ സുന്ദരിയായ ഭാര്യയും അളവറ്റ സ്വത്തുസമ്പത്തുകളും ഭൂമിയിൽ അവശേഷിച്ചു.

■

അരിയുണ്ടകൾ

ഒരു ഉൾനാടൻഗ്രാമത്തിലാണ് പടുകിഴവനായ കാനോയും അയാളുടെ പ്രായംചെന്ന ഭാര്യയും കഴിഞ്ഞുകൂടിയിരുന്നത്. ജന്മനാൽത്തന്നെ കാനോ തീരെ ദരിദ്രനായിരുന്നു. അൽപം അകലത്തുള്ള മലഞ്ചെരുവിലെ വൻകാടുകളിൽചെന്ന് വിറകു വെട്ടിക്കൊണ്ടുവന്ന് അയൽപ്പക്കങ്ങളിൽ വിറ്റിട്ടാണ് ചെറുപ്പംമുതൽക്കേ അയാൾ വീടു പുലർത്തിയിരുന്നത്. അയാളുടെ വരുമാനം വല്ലാതെ തുച്ഛമായിരുന്നതുകൊണ്ട്, ഏറെ അരിഷ്ടിച്ചായിരുന്നു, ഭാര്യയും ഭർത്താവുമടങ്ങിയ ആ കൊച്ചുകുടുംബം കഴിഞ്ഞുകൂടിയിരുന്നത്.

കഴിഞ്ഞ നാലഞ്ചു നാളുകളായി ഗ്രാമപ്രദേശത്തും അടുത്തുള്ള കാടുകളിലും നിലയ്ക്കാതെ മഞ്ഞ് പൊഴിഞ്ഞിരുന്നു. തലേന്നാൾ വൈകുന്നേരംമാത്രമാണ് മഞ്ഞുമഴ നിലച്ചത്.

അത്രയും നാളുകൾ വിറകു വെട്ടാൻ കാട്ടിൽ പോകാനാകാതെ കിഴവൻ കാനോവിന് കുടിലിൽത്തന്നെ ചടഞ്ഞുകൂടേണ്ടിവന്നു. മൂന്നാം ദിവസംമുതൽ കാനോയും ഭാര്യയും അരപ്പട്ടിണിയായിരുന്നു. ചുരുക്കത്തിൽ, എല്ലാ കൊല്ലവും മഞ്ഞുകാലം ആരംഭിച്ചാൽ പിന്നെയുള്ള പതിവാണത്. പണിയെടുക്കാനാവാതെ, ആഹാരത്തിനുപോലും വകയില്ലാതെ ദിവസങ്ങൾ തള്ളിനീക്കണം.

ആ വൃദ്ധദമ്പതികൾ കഷ്ടപ്പെട്ടു വളർത്തിവലുതാക്കിയെടുത്ത അവരുടെ രണ്ടു ആൺമക്കളും വയസ്സുകാലത്ത് സഹായത്തിനെത്തുമെന്ന് കാനോയും ഭാര്യയും പൂർണമായും ആശിച്ചിരുന്നു. എങ്കിലും അവരുടെ ആ വിശ്വാസം പാഴായിത്തീരുകയാണുണ്ടായത്. കാരണം, എന്നോ പട്ടണത്തിൽ സ്ഥിരതാമസമാക്കിയ മക്കൾ ഇരുവരും പ്രായം ചെന്ന അച്ഛനേയും അമ്മയേയും ഒന്നു തിരിഞ്ഞുനോക്കാൻപോലും ഒരുമ്പെട്ടില്ല എന്നത് അവർക്ക് മറ്റൊരു മാറാദുഃഖമായിരുന്നു. അതേസമയം, അവർ വീണ്ടുംവീണ്ടും ആശിച്ചു. ഇന്നല്ലെങ്കിൽ നാളെ, സ്വയം തെറ്റുകൾ തിരുത്തി മക്കൾ ഇരുവരും തീർച്ചയായും തിരികെ വരാതിരിക്കില്ല.

തണുപ്പ് തീരെ സഹിക്കാനാവാതെ ചുരുണ്ടുകിടക്കുന്ന ഭർത്താവിനോട് അസ്വസ്ഥയായ ഭാര്യ ചോദിച്ചു:

"ഇന്നേയ്ക്ക് നാലഞ്ചു ദിവസങ്ങളായില്ലേ, നിങ്ങൾ മരം മുറിക്കാനായി കാട്ടിലേക്കു പോയിട്ട്? ഇനിയും യാതൊന്നിലും ശ്രദ്ധിക്കാനൊരുമ്പെടാതെ ഇങ്ങനെ വീട്ടിൽത്തന്നെ ചടഞ്ഞിരുന്നാൽ മതിയോ? ഇന്ന് നമ്മൾ പട്ടിണി യുടെ വക്കത്താണെന്ന കാര്യവും മറന്നുപോയോ? മാത്രമല്ല, ഏറെ താമസിക്കാതെ ഇനിയും മഞ്ഞുമഴ പെയ്യില്ലെന്ന് ആരു കണ്ടു? അതു കൊണ്ട്, ഇനിയെങ്കിലും ഒന്നെഴുന്നേൽക്കൂ."

അല്പനേരത്തേക്ക് കാനോ മറുപടിയൊന്നും പറയാൻ മിനക്കെട്ടില്ല. ഒടുവിൽ, ഭാര്യയെ പിണക്കേണ്ടെന്നു കരുതി, ഒരു പിറുപിറുപ്പുപോലെ അയാൾ പറഞ്ഞു:

"എല്ലിൽ തറയ്ക്കുന്ന ഈ കൊടുംതണുപ്പത്ത് പുറത്തേക്കു ഇറങ്ങാൻ തന്നെ എനിക്കു തോന്നുന്നില്ല. എങ്കിലും ഇന്നെന്തായാലും വിറകു വെട്ടാ നായി കാട്ടിലേക്കു പോകാൻതന്നെ തീരുമാനിച്ചു. അതുകൊണ്ട് നീയെ ന്തെങ്കിലും പൊതിഞ്ഞുതാ വേഗം, എനിക്ക് ഉച്ചയ്ക്ക് ആഹാരത്തിന്."

"അതൊരു ഉചിതമായ തീരുമാനംതന്നെ. സംശയമില്ല..." ഭർത്താവ് അങ്ങനെ പറഞ്ഞതും ഭാര്യ ഉത്സാഹത്തള്ളിച്ചയോടെ പറഞ്ഞു. "...നിങ്ങൾ മഴുവെടുത്ത് ഉടനെ കാട്ടിലേക്കു പോകാനൊരുങ്ങിക്കോളൂ. അപ്പോഴയ്ക്കും എന്തെങ്കിലും ആഹാരം പാകംചെയ്തുതരാൻ നോക്കാം ഞാൻ." പുത്ത നായി നേടിയെടുത്ത ഉണർവ്വോടെ ഭാര്യ പറഞ്ഞു. വിറകിൻചുമടുമായി ഭർത്താവ് വീട്ടിൽ എത്തിക്കഴിഞ്ഞാൽപ്പിന്നെ അന്നു മുതൽക്ക് പട്ടിണിക്ക് ഒരു അറുതിയുണ്ടാവുമെന്നു ആശ്വസിക്കാമല്ലോ.

കിഴവൻ കാനോ അലസതയോടെ ഒരുവിധത്തിൽ എഴുന്നേറ്റു ചെന്ന്, കുടിലിന്റെ മൂലയിൽ ചാരിവെച്ചിരുന്ന മഴുവെടുത്തു. അഞ്ചാറു നാളുകൾ ഉപയോഗിക്കാത്തതുകൊണ്ട് മഴുവിന്റെ വശങ്ങളിൽ ഇരുണ്ട നിറത്തിൽ തുരുമ്പരിച്ചിരുന്നു. മഴുവിന്റെ പരുപരുത്ത വായ്ത്തലയിൽ പതുക്കെ വിരലുകൾ ഉരസ്സി പരിശോധിച്ചപ്പോൾ അയാൾക്കു തോന്നി, മൂർച്ച തീരെ പോര. പണിയായുധത്തിന് മൂർച്ചയില്ലെങ്കിൽപ്പിന്നെ മരം മുറിക്കാനും വെട്ടിക്കീറാനും ഒരു മൂച്ചും വീറുമുണ്ടാവില്ല. അതുകൊണ്ട് ഉടനടി മഴു മൂർച്ച കൂട്ടിയേതീരൂ.

അപ്പോഴേക്കും അലസത പൂർണമായും വിട്ടകന്ന കാനോ തീരു മാനിച്ചു. ഭാര്യ ആഹാരം പാകം ചെയ്യുന്നതിനിടയിൽ തന്റെ മഴു എടുത്തു കൊണ്ടുപോയി കുടിലിനു വെളിയിലുള്ള ചതുപ്പുനിലത്തിൽ തറഞ്ഞു കിടക്കുന്ന മേൽപ്പുറം പരന്ന പരുക്കനായ പാറപ്പുറത്ത് നന്നായി തേച്ചു രച്ചു മിനുക്കിയെടുക്കണം. എന്നിട്ട് കാട്ടിൽ ചെന്ന് മരം വെട്ടിവീഴ്ത്തി കീറിമുറിച്ച്, വിറകിൻകെട്ടാക്കി തലച്ചുമടുമായി, എത്രയുംവേഗത്തിൽ വീട്ടിലെത്തണം. വിറകുംകൊണ്ട് അയാളുടെ വരവും കാത്ത് എത്രയോ പേർ തന്റെ വീടിന്റെ മുമ്പിലെ പാതവക്കത്തെത്തി അക്ഷമരായി കാത്തി രിക്കുന്നുണ്ടാവും.

മരത്തായയിൽനിന്ന് മഴു ഊരിയെടുത്ത് കാനോ തിടുക്കത്തിൽ പാറക്കെട്ടിനരികിലേക്കു നടന്നു. അതിനിടയ്ക്ക്, നിരത്തുവക്കത്തു നിന്ന്

ഒരുപിടി വെള്ളാരങ്കല്ലുകൾ പെറുക്കിയെടുത്ത് അയാൾ കയ്യിൽ കരുതിയിരുന്നു.

പിന്നീട്, വെള്ളാരങ്കല്ലിന്റെ നനുത്ത തരികൾ പാറപ്പുറത്തു വിതറിയിട്ട് സകല കരുത്തുമുപയോഗിച്ച് മഴു തേച്ചുമിനുക്കുമ്പോൾ തീയ്യിൻ കണങ്ങൾ ചിന്നിച്ചിതറി അണഞ്ഞുപോയി. അപ്പോൾ കാനോ ഓർത്തു. അച്ഛൻ മരിക്കുമ്പോൾ തനിക്കായി വിട്ടുപോയ രണ്ടു സമ്പത്തുകളിൽ ഒന്ന് ആ മഴുവായിരുന്നു. മറ്റേത് നിത്യദാരിദ്ര്യവും.

പാറവക്കത്ത് മഴു തേച്ചുമിനുക്കി മൂർച്ചയേറ്റി കാനോ വീട്ടിലേക്കുതന്നെ തിരിച്ചു. അപ്പോഴും ഭാര്യ അടുക്കളയിൽ ആഹാരം പാകം ചെയ്യുന്ന തിരക്കിലായിരുന്നു.

മരപ്പിടിയിൽ മഴു കുത്തിയിറക്കി ഉറപ്പിച്ച് കിഴവൻ കാനോ, ഭാര്യ കൊണ്ടുവരുന്ന ആഹാരപ്പൊതിക്കായി വാതിൽക്കൽ കാത്തുനിൽക്കുകയായിരുന്നു. ഒടുവിൽ, അയാളുടെ ഭാര്യ തിടുക്കത്തിൽ പുറത്തേയ്ക്കു വന്നു. എന്നിട്ട് കിഴവന്റെ കയ്യിൽ അല്പം കനമുള്ള ഒരു തുണിപ്പൊതി കൊടുത്തു. അപ്പോൾത്തന്നെ പാകംചെയ്ത ഭക്ഷണമായതുകൊണ്ട് ആ പൊതിക്ക് ചൂടുണ്ടായിരുന്നു.

തുണിപ്പൊതിയും കയ്യിൽവെച്ച് ചില നിമിഷങ്ങൾ നിശ്ശബ്ദനായി നിന്നതിനുശേഷം കാനോ ഭാര്യയോടു ചോദിച്ചു:

“കുറെയേറെ നേരമായല്ലോ നീ അടുക്കളയിൽ കടന്നുകൂടിയിട്ട്. ഈ പൊതിക്കകത്ത് എന്താണ്?”

“പൊതിക്കകത്ത് അൽപം അരിയുണ്ടകളാണ്...” വിവരിക്കാനാവാത്ത സംതൃപ്തിയോടെയായിരുന്നു കിഴവി മറുപടി പറഞ്ഞത്. തന്റെ ഭർത്താവിന് ഏറെ ഇഷ്ടപ്പെട്ടൊരു ആഹാരപദാർത്ഥമാണല്ലോ അരിയുണ്ടയെന്ന് അവർക്ക് നല്ലതുപോലെ അറിയാമായിരുന്നുവെന്ന മട്ടിൽ. അതുകൊണ്ടാണ് ഉച്ചഭക്ഷണത്തിനായി അരിയുണ്ടകൾ പാകംചെയ്യാനിടയായതെന്നും.

“അരി കടം വാങ്ങിയിട്ടാണ് നിങ്ങൾക്കുള്ള ഉച്ചഭക്ഷണം, ഈ അരിയുണ്ടകൾ ഞാനിപ്പോൾ പാകംചെയ്തത്. നിലയ്ക്കാതെ മഞ്ഞു പെയ്യാൻ തുടങ്ങിയതിനുശേഷം വീട്ടിൽ ഒരുമണി അരിപോലും ഇല്ലായിരുന്നെന്ന് നിങ്ങൾക്കറിയാമല്ലോ.”

പിന്നീട്, വീട്ടിൽനിന്നിറങ്ങി ചളിയടിഞ്ഞ നിരത്തിലൂടെ പതുക്കെ നടക്കുമ്പോൾ കാനോ ഓർത്തു. കഴിഞ്ഞ എത്രയോ വർഷങ്ങളായി താൻ ആ മഴുവും തോളത്തേന്തി കാട്ടിൽപോയി വിറകു വെട്ടുന്നു, വിറകിൻ മുട്ടികൾ കീറി ചുമടാക്കിക്കെട്ടി തലയിലും തോളത്തുമേന്തി കുടിലിലേയ്ക്കു കൊണ്ടുവരുന്നു. അയാളെ കാത്തിരിക്കുന്ന ആവശ്യക്കാർക്കൊക്കെയും പാതവക്കത്തിരുന്ന് വിറകു വിൽക്കുന്നു. ഓർമ്മവെച്ച അന്നുമുതൽ ഇന്നുവരേയ്ക്കും. അപ്പോൾ കാനോ കണക്കുകൂട്ടി. ഏകദേശം എഴുപതിൽപ്പരം കൊല്ലങ്ങൾ. അത്രയുംകാലം ദിവസന്തോറും കനത്ത

വിറകിൻകെട്ടുകൾ ചുമന്നുചുമന്ന് തന്റെ നടുവിന് വല്ലാത്തൊരു വളവുതന്നെ രൂപംകൊണ്ടിരിക്കുന്നു.

നിരത്തിലും വശത്തുള്ള ഇടതൂർന്ന കുറ്റിക്കാടുകളിലും വീണുറഞ്ഞ മഞ്ഞ് ഏറക്കുറെ ഉരുകിക്കഴിഞ്ഞിരിക്കുന്നു. എങ്കിലും അവിടവിടെ ചെടിത്തലപ്പുകളിലും വള്ളിപ്പടർപ്പുകളിലുമൊക്കെ വെണ്ണത്തുണ്ടു കൾ പോലെ മഞ്ഞുശകലങ്ങൾ ഒട്ടിപ്പിടിച്ചിരിക്കുന്നതു കാണാം. ഏറെ യകലത്തല്ലാത്ത കാടു കടന്നെത്തുന്ന ഇളംകാറ്റ് ഏൽക്കുമ്പോഴൊ ക്കെയും കിഴവൻ കാനോ തണുത്തു വിറയ്ക്കുകയായിരുന്നു.

ഒടുവിൽ, കാനോ കാടിന്റെ നടുവിലുള്ള കുന്നിൻപുറത്തെത്തി. അവിടെ ചാഞ്ഞുനിൽക്കുന്ന ഒരു മരത്തിന്റെ കടയ്ക്കൽ അയാൾ കുളി രിനെ തീരെ കൂട്ടാക്കാതെ ആഞ്ഞുവെട്ടി. ശരീരത്തിൽ വേണ്ടതിലേറെ ചൂടേറിയതും ചുറ്റിനുമുള്ള തണുപ്പ് അകന്നകന്നുപോവുകയായിരുന്നു.

പിന്നീട്, മരം വെട്ടിക്കീറി ചെറുകെട്ടുകളാക്കിയപ്പോഴേയ്ക്കും നേരം ഉച്ചയായിരുന്നു. ഇനി ചെയ്യേണ്ടത് ആ കെട്ടുകളെല്ലാംചേർത്ത് ഒരു വലിയ ചുമടാക്കി തലയിലേന്തിക്കൊണ്ട് വീട്ടിലേയ്ക്കു മടങ്ങുകയാണ്. പക്ഷേ, അപ്പോഴേക്കും കിഴവൻ കാനോവിന്റെ വയറിനകത്ത് വിശപ്പിന്റെ ഒരു തിരക്കൂട്ടംതന്നെ ഉയർന്നിരുന്നു. അന്നേരം, തനിക്ക് ഉച്ചയ്ക്കു ഭക്ഷിക്കാ നായി ഭാര്യ പൊതിഞ്ഞുതന്ന അരിയുണ്ടകളെപ്പറ്റി അയാൾ പെട്ടെന്ന് ഓർത്തു. ഉടനെ കിഴവന്റെ വരണ്ട ചുണ്ടുകളിൽ ഒരു നേരിയ പുഞ്ചിരി തെളിഞ്ഞു. തന്റെ പക്കലുള്ള അരിയുണ്ടകൾ താനിതാ ചില നിമിഷ ങ്ങൾക്കുള്ളിൽ ഭക്ഷിച്ച് വിശപ്പടക്കാൻ പോവുന്നു. എന്നിട്ട് വിറകിൻചുമ ടേന്തി വീട്ടിലേയ്ക്കു തിരിക്കും.

ഒടുക്കം, പൊതിയഴിച്ച്, വിറകൊള്ളുന്ന കയ്യിൽ ഒരു വലിയ അരിയുണ്ട യെടുത്ത് കാനോ വായിലേയ്ക്കടുപ്പിച്ചു. പക്ഷേ, ചുണ്ടോളമെത്തിയപ്പോൾ, ആ അരിയുണ്ട കൈവഴുതി താഴെ വീണു. ഉടനടി ആ അരിയുണ്ട കുന്നിൻ പുറത്തുനിന്ന് കീഴ്പ്പോട്ടു ഉരുണ്ടുനീങ്ങാൻ തുടങ്ങി. കൈവഴുതിവീണ് അതിവേഗത്തിൽ ഉരുണ്ടുരുണ്ടകലുന്ന അരിയുണ്ടയെ നോക്കിക്കൊണ്ട് ഏതാനും നിമിഷങ്ങൾ കാനോ കുന്നിൻചെരുവിൽ അമ്പരന്നിരിക്കുക യായിരുന്നു.

പക്ഷേ, തന്നെ പൊടുന്നനെ കബളിപ്പിച്ച് അത്തരത്തിൽ ഉരുണ്ട കലുന്ന ആ അരിയുണ്ടയോട് തോൽവി സമ്മതിച്ചു പിൻമാറാൻ കാനോ ഒട്ടും ഒരുക്കമല്ലായിരുന്നു. വിടാവാശിയോടെ പൊടുന്നനെ പിടഞ്ഞെണീറ്റ് അയാൾ കീഴ്പ്പോട്ടു ഉരുണ്ടുനീങ്ങുന്ന അരിയുണ്ടയുടെ പുറകെ പായാൻ തുടങ്ങി. ഒപ്പം അയാൾ തന്നത്താനറിയാതെ ഉച്ചത്തിൽ വിളിച്ചു പറയുന്നു ണ്ടായിരുന്നു:

“എന്റെ പ്രിയപ്പെട്ട അരിയുണ്ടേ, അവിടെ നിൽക്ക് നീ. ഞാനാ ണെങ്കിൽ വിശന്നുപൊരിയുകയാണ്. ഇത്രയും സ്വാദുള്ള നിന്നെ എനി ക്കുടനെ തിന്ന് വിശപ്പടക്കണം.”

എന്നിട്ട്, ചിത്തഭ്രമം പിടിപെട്ടവനെപ്പോലെ കാനോ ഉറക്കെയുറക്കെ ചിരിക്കാൻ തുടങ്ങി.

അതിവേഗത്തിൽ ഉരുണ്ടുനീങ്ങുന്ന അരിയുണ്ട, തന്റെ അപേക്ഷ കേൾക്കുന്നുണ്ടെന്നും ഉടനെ അയാളെ അനുസരിക്കുമെന്ന ഭാവമായിരുന്നു കിഴവൻ കാനോവിന്, അപ്പോൾ. പക്ഷേ, നിമിഷങ്ങൾ പിന്നിടുന്തോറും കൂടുതൽക്കൂടുതൽ അകന്നകന്നുപോവുന്ന ആ അരിയുണ്ട രണ്ടിനും തയ്യാറല്ലായിരുന്നു. തികഞ്ഞ പിടിവാശിയോടെയെന്നോണം ഏതോ ലക്ഷ്യത്തിലെത്തിച്ചേരാനുള്ള വെമ്പലോടെ അത് ഉരുണ്ടുകൊണ്ടേയിരുന്നു.

നിലയ്ക്കാതെ ഉരുണ്ടുനീങ്ങുന്ന അരിയുണ്ടയും വിശപ്പടക്കാനാവാതെ കുന്നിൻച്ചെരുവിലൂടെ കീഴ്പ്പോട്ട് തിടുക്കത്തിൽ ഓടിയിറങ്ങുന്ന കിഴവൻ കാനോവും തമ്മിലുള്ള അകലം കുറഞ്ഞുകുറഞ്ഞുവരികയായിരുന്നു. ഇനിയും ചില ചുവടുകൾമാത്രം. തന്നെ അത്രനേരവും കബളിപ്പിച്ച് ഉരുണ്ടകലുന്ന ആ അരിയുണ്ട അയാളുടെ ഉള്ളംകയ്യിൽ ഒതുങ്ങും. പിന്നെ അടുത്ത നിമിഷംതന്നെ വായിലും.

പക്ഷേ, ഉരുളുന്നതിനിടയിൽ കാനോയെ പതിൻമടങ്ങ് അദ്ഭുതപ്പെടുത്തിക്കൊണ്ട് പൊടുന്നനെ അരിയുണ്ട കാണാതായി. ഉടനടി അരിയുണ്ട അപ്രത്യക്ഷമായ ഇടത്തേയ്ക്ക് കിഴവൻ പാഞ്ഞെത്തി.

പക്ഷേ, ഇല്ല...അത്രയുംനേരം കുന്നിൻചെരുവിലൂടെ അതിവേഗം ഉരുണ്ടുനീങ്ങിക്കൊണ്ടിരുന്ന അരിയുണ്ട അവിടെയെങ്ങും കാണാനില്ലായിരുന്നു... ഇതെന്തു മറിമായം...?! അരിയുണ്ട നഷ്ടപ്പെടുന്നതിനേക്കാൾ ഏറെ അയാൾക്ക് വേവലാതി അത് അപ്രത്യക്ഷമായതിലായിരുന്നു.

കുന്നിൻചെരുവിൽ കുന്തിച്ചിരുന്ന് കിഴവൻ കാനോ അവിടമെല്ലാം തിടുക്കത്തിൽ പരതിനോക്കി. ഉണക്കപ്പുല്ലുകൾക്കടിയിൽ സാമാന്യം വലിയൊരു ദ്വാരം പൊടുന്നനെ അയാൾക്കു കാണാൻ കഴിഞ്ഞു. ആയിടത്തെ നനുത്ത പുൽത്തലപ്പുകളിൽ അങ്ങിങ്ങായി അരിയുണ്ടയുടെ ശകലങ്ങൾ പറ്റിപ്പിടിച്ചിരിക്കുന്നു. ഉടൻതന്നെ അയാൾ തീരുമാനിച്ചു. അരിയുണ്ട കാണാതായതും നഷ്ടപ്പെട്ടതും ആ ദ്വാരത്തിലൂടെത്തന്നെയാണ്!

കുന്നിൻപുറത്തെ പൊത്തിന് ചുറ്റുമുള്ള ഉണക്കപ്പുല്ലുകൾ തിടുക്കത്തിൽ വലിച്ചുപറിച്ച് ദൂരത്തേയ്ക്കെറിഞ്ഞ്, മുട്ടുകുത്തിയിരുന്ന്, ആ ദ്വാരത്തിലൂടെ അയാൾ അകത്തേയ്ക്കു ഉറ്റുനോക്കി. അപ്പോൾ അടക്കാനാവാത്ത അദ്ഭുതത്തോടെ അയാൾക്കു കാണാൻ കഴിഞ്ഞു. അതൊരു ഗുഹയായിരുന്നു!

പെട്ടെന്ന് ആ ദ്വാരത്തിലൂടെ അതിമധുരമായ സംഗീതം ഒഴുകിയെത്താൻ തുടങ്ങി. ഏതാനും നിമിഷങ്ങൾക്കുശേഷം പൊടുന്നനെ സംഗീതം നിലയ്ക്കുകയും ചെയ്തു. മറ്റൊരദ്ഭുതം!

ആ പൊത്തിലൂടെ അത്ര പെട്ടെന്ന് സംഗീതത്തിന്റെ അലകൾ ഉയരാനും ഉടനെ നിലയ്ക്കാനുമുള്ള കാരണം?

പിന്നീടൊട്ടും താമസിച്ചില്ല. കൈവശമുള്ള ആഹാരപ്പൊതി തിടുക്കത്തിൽ മുഴുക്കെ അഴിച്ച് കിഴവൻ കാനോ, മറ്റൊരു അരിയുണ്ടയെടുത്ത്

ഒരു കുസൃതിച്ചിരിയോടെ മാളത്തിനകത്തേയ്ക്കിട്ടുകൊടുത്തു. പൊടുന്നനെ അതിനകത്തുനിന്ന് വീണ്ടും മാധുര്യമൂറുന്ന സംഗീതമുയർന്നു. നിമിഷങ്ങൾക്കകം പെട്ടെന്ന് സംഗീതത്തിന്റെ ആ പ്രവാഹം നിലയ്ക്കുകയും ചെയ്തു.

ആ മധുരസംഗീതം തുടർന്നും ആസ്വദിക്കാനുള്ള അടക്കാനാവാത്ത മോഹംകൊണ്ട് കിഴവൻ കാനോ അരിയുണ്ടകൾ ഓരോന്നോരോന്നായി പൊതിയിൽനിന്നെടുത്ത് ആ ദ്വാരത്തിലേക്കിട്ടുകൊണ്ടിരുന്നു. ഓരോ തവണയും നിമിഷങ്ങൾമാത്രം നീണ്ടുനിൽക്കുന്ന സംഗീതമുയർന്നു. പിന്നെ, പതുക്കെപ്പതുക്കെ അയാളുടെ പക്കലുണ്ടായിരുന്ന അരിയുണ്ടകൾ മുഴുവനും തീർന്നുപോയി. അതോടൊപ്പം സംഗീതവും നിലച്ചു.

കിഴവൻ കാനോയുടെ മനസ്സിൽ പാട്ടു കേൾക്കാനുള്ള ആഗ്രഹം ഏറിയേറിവരികയായിരുന്നു. ഗുഹയ്ക്കകത്തുനിന്ന് സംഗീതമുയരുന്നതിന്റെ പുറകിലുള്ള രഹസ്യമെന്തെന്നറിയാനുള്ള വെമ്പലും. പക്ഷേ, ഇനിയെന്തു ചെയ്യാൻ? കൈവശമുള്ള അരിയുണ്ടകൾ ഒരെണ്ണംപോലും അവശേഷിക്കാതെ തീർന്നുപോയി. നാലഞ്ചു കല്ലുകളെടുത്ത് കാനോ ആ ദ്വാരത്തിലൂടെയിട്ടുനോക്കി. പക്ഷേ, ഗുഹയ്ക്കകത്തുനിന്ന് യാതൊരു ഒച്ചയും അനക്കവുമില്ലായിരുന്നു. ഇനിയും തനിക്കെങ്ങനെ സംഗീതം ആസ്വദിക്കാനാകും?

അപ്പോൾ നിരാശനായ കാനോ കമിഴ്ന്നുകിടന്ന് കുന്നിൻചെരുവിലെ ദ്വാരത്തിൽ കാതമർത്തിവെച്ച് വർദ്ധിച്ച വാശിയോടെ പാട്ടു കേൾ ക്കാനുള്ള ശ്രമമായി. അകത്തുനിന്ന് അപ്പോഴും യാതൊരുവിധത്തിലുള്ള ഒച്ചയും അനക്കവുമില്ലായിരുന്നു. പക്ഷേ, വീണ്ടുംവീണ്ടും ചെവി ചേർത്തമർത്തിയപ്പോൾ, അയാളുടെ ശരീരത്തിന്റെ ഭാരം താങ്ങാനാവാതെ, പെട്ടെന്ന് ഗുഹയുടെ വശമിടിഞ്ഞ് കാനോ ഒരു മൂലയ്ക്കു ചെന്നുവീണു.

കാനോ ഉടനെ തട്ടിപ്പിടഞ്ഞെണീറ്റു.

അപ്പോൾ അവിടെ കാണാനിടയായ കാഴ്ച അയാളെ മുമ്പത്തേക്കാളേറെ അദ്ഭുതപ്പെടുത്തുകയാണുണ്ടായത്. കുത്തനെ നാട്ടിനിറുത്തിയ ഒരു മുളന്തണ്ടുപോലെ അയാൾ ആ ഗുഹയുടെ മൂലയ്ക്കുതന്നെ നിന്നുപോയി.

കിഴവൻ കാനോ അപ്പോൾ അവിടെ കണ്ടതെന്താണ്? ഒട്ടേറെ വെളുത്ത എലികൾ കൂട്ടംചേർന്ന്, അയാൾ ദ്വാരത്തിലൂടെ അത്രയുംനേരം ഇട്ടുകൊടുത്ത അരിയുണ്ടകൾ കരണ്ടുതിന്നുന്നു!

നാക്കിറങ്ങിപ്പോയതുപോലെ മുന്നിൽ അന്തംവിട്ടുനിൽക്കുന്ന കിഴവൻ കാനോയെ വെള്ളെലികളെല്ലാംചേർന്ന് അമ്പരപ്പോടെ നോക്കിക്കൊണ്ടുനിൽക്കുകയായിരുന്നു.

“ആരാണ് നിങ്ങൾ?” ഒരു വെളുത്ത എലി ചോദിച്ചു.

“ഞാൻ...ഞാൻ...” തിങ്ങിവന്ന വിക്കൽ കാരണം കാനോവിനു സംസാരിക്കാൻ കഴിഞ്ഞില്ല. ഒടുവിൽ അയാൾ ഒരുവിധത്തിൽ പറഞ്ഞുതീർത്തു:

"എന്റെ കൈവശമുള്ള അരിയുണ്ടകൾ ഒന്നിനുപുറകെ ഒന്നായി കുന്നിൻചെരുവിലെ ആ ദ്വാരത്തിലൂടെ ഞാൻ ഈ ഗുഹയ്ക്കത്തേയ്ക്കു ഇട്ടുകൊണ്ടിരിക്കുകയായിരുന്നു. എന്തിനാണെന്നോ? ഇവിടെനിന്നുയരുന്ന സംഗീതം ആസ്വദിക്കാൻ. ഓ! എന്തൊരു മാധുര്യമായിരുന്നു ആ സംഗീതത്തിന്! പക്ഷേ, നിർഭാഗ്യംതന്നെ. എന്റെ ഭാരംകൊണ്ട്, പൊടുന്നനെ ഗുഹയുടെ വക്കുപൊട്ടി ഞാൻ അകത്തേയ്ക്കു വീണു. അങ്ങനെ അനാവശ്യമായി ഞാൻ നിങ്ങളെയൊക്കെയും ബുദ്ധിമുട്ടിച്ചു. ഇപ്രകാരം ഉപദ്രവിച്ചതിന് എനിക്ക് മാപ്പു തരില്ലേ? പിന്നെ, എന്റെ പക്കലുണ്ടായിരുന്ന അരിയുണ്ടകളൊക്കെയും തീരുകയും ചെയ്തു."

"മാപ്പോ? ഞങ്ങളല്ലേ നിങ്ങളോടു മാപ്പിരക്കേണ്ടത്? നന്ദി പറയുകയും വേണ്ടത്?"

"ആ ദ്വാരത്തിലൂടെ നിങ്ങൾ ഗുഹയ്ക്കകത്തേയ്ക്കു ഇട്ടുതന്ന അരിയുണ്ടകൾക്കെന്തു സ്വാദായിരുന്നുവെന്നോ! സ്വയം ഭക്ഷിക്കാനായി കൊണ്ടുവന്ന ഉച്ചഭക്ഷണം ഞങ്ങൾക്കായി നീക്കിവെച്ചതുകൊണ്ട് നിങ്ങളിന്നു പട്ടിണിയായില്ലേ?"

"പക്ഷേ ഒട്ടും വിഷമിക്കേണ്ട. തീരെ പ്രതീക്ഷിക്കാതെ നിങ്ങൾക്കേറ്റ നഷ്ടത്തിന് ഞങ്ങളുടെ പക്കൽ തക്കതായൊരു പരിഹാരമുണ്ട്."

വെള്ളെലികൾ മാറിമാറി അയാളുടെ മുമ്പിൽ വന്നുനിന്ന് വിനയത്തോടെ പറഞ്ഞു. എന്നിട്ട് വീണ്ടും ചോദിച്ചു:

"നിങ്ങൾക്കിനിയും ഞങ്ങളുടെ പാട്ട് കേൾക്കേണ്ടേ?"

"ഞങ്ങളുടെ സംഘനൃത്തം കാണേണ്ടേ നിങ്ങൾക്ക്?"

"ഇന്ന് ഞങ്ങളുടെ റാണിതന്നെ പാകംചെയ്ത കൊച്ചരിയുണ്ടകൾ തിന്നേണ്ടേ, നിങ്ങൾക്ക്? തേനിൽ മുക്കിയെടുത്ത, മുത്തുമണികൾ പോലെയുള്ള ചെറിയ അരിയുണ്ടകൾ?"

ഉടനടി, കൈകളിൽ കൊച്ചുസംഗീതോപകരണങ്ങളുമേന്തി ആ വെളുത്ത എലികൾ പാട്ടു പാടാനും ധൃതിയിൽ നൃത്തം വെയ്ക്കാനും തുടങ്ങി. അവയുടെ നീണ്ടുമിനുത്ത തൂവെള്ളനിറമുള്ള ഉടലുകൾ ഒടിയുന്നതും വളയുന്നതും ചുവടുവെയ്ക്കുന്നതുമൊക്കെ അയാൾ അടക്കാനാവാത്ത അദ്ഭുതത്തോടെ നോക്കിനിന്നു. കൈകൾ ചേർത്തുകൊട്ടി ആർത്തുചിരിച്ചു. വെള്ളെലികൾ വിളമ്പിക്കൊടുത്ത തേനിൽ കുതിർന്ന അരിയുണ്ടകൾ പിടിപിടിയായി വാരി വായിലിട്ട് ചവച്ചുതിന്നു.

കുന്നിൻചെരുവിലെ മടയിൽ തുള്ളിക്കളിക്കുന്ന എലികൾക്കിടയിൽ കഴിച്ചുകൂട്ടിയ കിഴവൻ കാനോ മണിക്കൂറുകൾതന്നെ നീങ്ങിയത് അറിഞ്ഞതേയില്ല. ഇരുട്ടിറങ്ങാൻ തുടങ്ങിയപ്പോഴാണ് വിറകിൻകെട്ട് തലയിലേറ്റി വീട്ടിലെത്തണമെന്ന കാര്യം അയാൾക്കോർമ്മയിൽ തെളിഞ്ഞതുതന്നെ.

പിന്നീട് ഒട്ടും താമസമുണ്ടായില്ല. കിഴവൻ കാനോ തന്റെ കുടിലിലേയ്ക്കു തിരികെ പോകാനുള്ള ഒരുക്കമായി. ഗുഹയ്ക്കകത്തു ചിരിച്ചു

മദിച്ചു പാട്ടുപാടി നൃത്തം ചവിട്ടുന്ന ആ വെളുത്ത എലികളുടെ കൂട്ടത്തെ പിരിഞ്ഞ് ഗുഹ വിട്ടുപോകണം എന്നോർത്തപ്പോൾ അയാൾക്ക് വിവരിക്കാനാവാത്ത വിഷമം തോന്നി.

"നേരമിരുട്ടിക്കഴിഞ്ഞു. എനിക്കിനി വിറകിൻകെട്ടെടുത്ത് വീട്ടിലേലേയ്ക്കു പോകണം. എനിക്ക് തൃപ്തിയായി. കാരണം, ഞാൻ കൊണ്ടുവന്ന അരിയുണ്ടകൾ നിങ്ങൾക്കൊക്കെയും പ്രയോജനപ്പെട്ടല്ലോ." തിങ്ങിവന്ന തേങ്ങൽ താങ്ങാനാവാതായപ്പോൾ, കിഴവൻ കാനോവിന്റെ വാക്കുകൾ അവിടവിടെ വിടവുകൾ തീർത്തു.

അയാൾ അത്രയും പറഞ്ഞതും പൊടുന്നനെ ചുറ്റിനും വല്ലാത്ത നിശ്ശബ്ദത പരന്നു. ഉടൻതന്നെ പാട്ടും ആട്ടവും കൂട്ടച്ചിരിയുമൊക്കെ നിറുത്തിയ വെള്ളെലികൾ ഗുഹയ്ക്കകത്ത് അയാളെ പകച്ചുനോക്കിക്കൊണ്ടു നിൽക്കുകയായിരുന്നു.

"ഒരിക്കലുമില്ല. വിറകിൻകെട്ട് ചുമന്നുകൊണ്ട് ഉടനടി ഇവിടെ നിന്നു പോകാൻ നിങ്ങളെ അനുവദിക്കാനാവില്ല എനിക്ക്." അങ്ങനെ പറഞ്ഞത് മാധുര്യമേറിയ ഒരു സ്ത്രീശബ്ദമായിരുന്നു.

പക്ഷേ, അന്നേരം ആ പരിസരത്തെങ്ങും അയാൾക്ക് ആരേയും കാണാൻ കഴിഞ്ഞില്ല. അപ്പോഴയ്ക്കും ഗുഹയ്ക്കകത്തെ വെള്ളെലികൾ മൗനമവലംബിച്ച് പെട്ടെന്ന് ഗുഹയുടെ ഒരു വശത്തേയ്ക്ക് ഒതുങ്ങിക്കഴിഞ്ഞിരുന്നു.

താൻ കേട്ട ആ സ്ത്രീശബ്ദത്തിന്റെ ഉദ്ഭവം എവിടെനിന്നാണ് എന്നറിയാൻ ചുറ്റുപാടും നോക്കിക്കൊണ്ടു നിൽക്കുകയായിരുന്നു, കാനോ അന്നേരം. അപ്പോൾ, ഗുഹയ്ക്കകത്തുനിന്ന് കിരീടമണിഞ്ഞ, മറ്റുള്ളവയേക്കാൾ ഇരട്ടി വലിപ്പമുള്ളൊരു വെള്ളെലി അയാളുടെ മുമ്പിലേയ്ക്കു കടന്നുവന്നു.

"എലികളുടെ റാണി!" അയാൾ അദ്ഭുതത്തോടേ തന്നത്താൻ പറഞ്ഞു. എന്നിട്ട് തല കുനിച്ചുനിന്നു.

"അതെ. യാതൊരു സംശയവും വേണ്ട, കാനോ. നിങ്ങളുടെ ഊഹം ശരിയാണ്. ഞാൻതന്നെയാണ് എലികളുടെ റാണി. നിങ്ങളിപ്പോൾത്തന്നെ ഭക്ഷിച്ചത് ഞാൻ പ്രത്യേകമായി പാകംചെയ്ത, തേനിൽ വിരകിയ കൊച്ചരിയുണ്ടകളാണ്. എത്രയോ കാലമായി നിങ്ങൾക്കായി ഈ ഗുഹയിൽ ഞാൻ എന്റെ പ്രജകളോടൊപ്പം കാത്തിരിക്കുന്നു. എന്തിനാണെന്നോ? നിങ്ങളെ നിത്യദാരിദ്ര്യത്തിൽനിന്നും കരകേറ്റാൻ. എന്റെ കൈവശമുള്ള ഈ സ്വർണ്ണക്കോടാലി നിങ്ങൾക്ക് ഒരു സമ്മാനമായി തരാൻ."

അപ്പോഴാണ് കാനോ ശ്രദ്ധിച്ചത്. റാണിയുടെ കയ്യിൽ കൈപ്പത്തിയോളംപോന്നൊരു സ്വർണ്ണക്കോടാലിയുണ്ടായിരുന്നു! അതിന്റെ പിടി ചന്ദനത്തിൽ കടഞ്ഞെടുത്തതായിരുന്നു. അപ്പോൾ, വെള്ളെലികളുടെ റാണി ആ സ്വർണ്ണക്കോടാലി കൊണ്ടുവന്നിരിക്കുന്നത് തനിക്കു തരാനാണ്!

അടുത്ത നിമിഷംതന്നെ ആ സ്വർണ്ണക്കോടാലി അയാളുടെ കാൽക്കൽ വെയ്ക്കുമ്പോൾ വെള്ളെലികളുടെ റാണി ഒച്ചയൊതുക്കി ചിരിച്ചു കൊണ്ടു പറഞ്ഞു:

“ഇതാ വെള്ളെലികളുടെ സാമ്രാജ്യത്തിൽനിന്നും നിങ്ങൾക്കു വേണ്ടിയൊരു എളിയ സമ്മാനം. ഇനിയും നിങ്ങൾക്ക് വിറകുവെട്ടാനും മരച്ചുമടെടുക്കാനും കാട്ടിൽ പോകേണ്ടതില്ല. നിങ്ങളുടെ പക്കലുള്ള വൻമഴുവിന് ഇന്നുമുതൽ പൂർണവിശ്രമമാവട്ടെ. പകരം, ഈ കൊച്ചു കോടാലി ഉപയോഗിക്കുക. ഈ സ്വർണ്ണക്കോടാലികൊണ്ട് നിലത്ത് മെല്ലെയൊന്നു മുട്ടിയാൽ മതിയാകും. ഉടനടി നിങ്ങൾ ആവശ്യപ്പെടുന്ന തൊക്കെയും കിട്ടും. പിന്നെ, ഇന്നുമുതൽ നിങ്ങളുടെ ജീവിതത്തിലിതാ ഒരു പുത്തൻ അദ്ധ്യായം ആരംഭിച്ചിരിക്കുന്നു. മാത്രമല്ല, ഇത്രയും വർഷ ങ്ങളായി അകന്നുനിന്നിരുന്ന നിങ്ങളുടെ രണ്ടാൺമക്കളും ഏറെ താമസി ക്കാതെ തിരികെവരും. അങ്ങനെ ഇനിയുള്ള കാലം നിങ്ങൾ കുടുംബ സമേതം സുഖസമൃദ്ധിയോടെ കഴിയും.”

അപ്പോൾ, പകച്ച നോട്ടവും പിടയ്ക്കുന്ന നെഞ്ചുമായി ഗുഹയ്ക്കകത്ത് നിൽക്കുകയായിരുന്നു, കിഴവൻ കാനോ.

ഉടനെത്തന്നെ, നിറകണ്ണുകളോടെ, വിറയ്ക്കുന്ന കൈകളോടെ, കാനോ ആ സ്വർണ്ണക്കോടാലി കുനിഞ്ഞെടുത്തു. എന്നിട്ട് അവടവിടെ കൂട്ടംചേർന്നുനിന്നു വിതുമ്പിക്കൊണ്ടിരുന്ന വെള്ളെലികളേയും അവയുടെ റാണിയേയും അൽപസമയം നോക്കിക്കൊണ്ടുനിന്നു. പിന്നെ, എല്ലാവ രോടും നിറകണ്ണുകളോടെ വിടപറഞ്ഞ് അയാൾ ഒരുവിധത്തിൽ ഗുഹ വിട്ട് പുറത്തു കടന്നു. ഒടുവിൽ, തന്നെ നിത്യദാരിദ്ര്യത്തിൽനിന്ന് എന്നെന്നേയ്ക്കുമായി രക്ഷപ്പെടുത്താൻ വെള്ളെലികളുടെ സാമ്രാജ്യ ത്തിൽനിന്നും തനിക്കിതാ ഒരു സ്വർണ്ണക്കോടാലി കിട്ടിയിരിക്കുന്നു!

അപ്പോഴയ്ക്കും ഇരുട്ടകന്ന് ചുറ്റിനും പാൽപ്പതപോലെ നിലാവു പരന്നിരുന്നു.

വൻമഴു തോളിലേന്തി, ഒരു നിധിയെന്നോണം സ്വർണ്ണക്കോടാലി കയ്യിൽ പിടിച്ച് പതുക്കെ വീട്ടിലേയ്ക്കു നടക്കുമ്പോൾ, പുറകിൽനിന്ന് സംഗീതത്തിന്റെ അലകൾ നിലാവിലൂടെ അയാളെ പിൻതുടർന്നെത്തു ന്നുവെന്ന് കാനോവിനു തോന്നി. ഇനി തന്റെ മക്കളുടെ തിരിച്ചുവരവിനായി കാത്തിരിക്കാം, കാനോ വിവരിക്കാനാവാത്ത ആനന്ദത്തോടെ ഉള്ളിൽ കരുതി.

■

മുത്തുച്ചെപ്പ്

ജപ്പാനിലെ ഒരു ഉൾനാടൻ കടലോരത്തു താമസിച്ചിരുന്ന മുക്കുവ യുവാവായിരുന്നു ഉരാഷിമ താരൊ. ആ കരയിലെ ഏറ്റവും സമർത്ഥനായ മുക്കുവനും അയാൾത്തന്നെയായിരുന്നു. മാത്രമല്ല, അയാളൊരു ദയാലുവും പരോപകാരിയുമായിരുന്നു. കടൽക്കരയിലെ കുടിലിൽ അച്ഛനും അമ്മയും മകനുമടങ്ങിയ ആ കൊച്ചുകുടുംബം അല്ലലറിയാതെ കഴിഞ്ഞുകൂടി.

ദിവസന്തോറും ഒരു ചെറുതോണിയിൽ കയറിയിരുന്ന് ഉരാഷിമ താരൊ പുറംകടലിലേയ്ക്കു തുഴഞ്ഞുപോയി. അവിടെയിരുന്ന് പകൽ മുഴുവനും അയാൾ ചൂണ്ടയിട്ടു മീൻപിടിച്ചു.

കരകാണാക്കടലിൽ പൊന്തിക്കിടക്കുന്ന തന്റെ ചെറുതോണിയിൽ, ചൂണ്ടത്തണ്ടും പിടിച്ചിരിക്കുമ്പോൾ, ഉരാഷിമ താരൊ പലപ്പോഴും ചിന്തിക്കാറുണ്ട്. അതിവിശാലമായ ആ സമുദ്രത്തിന്റെ അടിത്തട്ടിൽ, മുത്തുകൾ പതിച്ച ഒരു കൂറ്റൻ സ്വർണ്ണച്ചെപ്പിനകത്ത് പണിതൊരു കടൽക്കൊട്ടാരമുണ്ടെന്ന് അയാൾ കേട്ടിട്ടുണ്ട്. ആ കടൽക്കൊട്ടാരം ഭരിക്കുന്നത്, അതിസുന്ദരിയായൊരു രാജകുമാരിയാണെന്നും. കടലിന്റെ അടിത്തട്ടിലുള്ള ആ കൊട്ടാരം സന്ദർശിച്ച് രാജകുമാരിയോടൊപ്പം കുറച്ചു കാലം പാർക്കാനുള്ള സൗഭാഗ്യം കൈവരുമോ എന്നെങ്കിലും തനിക്ക്? താരൊ ചിലപ്പോൾ കൊതിക്കാറുണ്ട്. പക്ഷേ, ഇല്ല, ഒരിക്കലുമില്ല. തന്റെ ആ മോഹം നിവേറാനുള്ള യാതൊരു സാദ്ധ്യതയുമില്ല. കാരണം, ആഴിയുടെ അടിത്തട്ടിലേയ്ക്ക് ആർക്കുംതന്നെ പോകാനാവില്ല. മനുഷ്യർക്ക് അവിടേക്ക് പ്രവേശനമില്ല.

അന്നേദിവസം വഞ്ചിയിൽ ഏറെനേരം കുത്തിയിരുന്ന് സമയം പാഴാക്കിയിട്ടും താരൊയുടെ ചൂണ്ടയിൽ ഒരു പൊടിമീൻപോലും കുടുങ്ങിയില്ല. ആദ്യമായിട്ടാണ്, താൻ വെറുംകയ്യോടെ വീട്ടിലേക്കു മടങ്ങുന്നതെന്നു ഓർത്തപ്പോൾ അയാൾക്ക് വല്ലാത്ത നിരാശ അനുഭവപ്പെട്ടു. ഒടുവിൽ, അയാൾ പുറംകടലിൽനിന്നും തോണി തുഴഞ്ഞ് കടൽക്കരയിലേക്കുതന്നെ തിരിച്ചു. അപ്പോൾ അയാൾ പ്രാർത്ഥിക്കുകയായിരുന്നു. നാളെയെങ്കിലും, ഇന്നത്തെ നഷ്ടം നികത്താനാകണേ. തന്റെ ചൂണ്ടയിൽ ഒട്ടേറെ മീനുകൾ കുടുങ്ങണേ...

പിന്നീട് തോണി കരയ്ക്കു അടുപ്പിച്ചതിനുശേഷം, താരൊ വിമ്മിഷ്ട ത്തോടെ വീട്ടിലേക്കു നടന്നുപോവുകയായിരുന്നു.

അപ്പോഴാണ് ഏറെ അകലത്തല്ലാതെ ഉള്ളു നോവിക്കുന്ന ഒരു രംഗം താരൊ പൊടുന്നനെ കാണാനിടയായത്. നാലഞ്ചു വികൃതിക്കുട്ടികൾ ചേർന്നു ആർത്തട്ടഹസിച്ച് ഒരു ആമക്കുഞ്ഞിനെ മണൽത്തിട്ടിലിട്ട് യാതൊരുവിധത്തിലുള്ള അലിവുമില്ലാതെ നിലയ്ക്കാതെ ഉപദ്രവിച്ചു കൊണ്ടിരിക്കുന്നു...

അവർ ആ ആമയെ കമഴ്ത്തിക്കിടത്തി അതിന്റെ കനത്ത പുറം തൊണ്ടിൽ കയറിനിന്ന് തലയും കൈകാലുകളും ഉടലിന്റെ പല വശങ്ങളി ലേയ്ക്കും ഞെക്കിത്തുറുപ്പിച്ചു. പിന്നീടതിനെ മലർത്തിയിട്ട് മണൽപ്പരപ്പി ലൂടെ വലിച്ചിഴച്ചു. കുട്ടികളെല്ലാംചേർന്ന് അത്രയ്ക്ക് ക്രൂരതയോടെ ദേഹോ പദ്രവമേൽപിച്ചിട്ടും ആ ആമക്കുഞ്ഞിന് ഒട്ടും കൂസലില്ലായിരുന്നു. നിലത്തുതന്നെ മലർന്നും കമിഴ്ന്നും കിടന്ന്, അത് നിശ്ശബ്ദമായി കുട്ടി കൾ ഏൽപിച്ചുകൊണ്ടിരുന്ന വേദനയൊക്കെയും സഹിച്ചുകൊണ്ടിരുന്നു. ആമയുടെ നിസ്സാരമട്ടിലുള്ള ആ കിടപ്പു കണ്ടപ്പോൾ, കുട്ടികൾക്ക് മുമ്പ ത്തേക്കാൾ ഉത്സാഹം ഏറുകയാണുണ്ടായത്.

തികച്ചും നിസ്സഹായാവസ്ഥയിൽ അകപ്പെട്ടുപോയ ആ കടൽ ജീവിയോട് ഉരാഷിമ താരൊവിന് അളവില്ലാത്ത അനുകമ്പ തോന്നി. പിന്നീട് ഒരു നിമിഷംപോലും പാഴാക്കാതെ അയാൾ ആമയുടെ അരികി ലേയ്ക്കു ഓടിച്ചെന്നു. എന്നിട്ട്, ചുറ്റും നിന്നിരുന്ന കുട്ടികളെയൊക്കെയും വിരട്ടിയോടിച്ചു.

അടുത്ത നിമിഷം, തളർന്നു വശംകെട്ട ആ ആമക്കുഞ്ഞിനേയും വഹിച്ചുകൊണ്ട് ഉരാഷിമ താരൊ കടലിനുനേരെ ഒരുവിധത്തിൽ മെല്ലെ മെല്ലെ നടന്നു. എന്നിട്ട്, തന്നത്താനെന്നോണം പറഞ്ഞു:

“പാവം, ആമക്കുഞ്ഞ്...അതിന് വല്ലാതെ നൊന്തിരിക്കും...”

ജലപ്പരപ്പിലെത്തി പിന്നീട് തിര പൊങ്ങിയപ്പോൾ അയാൾ തന്റെ കൈവശമുള്ള ആമക്കുഞ്ഞിനെ അതിശ്രദ്ധയോടെ വെള്ളത്തിലേയ്ക്കു വിട്ടു. പതുക്കെപ്പതുക്കെ പിൻവാങ്ങുന്ന തിരയോടൊപ്പംതന്നെ ആമ ക്കുഞ്ഞ് അപ്രത്യക്ഷമാകുന്നത് അയാൾ അകംനിറഞ്ഞ സംതൃപ്തി യോടെ നോക്കിക്കൊണ്ടു നിന്നു. അങ്ങനെ, വലഞ്ഞുപോയ ആ ആമക്കു ഞ്ഞിനെ തനിക്കു രക്ഷിക്കാൻ കഴിഞ്ഞിരിക്കുന്നു.

പിറ്റേന്നാൾ പുലർച്ചയ്ക്ക് പതിവുപോലെ ചെറുതോണി മണൽപ്പര പ്പിലൂടെ ഉന്തിനീക്കി കടൽവെള്ളത്തിലേയ്ക്കു തള്ളിയിറക്കുമ്പോൾ, താരോയുടെ മുഴുവൻ ചിന്തയും താൻ തലേന്നാൾ രക്ഷപ്പെടുത്താനിട യായ ആ ആമക്കുഞ്ഞിനെക്കുറിച്ചായിരുന്നു. അതോടൊപ്പം, മുത്തു ച്ചെപ്പിനകത്തു പണിത കടൽക്കൊട്ടാരത്തെപ്പറ്റിയും അയാൾ ഓർക്കാൻ തുടങ്ങി. ആ ആമക്കുഞ്ഞിനെപ്പോലെ തനിക്കും വെള്ളത്തിനടിയിൽ പാർക്കാൻ കഴിഞ്ഞെങ്കിൽ! തീർച്ചയായും താൻ ആ കടൽക്കൊട്ടാരം

കണ്ടുപിടിക്കുമായിരുന്നു. എന്നിട്ട് കടൽക്കൊട്ടാരം ഭരിക്കുന്ന രാജകുമാരിയോടൊത്ത് ഏറെ നാളുകൾ ഉല്ലാസത്തോടെ കഴിയുമായിരുന്നു. പക്ഷേ, എത്രയോ അസാദ്ധ്യമാണ് അക്കാര്യം. ഏറെക്കാലമായി താൻ മനസ്സിൽ കൊണ്ടുനടക്കുന്ന ആ മോഹം ഒരിക്കലും നിറവേറില്ല.

അപ്പോഴാണ്, ആരോ തന്റെ പേര് പല തവണ ഉച്ചത്തിൽ വിളിക്കുന്നതായി താരോവിനു തോന്നിയത്:

"താരൊ...ഉരാഷിമ താരൊ...താരൊ...ഉരാഷിമ താരൊ..."

അയാൾ ചുറ്റിനും നോക്കി. അപ്പോൾ അയാൾക്ക് അടക്കാനാവാത്ത അദ്ഭുതമാണുണ്ടായത്. ഏറെ അകലത്തല്ലാതെ ഒരു കരിമ്പാറക്കൂട്ടത്തോളം വലിപ്പമുള്ളൊരു ആമ തിരമാലകളിൽ ചാഞ്ചാടി, അയാളെ നോക്കിക്കൊണ്ടു പുഞ്ചിരിക്കുന്നു. അത്രയും പടുകൂറ്റനായൊരു ആമയെ താരൊ കാണുന്നത് അന്നാദ്യമായിട്ടായിരുന്നു. ഇനിയെന്തിനായിരിക്കും ആ ആമ തന്റെ പേരു പറഞ്ഞുവിളിച്ചത്? വീണ്ടും അടക്കാനാവാത്ത അദ്ഭുതത്തോടെ നോക്കിക്കൊണ്ടു നിന്നപ്പോൾ, ആ ആമ അയാളോടു പറഞ്ഞു:

"താരൊ, ഇന്നലെ വൈകുന്നേരം നീ രക്ഷപ്പെടുത്താനിടയായ ആ ആമക്കുഞ്ഞ് എന്റെ മകനാണ്. നിന്നോട് പ്രത്യേകം നന്ദി പറയാനാണ് ഞാൻ ഇപ്പോൾ ഈ കടൽക്കരയ്ക്കു വന്നിരിക്കുന്നത്. മാത്രമല്ല, ഒരു കടൽജീവിയോട് നീ കാണിച്ച ദയവിന് ഞങ്ങളുടെ രാജകുമാരിക്ക് നിന്നോട് വളരെയേറെ മതിപ്പുണ്ട്."

അമ്പരന്നു നിന്നിരുന്ന താരോവിനെ നോക്കി ആമ പൊട്ടിച്ചിരിച്ചു. എന്നിട്ടു ചോദിച്ചു:

"നീ കേട്ടിട്ടില്ലേ, താരൊ? നോക്കെത്താതെ പരന്നുകിടക്കുന്ന ഈ സമുദ്രത്തിനടിയിലെ മുത്തുച്ചെപ്പിനകത്ത് ഒരു കടൽക്കൊട്ടാരമുണ്ടെന്ന്. ആ കൊട്ടാരം ഭരിക്കുന്ന രാജകുമാരിയെക്കുറിച്ചാണ് ഞാൻ പറയുന്നത്. രാജകുമാരിക്ക് ഉടനെ നിന്നെ കാണണമെന്ന്. നിന്നെ കടൽ കൊട്ടാരത്തിലേയ്ക്കു കൂട്ടിക്കൊണ്ടുവരുവാൻ രാജകുമാരി എന്നോട് പ്രത്യേകം ആവശ്യപ്പെട്ടിരിക്കുന്നു. ഞങ്ങളുടെ കൊട്ടാരത്തിലെ വിശിഷ്ടാതിഥിയായി, അവിടത്തെ രാജകീയസുഖങ്ങൾ ആസ്വദിച്ച് നിനക്കവിടെ എത്രകാലം വേണമെങ്കിലും താമസിക്കാം. പിന്നീട് കരയിലേയ്ക്കു തിരിച്ചുവന്നാലും, എപ്പോൾ വേണമെങ്കിലും നിനക്ക് കടൽക്കൊട്ടാരത്തിലേയ്ക്കു തിരികെ വരാം. മുത്തുച്ചെപ്പിനകത്തെ കടൽക്കൊട്ടാരം സന്ദർശിക്കാൻ അവസരം കിട്ടുന്ന ആദ്യത്തേയും അവസാനത്തേയും മനുഷ്യൻ നീയായിരിക്കും."

എത്രയോ കാലമായി താൻ കാണാൻ കൊതിച്ചിട്ടുള്ള, മുത്തുച്ചെപ്പിനകത്തെ കടൽക്കൊട്ടാരം...! ആ കടൽക്കൊട്ടാരത്തിലെ രാജകുമാരി അയാളെ അവിടേയ്ക്കു ക്ഷണിക്കുക...! അയാളെ അങ്ങോട്ടു കൂട്ടിക്കൊണ്ടുപോകാനായി അത്രയും വലിപ്പമേറിയ ഒരു ആമയെ, താൻ പാർക്കുന്ന കടൽക്കരയിലേയ്ക്കു നിയോഗിച്ചയയ്ക്കുക...! പിന്നീട്, എത്രയോ ദരിദ്രനായ താൻ കടൽകൊട്ടാരത്തിലെത്തി, അവിടത്തെ

വിശിഷ്ടാതിഥിയായി രാജകീയസൽക്കാരങ്ങളിൽ എന്നെന്നും പങ്കു കൊള്ളുക... അതിൽപ്പരം ആനന്ദമടയാനായി തനിക്ക് മറ്റെന്തു വേണം? അത്രയുംകാലം മനസ്സിൽ കൊണ്ടുനടന്നിരുന്ന തന്റെ ആ മോഹമിതാ പരിപൂർണമായും നിറവേറാൻ പോവുന്നു. അപ്പോൾ ഉരാഷിമ താരോയുടെ ആഹ്ലാദത്തിനതിരില്ലായിരുന്നു.

ഉടനടി, തന്റെ ചെറുതോണിയും പങ്കായവും പൊങ്ങിമറിയുന്ന വൻതിരകളിൽത്തന്നെ ഉപേക്ഷിച്ച് അയാൾ ആമയുടെ നേർക്ക് അതിവേഗത്തിൽ നീന്തിയടുത്തു. എന്നിട്ട് താരൊ ഉള്ളു കവിയുന്ന ഉത്സാഹത്തോടെ പറഞ്ഞു:

“കടലിന്റെ അടിത്തട്ടു സന്ദർശിക്കാനും അവിടത്തെ മുത്തുച്ചെപ്പിനകത്തു പണിത കൊട്ടാരത്തിൽ രാജകുമാരിയോടൊത്ത് കുറച്ചുകാലം പാർക്കാനും ഞാൻ പലപ്പോഴും ആഗ്രഹിച്ചിട്ടുണ്ട്. പക്ഷേ, എന്റെ മോഹം ഒരിക്കലും നിറവേറില്ല എന്നുതന്നെയായിരുന്നു എന്റെ ധാരണ. പക്ഷേ, ഏറെ നാളുകളായുള്ള ആ ആഗ്രഹമിതാ സഫലമായിത്തീരാൻ പോവുന്നു. അതേ, ഞാനിപ്പോൾത്തന്നെ നിന്നോടൊപ്പം കടൽരാജകുമാരിയുടെ കൊട്ടാരത്തിലേയ്ക്കു വരാം.”

ഒരുനിമിഷംപോലും പാഴാക്കാതെ താരൊ, ആമയുടെ, പാറപ്പുറംപോലെ കനത്തുപരന്ന മുതുകിലേയ്ക്കു കയറിയിരുന്നു. ഉടനെ, അയാളേയും ചുമന്നുകൊണ്ട് ആമ കടലിന്റെ അടിത്തട്ടിലേയ്ക്കുള്ള ആ നീണ്ട യാത്ര ആരംഭിച്ചു.

കടൽക്കൊട്ടാരത്തിന്റെ വാതിൽക്കൽ മത്സ്യകന്യകമാരുടെ അകമ്പടിയോടെ രാജകുമാരി, ഉരാഷിമ താരോവിനെ എതിരേൽക്കാനായി കാത്തുനിന്നിരുന്നു.

പിന്നീട് ആർഭാടപൂർണവും ആനന്ദമയവുമായൊരു ജീവിതമായിരുന്നു താരൊ കടലിനടിയിൽ നയിച്ചത്. എന്നും എപ്പോഴും അയാളെ സ്വാഗതം ചെയ്തത് വിഭവസമൃദ്ധമായ വിരുന്നുകളും ലഹരിയേറിയ പാനീയങ്ങളും നൃത്തവേദികളുമൊക്കെയായിരുന്നു. അങ്ങനെ കാലം കടന്നുപോയത് താരൊ അറിഞ്ഞതേയില്ല. ആ തിരക്കിൽ, ദൂരത്തുള്ള കടലോരത്തിലെ കൊച്ചുഗ്രാമവും അയാളുടെ ദരിദ്രരായ അച്ഛനമ്മമാരുമൊക്കെ മറവിയിലാണ്ടുപോയി. അങ്ങനെ ഒട്ടേറെ നാളുകൾ ഉരാഷിമ താരൊ ആ കടൽക്കൊട്ടാരത്തിലെ സുഖഭോഗങ്ങളിൽ മുഴുകി സുഖിച്ചു പാർത്തു...

ഒരിക്കൽ പാതിയുറക്കത്തിൽ താരൊ കാണാനിടയായി...അന്ന് അയാൾ തള്ളിയിറക്കിയ ചെറുതോണി കാറ്റിലും കോളിലും അകപ്പെട്ട് കടൽപ്പരപ്പിൽ അലഞ്ഞുകൊണ്ടിരിക്കുന്നു. കരയിലടിഞ്ഞ, താരോവിന്റെ പങ്കായവുമേന്തി അയാളുടെ അവശനായ അച്ഛനതാ നിറകണ്ണുകളോടെ മണൽത്തിട്ടിൽ നിൽക്കുന്നു. കടലോരത്തിലെ കൊച്ചുഗ്രാമത്തിലെ കുടിലിനകത്തു കമിഴ്ന്നുകിടന്ന് അമ്മ തേങ്ങിക്കരയുന്നു. നടുക്കടലിൽ മീൻ പിടിക്കാൻ പോയ മകൻ തിരികെ വരുന്നതും കാത്ത് അവർ നാളുകൾ തള്ളിനീക്കുന്നു.

താരൊ അപ്പോഴാണ് ഓർക്കാനിടയായത്. അതേ, യാതൊരു വിധത്തിലുള്ള വീണ്ടുവിചാരവുമില്ലാതെ ആമപ്പുറത്തു കയറിയിരുന്ന് അയാൾ കടൽക്കൊട്ടാരത്തിലെത്തിയത് ഏറെ നാളുകൾക്കു മുമ്പായിരുന്നു. അച്ഛനമ്മമാരുടെ അറിവും സമ്മതവും കൂടാതെയാണ് അയാൾ പൊടുന്നനെ കടൽപ്പുറം വിട്ടുപോന്നത്. അന്നുവരേയ്ക്കും തിരികെ ച്ചെല്ലാത്ത തങ്ങളുടെ മകനെപ്പറ്റി ചിന്തിച്ചുചിന്തിച്ചു അവരിനിയും വേവലാതിപ്പെടാനിടയാവരുത്.

അപ്പോൾത്തന്നെ ഉരാഷിമ താരൊ ഒരു ഉറച്ച തീരുമാനത്തിലെത്തിച്ചേർന്നു. ഇനിയും, ഒട്ടും താമസിയാതെ തനിക്ക് സ്വന്തം വീട്ടിലേയ്ക്കു തിരികെപ്പോകണം. അതിനായി കടൽരാജകുമാരിയോടു അനുവാദം ആവശ്യപ്പെടണം.

ഒരുദിവസം, അൽപം സങ്കോചത്തോടെയാണെങ്കിലും താരൊ രാജകുമാരിയോടു പറഞ്ഞു:

"എന്നെന്നേയ്ക്കുമായി ഈ കൊട്ടാരത്തിൽത്തന്നെ പാർക്കണമെന്നാണ് എന്റെ ആഗ്രഹം. കാരണം, ഇവിടത്തെ ജീവിതം അത്രയ്ക്കു മേൽ സുഖസമൃദ്ധമാണ്. പക്ഷേ, ഈയ്യിടെയായി എനിക്കെന്റെ അച്ഛനേയും അമ്മയേയും ഓർമ്മവരുന്നു. അവരെന്റെ കൺമുമ്പിൽ വന്നുനിന്ന് കണ്ണീരൊഴുക്കുന്നതായി എനിക്ക് പലപ്പോഴും തോന്നുന്നു. അവരെ അറിയിക്കാതെയാണ് ഞാൻ ആമപ്പുറത്തു കയറിയിരുന്ന് ഇവിടേയ്ക്കു വന്നത്. എത്രയും വേഗത്തിൽ കരയിൽ തിരിച്ചെത്തി എനിക്ക് അവരെ കാണണം. എന്നിട്ട്, അവരോടൊപ്പം എനിക്ക് ഏറെനാളുകൾ താമസിക്കണം. അതുകൊണ്ട്, ഉടനെ എന്നെ വീട്ടിലേക്കു മടങ്ങിപ്പോവാൻ അനുവദിക്കണം. മാത്രമല്ല, ഇനിയും കടൽക്കൊട്ടാരത്തിലേക്കു വരാനുള്ള അവസരവും എനിക്കുണ്ടാകണം."

"തീർച്ചയായും താരൊ, നിന്റെ ഇഷ്ടംപോലെത്തന്നെയാവട്ടെ..." അപ്പോൾ യാതൊരുവിധത്തിലുള്ള സങ്കോചവും കൂടാതെ രാജകുമാരി പറഞ്ഞു. "...നീയിതുവരേയ്ക്കും ഞങ്ങളോടൊത്തു കഴിഞ്ഞ നാളുകൾ ഏത്രയോ ആഹ്ലാദം നിറഞ്ഞവയായിരുന്നു. ഞങ്ങളത് ഒരിക്കലും മറക്കുകയില്ല. ഈ കൊട്ടാരം വിട്ടു നീ പോയിക്കഴിഞ്ഞാൽപ്പിന്നെ, ഞങ്ങൾക്കെല്ലാം വിവരിക്കാൻ വയ്യാത്തവിധത്തിൽ അത്രയ്ക്കു വേദന അനുഭവപ്പെടും. എങ്കിലും, നീ ഒട്ടും വേവലാതിപ്പെടേണ്ട. നിന്റെ ആ ആഗ്രഹം ഞാൻ ഇപ്പോൾത്തന്നെ നിറവേറ്റിത്തരാം."

പിന്നീട് യാതൊരു താമസവുമുണ്ടായില്ല. താരൊവിനെ കടൽക്കൊട്ടാരത്തിലേയ്ക്കു കൊണ്ടുവന്ന ആ പടുകൂറ്റൻ ആമയെത്തന്നെ വിളിച്ച് രാജകുമാരി ഉത്തരവു നൽകി:

"നമ്മുടെ അതിഥിയായ ഉരാഷിമ താരോവിനെ ഉടനെ കൊണ്ടു പോയി അതേ കടൽതീരത്തുതന്നെ വിട്ടിട്ടുവരൂ."

ഒടുവിൽ, താരൊ ആമപ്പുറത്തു കയറിയിരുന്നപ്പോൾ, രാജകു മാരി അയാളുടെ നേരെ മെല്ലെമെല്ലെ നടന്നടുത്തു. എന്നിട്ട്, മുത്തുകൾ

പതിച്ചൊരു സ്വർണ്ണച്ചെപ്പ് അയാളുടെ കയ്യിൽ കൊടുത്തുകൊണ്ട് രാജകുമാരി നിറകണ്ണുകളോടെ പറഞ്ഞു:

"നിനക്കറിയാമല്ലോ, ഇത്തരത്തിലൊരു മുത്തുച്ചെപ്പിനകത്താണ് ഈ കൊട്ടാരം പണിതിട്ടുള്ളത്. ഇത്രയുംകാലം ഈ കടൽക്കൊട്ടാരത്തിൽ നീ താമസിച്ചതിന്റെ ഓർമ്മയ്ക്കായി ഇതാ ഈ മുത്തുച്ചെപ്പ് ഒരു സമ്മാനമായി സ്വീകരിച്ചാലും. ഈ മുത്തുച്ചെപ്പ് നീ സൂക്ഷിക്കുന്നിടത്തോളംകാലം എപ്പോൾ വേണമെങ്കിലും നിനക്ക് ഈ കടൽക്കൊട്ടാരത്തിലേക്കു തിരികെ വരാൻ കഴിയും. എങ്കിലും ഒരു കാര്യം നീ ഓർത്തേതീരൂ, താരൊ...ഈ മുത്തുച്ചെപ്പ് നീ ഒരിക്കലും തുറക്കരുത്. തുറക്കാനിടയായാൽ...? പിന്നീടൊരിക്കലും നിനക്ക് ഈ കൊട്ടാരത്തിലേയ്ക്കു മടങ്ങിവരാൻ സാധിക്കുകയില്ല. എന്റെ ഈ വാക്കുകൾ ദയവു ചെയ്തു മറക്കാതിരിക്കൂ, നിന്റെ വരുംകാലജീവിതം ഇനി പൂർണമായും ആശ്രയിച്ചിരിക്കുന്നത് ഈ മുത്തുച്ചെപ്പിലാണ്."

അപ്രകാരംതന്നെ ചെയ്യാമെന്ന് താരൊ രാജകുമാരിക്ക് വാക്കു കൊടുത്തു. രാജകുമാരിയോടും ചുറ്റും കൂടിയ ഒട്ടേറെ മത്സ്യകന്യകമാരോടും നിറഞ്ഞ കണ്ണുകളോടെ അയാൾ യാത്ര പറഞ്ഞു. അയാളേയും വഹിച്ചുകൊണ്ട് ആമ അതിവേഗത്തിൽ നീന്താൻ തുടങ്ങി.

പിന്നീട് താരോവിനെ കടൽക്കരയിൽ ഇറക്കിവിട്ട് ആമ കൊട്ടാരത്തിലേയ്ക്കുതന്നെ തിരികെപ്പോയി. അപ്പോൾ താരൊ ഉള്ളിലുറപ്പിച്ചു. ഇനി ഒട്ടും വൈകിക്കാതെ വീട്ടിൽച്ചെന്ന് അച്ഛനേയും അമ്മയേയും കാണുക തന്നെ.

അപ്പോഴാണ് ഉരാഷിമ താരൊ ശ്രദ്ധിക്കാനിടയായത്. കടലോരത്തിന്റെ അതിർത്തിയിൽ എണ്ണിയാൽ തീരാത്തത്ര പലനിലക്കെട്ടിടങ്ങൾ ഉയർന്നിരിക്കുന്നു. ആമയ്ക്ക് തെറ്റു പറ്റിയോ? അയാളെ മുതുകിൽ ഏറ്റിക്കൊണ്ടു വന്ന് ആമ ഇറക്കിവിട്ടത് മറ്റേതോ കടൽതീരത്തായിരുന്നുവോ? സംശയം തീർക്കാനായി താരൊ, അയാൾ താമസിച്ചിരുന്ന കൊച്ചുഗ്രാമത്തിലേയ്ക്ക് തിടുക്കത്തിൽ നടന്നുചെന്നു.

താരൊവിന്റെ കുടിൽ സ്ഥിതിചെയ്യുന്നിടത്ത് അയാൾ കണ്ടത് ഒരു വലിയ ഇരുനിലക്കെട്ടിടമായിരുന്നു! തീരെ തിരിച്ചറിയാനാവാത്ത വിധത്തിൽ ആ ഗ്രാമം ഒരു വൻനഗരമായി മാറിയിരിക്കുന്നു!

ഇതെങ്ങനെ സംഭവിച്ചു?! താരൊ അന്നേരം അടക്കാനാവാത്ത അമ്പരപ്പോടെ തന്റെ ചുറ്റിനും നോക്കിക്കൊണ്ടു നിൽക്കുകയായിരുന്നു.

അപ്പോൾ അരികിലൂടെ കടന്നുപോയ ഒരു അപരിചിതനോട് അയാൾ അന്ധാളിപ്പോടെ ചോദിച്ചു:

"ഇവിടെ ഉരാഷിമ താരൊ എന്നു പേരായ ഒരാൾ താമസിച്ചിരുന്ന ഒരു കുടിലുണ്ടായിരുന്നു. ആ കുടിൽ കണ്ടുപിടിക്കാൻ എനിക്കു കഴിയുന്നില്ല. അതെവിടെയാണെന്ന് നിങ്ങൾക്കറിയാമോ? എവിടെയാണ്, താരോവിന്റെ അച്ഛനും അമ്മയും?"

ഉടനെ, അൽപനേരം പകച്ചുനോക്കിക്കൊണ്ടു നിന്നതിനുശേഷം അപരിചിതൻ അയാളോടു ചോദിച്ചു:

"ഉരാഷിമ താരൊ? ആരാണയാൾ?"

"മുക്കുവയുവാവ്...അച്ഛന്റേയും, അമ്മയുടേയും കൂടെ അയാൾ ഇവിടെയൊരു കുടിലിൽ താമസിച്ചിരുന്നു...ആ കുടിലെവിടെയാണെന്നു അന്വേഷിക്കുകയായിരുന്നു ഞാനിത്രനേരവും...പിന്നെ, എവിടെയാണ്, അയാളുടെ അച്ഛനും അമ്മയും...?" താരൊ പരിഭ്രാന്തനായി ചോദിച്ചു.

"ഓ! അതായത്, ആ ഉരാഷിമ താരൊവിനെപ്പറ്റിയാണോ, നിങ്ങളിപ്പോൾ അന്വേഷിക്കുന്നത്? അതേ, അയാളെയല്ലേ, തോണിയിലിരുന്ന് ചൂണ്ടയിട്ടു മീൻപിടിക്കാൻ പോയപ്പോൾ പെട്ടെന്നു കാണാതായത്? അതെയതേ, എന്റെ കുട്ടിക്കാലത്ത് എന്റെ മുത്തച്ഛൻ ഞങ്ങൾ കുട്ടികൾക്കൊക്കെയും ആ പഴങ്കഥ പറഞ്ഞുതന്നിരുന്നത് ഞാൻ പലപ്പോഴും കേൾക്കാനിടയായിട്ടുണ്ട്. അതായത്, അദ്ദേഹത്തിന്റെ മുത്തച്ഛൻ പറഞ്ഞതായിട്ട്...ഉരാഷിമ താരൊ എന്നു പേരായ ഒരു മുക്കുവച്ചെറുക്കനുണ്ടായിരുന്നു. ഒരുദിവസം പതിവുപോലെ ചൂണ്ടയിട്ടു മീൻപിടിക്കാൻ പുറംകടലിലേയ്ക്കു തുഴഞ്ഞുപോയ താരൊ പിന്നീടൊരിക്കലും തിരികെ വന്നില്ല. അങ്ങിനെ, എന്നെന്നേയ്ക്കുമായി അവനെ കാണാതായിയെന്നൊക്കെയാണ് അന്നു കേട്ട ആ കഥ. മാത്രമല്ല, ഒരു പർവ്വതത്തോളം വലിപ്പമുള്ള ഏതോവൊരു കടൽജന്തു ഉരാഷിമ താരൊവിനെ പിടിച്ചു വിഴുങ്ങിയെന്ന മറ്റൊരു കഥയും ഏറെക്കാലമായി ഈ കടൽപ്പുറത്ത് പ്രചാരത്തിലുണ്ട്. പലരിലൂടേയും കൈമാറിയെത്തിയതുകൊണ്ടാകാം, ഈ കഥയിൽ പല വിധത്തിലുള്ള മാറ്റങ്ങളും വന്നുഭവിച്ചിട്ടുണ്ട്. ചുരുക്കത്തിൽ, നിങ്ങളി വിടെ ആദ്യമായി വരികയാണെന്നു തോന്നുന്നു. കാരണം, ഈ പഴങ്കഥ ഇന്നാട്ടിലെ കൊച്ചുകുട്ടികൾക്കുപോലും അറിയാവുന്നതാണല്ലോ."

അപരിചിതന്റെ വാക്കുകൾ കേട്ട് താരൊ നടുക്കത്തോടെ തുറിച്ചു നോക്കിക്കൊണ്ടു നിൽക്കുകയായിരുന്നു.

"എന്ത്...?" വീണ്ടും അമ്പരന്നുപോയ താരൊ ഒടുവിൽ പരുഷ സ്വരത്തിൽ ചോദിച്ചു. "...നിങ്ങളെന്തൊക്കെയാണീ പറയുന്നത്? ഞാനിവിടെ പുതുതായി വന്ന ആളല്ല. അതായത്, ഞാൻതന്നെയാണ് അന്നു മീൻപിടിക്കാൻ പോയ മുക്കുവച്ചെറുക്കനായ ആ ഉരാഷിമ താരൊ. ഞാനിതാ, ഇപ്പോൾത്തന്നെ മുത്തുച്ചെപ്പിനകത്തെ കടൽക്കൊട്ടാരത്തിൽ നിന്നു തിരിച്ചെത്തിയയതേയുള്ളൂ. ഞാനെവിടേയും അപ്രത്യക്ഷമായിട്ടില്ല. എന്നെയൊരു കടൽജന്തുവും പിടിച്ചുവിഴുങ്ങിയിട്ടുമില്ല. ഞാൻ ആമപ്പുറത്തു കയറിയിരുന്ന് കടൽരാജകുമാരിയെ കാണാൻ പോയതായിരുന്നു. ഏറെ നാളുകൾക്കുമുമ്പ്. ദയവുചെയ്ത് എന്നെ വിശ്വസിക്കൂ. കടൽക്കൊട്ടാരത്തിൽനിന്നും ഞാനിതാ തിരിച്ചെത്തിയിരിക്കുന്നു. എനിക്കറിയാൻ വയ്യാഞ്ഞിട്ട് നിങ്ങളോടു ചോദിക്കുകയാണ്, എവിടെപ്പോയി, എന്റെ അച്ഛനും അമ്മയും? എവിടെ ഞാൻ താമസിച്ചിരുന്ന ആ കൊച്ചുകുടിൽ?" താരൊ

ഉച്ചത്തിൽ പറഞ്ഞവസാനിപ്പിച്ചപ്പോൾ, അപരിചിതൻ നിന്നനില്പിൽ പൊട്ടിച്ചിരിക്കാൻ തുടങ്ങി. എന്നിട്ട് താരൊവിനെ തുറിച്ചുനോക്കിക്കൊണ്ട് വല്ലാത്ത അമ്പരപ്പോടെ പറഞ്ഞു:

"എന്ത്?! നിങ്ങളെ വിശ്വസിക്കുകയോ? പക്ഷേ, എനിക്കെങ്ങനെ നിങ്ങളെ വിശ്വസിക്കാനാകും? കാരണം, നിങ്ങളെങ്ങനെ ആ ഉരാഷിമ താരൊ ആവും? ഇരുനൂറിൽപ്പരം കൊല്ലങ്ങളായില്ലേ, ചൂണ്ടയിട്ടു മീൻ പിടിക്കാൻ പോയ അവനെ കടലിൽവെച്ചു കാണാതായിട്ട്? നിങ്ങളെങ്ങനെ, എന്റെ മുത്തച്ഛനും അദ്ദേഹത്തിന്റെ മുത്തച്ഛനുമൊക്കെ പറഞ്ഞുതന്ന കഥയിലെ ഉരാഷിമ താരൊയാകും?"

"എന്നോട് ദയവു കാണിക്കൂ. ഞാൻ പറയുന്നതൊന്നു വിശ്വസിക്കൂ. ഞാൻ പറയുന്നത്...അതായത്, ചില നാളുകൾക്കുമുമ്പ്..." താരൊവിന്റെ വാക്കുകൾ അവസാനിച്ചത് ഒരു കരച്ചിലിലായിരുന്നു.

അപ്പോൾ അപരിചിതൻ പെട്ടെന്ന് അല്പം പുറകോട്ടു മാറി നിന്ന് താരൊവിനെ ഭയപ്പാടോടെ നോക്കി. എന്നിട്ട് പാഞ്ഞകലാനുള്ള സകല തയ്യാറെടുപ്പോടെയും തന്നത്താനെന്നോണം പുലമ്പാൻ തുടങ്ങി:

"...അതേ! ഇപ്പോൾ എനിക്ക് യാതൊരു സംശയവുമില്ല.... തീർച്ചയായും നിങ്ങൾ ഉരാഷിമ താരൊതന്നെയാണ്. ഇരുനൂറു കൊല്ലങ്ങൾക്കു മുമ്പ് കടലിൽ മുങ്ങിമരിച്ച അതേ ഉരാഷിമ താരൊ. എന്നിട്ടിതാ ഇന്ന് തിരികെവന്നിരിക്കുന്നു. കടലിന്റെ അടിത്തട്ടു ഭരിക്കുന്ന രാജകുമാരിയുടെ കൊട്ടാരത്തിൽനിന്ന്. അതേയതെ, യാതൊരു സംശയവുമില്ല. അതായത്, ചുരുക്കിപ്പറഞ്ഞാൽ, നിങ്ങൾക്ക് ഭ്രാന്താണ്. മുഴുത്ത ഭ്രാന്ത്...!" അങ്ങനെ പറഞ്ഞതും പരിഹാസത്തോടെ ആർത്തുചിരിച്ചുകൊണ്ട് അപരിചിതൻ, തിരിഞ്ഞുനോക്കാൻപോലും മിനക്കെടാതെ കടലോരത്തുകൂടി അതിവേഗത്തിൽ നടന്നുപോയി.

അപ്പോൾ ഉരാഷിമ താരൊ, ഇനിയെന്തു ചെയ്യണമെന്നറിയാതെ നടുത്തെരുവിൽത്തന്നെ അന്ധാളിച്ചു നിൽക്കുകയായിരുന്നു. എന്ത്! താനപ്പോൾ എത്തിപ്പെട്ടിരിക്കുന്നത് എവിടെയാണ്!? താനെന്തൊക്കെയാണീ കേൾക്കുന്നത്?! ഇരുനൂറു കൊല്ലങ്ങൾക്കുമുമ്പ് ഉരാഷിമ താരൊവെന്ന മുക്കുവച്ചെറുക്കൻ കടലിൽ അപ്രത്യക്ഷമായിപോലും. പക്ഷേ, താരൊ ആ കടൽക്കരവിട്ട് കടൽരാജകുമാരിയുടെ കൊട്ടാരത്തിലേയ്ക്കു പോയിട്ട് വെറും ചില നാളുകളല്ലേ, പിന്നിട്ടിട്ടുള്ളൂ? അന്നത്തെ വസ്ത്രംതന്നെയാണല്ലോ, താരൊ ഇന്നും ധരിച്ചിരിക്കുന്നത്. അത്രയ്ക്ക് ചുരുങ്ങിയ കാലംകൊണ്ട് ആ കടലോലോരം അത്രയേറെ മാറിപ്പോയി? ആ കൊച്ചു ഗ്രാമം ഒരു വൻനഗരമായിതീർന്നിരിക്കുന്നു! ഉരാഷിമ താരൊവിന്റെ കുടിൽ സ്ഥിതിചെയ്തിരുന്നയിടത്ത് ഒരു ഇരുനില മാളികവീട് ഉയർന്നുവന്നിരിക്കുന്നു!

താൻ പാർത്തിരുന്ന ആ കടലോരത്ത് അത്രയേറെ മാറ്റങ്ങൾ? പക്ഷേ, ഈ അരുതാത്തതൊക്കെയും എങ്ങനെ സംഭവിച്ചു?

ഇല്ല...തീർച്ചയായുമില്ല...അങ്ങനെ അരുതാത്തതായി യാതൊന്നും തന്നെ സംഭവിച്ചിട്ടില്ല...തീർച്ചയായും അപ്രകാരമൊരു മറിമായത്തിനു പിന്നിൽ തനിക്കു കാണാനാവാത്ത ഏതോ ചില കൈകൾ ചലിക്കുന്നുണ്ട്, തീർച്ച...

അപ്പോൾ താരൊവിനു സംശയിക്കാതിരിക്കാൻ കഴിഞ്ഞില്ല. ഒരു പക്ഷേ, ആ വിഭ്രാന്തിക്ക് കാരണം, നേരത്തെ കടൽരാജകുമാരി തനിക്കു സമ്മാനിച്ച, തന്റെ കൈവശമുള്ള, മുത്തുപതിച്ച ആ സ്വർണ്ണച്ചെപ്പായിരിക്കുമോ? അയാളിലും ചുറ്റുമുള്ളവരിലും ആ മുത്തുച്ചെപ്പ് അത്രയ്ക്ക് സ്വാധീനം ചെലുത്തുന്നുണ്ടോ? ആ മുത്തുച്ചെപ്പ് ഒരിക്കലും തുറന്നു പോകരുതെന്ന് രാജകുമാരി അത്രയ്ക്ക് കണിശമായി വിലക്കിയിരിക്കുന്നത് ഒരുപക്ഷേ കരുതിക്കൂട്ടി അയാളെ അമ്പരപ്പിക്കാൻവേണ്ടിയാണോ? അതേ, കടൽക്കൊട്ടാരത്തിലെ രാജകുമാരി തീർച്ചയായും എന്തെല്ലാമോ കുതന്ത്രങ്ങൾ പ്രയോഗിച്ചിട്ടുണ്ട്. അയാളെ കടൽക്കൊട്ടാരത്തിലേയ്ക്കു തന്നെ തിരികെക്കൊണ്ടുവരാൻ.

താരൊവിന് അപ്പോൾ ഉറപ്പായി. അയാൾ കാണുന്നതും കേൾക്കുന്നതുമൊക്കെയും ആ മുത്തുച്ചെപ്പിന്റെ മാസ്മരവിദ്യതന്നെയായിരിക്കും. അതിന്റെ മായാജാലത്തിൽ അയാളും കടൽത്തീരവും ആ ഗ്രാമപ്രദേശവുമെല്ലാംതന്നെ ഇനിയൊരിക്കലും മോചനം നേടാനാകാത്ത വിധത്തിൽ കുരുങ്ങിക്കിടക്കുന്നു. തികച്ചും സംഭ്രമമുണർത്തുന്ന അത്തരമൊരു രംഗമൊരുക്കാനായാൽ അയാൾ മറ്റൊന്നും ചിന്തിക്കാൻ മുതിരാതെ കടൽക്കൊട്ടാരത്തിലേയ്ക്കുതന്നെ മടങ്ങിച്ചെല്ലുമെന്നായിരിക്കും തന്നെ കരയിലേക്കു തിരിച്ചയയ്ക്കുമ്പോൾ രാജകുമാരിയുടെ ധാരണ. അയാളുടെ മനസ്സിൽ ഭീതിയുടെ വൻതിരകളുയരാൻ തുടങ്ങി.

"ഇല്ല..." താരൊ തന്നത്താൻ പറഞ്ഞു. "...ഇനിയും ഞാനൊരിക്കലും കടൽക്കൊട്ടാരത്തിലേയ്ക്കു തിരികെപ്പോവില്ല. ഒടുവിൽ, പിരിയാൻ നേരത്ത് രാജകുമാരിയിതാ എന്നെ നിർദ്ദയം വഞ്ചിച്ചിരിക്കുന്നു. എന്റെ മനസ്സിനകത്തെ ഈ വിഭ്രാന്തികൾക്കൊക്കെയും കാരണം എന്റെ കൈവശമുള്ള ഈ മുത്തുച്ചെപ്പുതന്നെയാണെന്ന കാര്യത്തിൽ എനിക്കിനി യാതൊരുവിധത്തിലുള്ള സംശയവുമില്ല. ഈ മനഃക്കുഴപ്പത്തിൽ നിന്നും എനിക്ക് ഉടനെ രക്ഷപ്പെട്ടേതീരൂ. അതുകൊണ്ട് ഈ മുത്തുച്ചെപ്പ് എനിക്കിപ്പോൾത്തന്നെ തുറന്നേമതിയാവൂ. ഇതിനകത്ത് കടൽ രാജകുമാരി ഒളിപ്പിവെച്ചിരിക്കുന്നത് എന്താണെന്ന് എനിക്ക് ഉടനടി അറിഞ്ഞേതീരൂ."

പിന്നീട് മറ്റൊന്നുംതന്നെ ആലോചിക്കാൻ താരൊ മിനക്കെട്ടില്ല. അടുത്ത നിമിഷം അയാൾ ആ മുത്തുച്ചെപ്പിന്റെ മൂടി വലിച്ചുതുറന്നു!

തന്റെ കൈവശമുള്ള മുത്തുച്ചെപ്പിന്റെ മുടിയൂരേണ്ട താമസം, ഒരു തരം വെളുത്ത പുക കനത്ത ചുരുളുകളായി ഉയർന്ന് താരൊവിന്റെ ഉടലിലൂടെ പടർന്നുകയറി അയാളെ ചുറ്റിവരിഞ്ഞു. വല്ലാതെ വീർപ്പുമുട്ടിക്കൊണ്ട് താരൊ പകച്ചുനിന്നപ്പോൾ ഒരു ഉറയെന്നോണം ആ പുകച്ചുരുൾ നിലത്തേക്കു പൊഴിഞ്ഞുവീണു.

അപ്പോഴേയ്ക്കും താരൊ കൂനുള്ളൊരു പടുകിഴവനായി മാറിക്കഴിഞ്ഞിരുന്നു! ചുക്കിച്ചുളിഞ്ഞ അയാളുടെ മുഖത്തുനിന്നും മുട്ടോളമെത്തുന്ന നരച്ച താടി നീണ്ടുവന്നു. തലയിൽനിന്ന് പഞ്ഞിനാരുകൾപോലെ മുടി നീളംവെച്ചു നിലത്തിഴഞ്ഞു. ഈർപ്പമില്ലാത്ത നെൽവയലിലെ ആഴമേറിയ വിള്ളലുകൾപോലെ അയാളുടെ ഉടലാകെ എണ്ണമില്ലാത്ത ചുളിവുകൾ തെളിഞ്ഞു. വെള്ളപ്രാവിന്റെ തൂവലുകൾപോലെ അയാളുടെ പുരികങ്ങൾപോലും നരച്ചുപോയിരുന്നു!

അപ്പോൾ ഒരു നനത്ത നിഴൽപോലെ കടൽരാജകുമാരി പൊടുന്നനെ തന്റെ മുന്നിൽ വന്നുനിൽക്കുന്നുവെന്ന് ഉരാഷിമ താരൊവിനു തോന്നി. രാജകുമാരിയുടെ കണ്ണുകൾ നിറഞ്ഞുതുളുമ്പിയിരുന്നു.

“നീ തിരിച്ചെത്തുമെന്നു കരുതി ഞങ്ങളെല്ലാവരും അക്ഷമരായി കാത്തിരുന്നു, താരൊ...പക്ഷേ, നീയെന്താണീ ചെയ്തത്? എന്റെ ഇച്ഛകൾക്ക് വിപരീതമായി ഈ മുത്തുച്ചെപ്പ് നീ തുറന്നു...” രാജകുമാരി വിതുമ്പിക്കൊണ്ടു പറഞ്ഞു. “...നീ കടലിനടിയിൽ ചിലവഴിക്കാനിടയായ ആ കാലം വെറും കുറെയേറെ ദിവസങ്ങൾ മാത്രമല്ലായിരുന്നു. ഇരുനൂറിലേറെ കൊല്ലങ്ങൾ! ആ കാലത്തെ മുഴുക്കെ വെളുത്തു കനത്തൊരു പുകച്ചുരുളിന്റെ രൂപത്തിൽ നീയറിയാതെ ഞാൻ ഈ മുത്തുച്ചെപ്പിൽ നിറച്ചു അടച്ചുവെച്ചിരിക്കുകയായിരുന്നു. എന്റെ വാക്കുകൾ, അതായത്, ഒരിക്കലും ആ ചെപ്പ് തുറന്നുപോകരുതെന്ന എന്റെ മുന്നറിയിപ്പ് ഒട്ടും വകവെച്ചില്ലല്ലോ, നീ. ഇന്നത്തെ നിന്റെ ഈ അവസ്ഥയ്ക്ക് കാരണം, നീ കാണിച്ച അനുസരണക്കേടാണ്. നിന്റെ യുവത്വം മാത്രമല്ല ഇന്നു നിനക്കില്ലാതായത്, കടൽക്കൊട്ടാരത്തിലേക്ക് ഇനി തിരികെവരാനുള്ള അവസരവും നിനക്ക് എന്നെന്നേയ്ക്കുമായി നഷ്ടപ്പെട്ടിരിക്കുന്നു. കാലം ആർക്കുവേണ്ടിയും കാത്തുനിൽക്കുന്നില്ല.”

ആ നില്പിൽത്തന്നെ കടൽരാജകുമാരിയുടെ നിഴൽ പതുക്കെപ്പതുക്കെ മാഞ്ഞുപോയി.

നിരത്തിൽ ഒറ്റപ്പെട്ടുപോയ നിസ്സഹായനായ വയസ്സൻ ഉരാഷിമ താരൊ ഇല കൊഴിഞ്ഞൊരു പൈൻമരച്ചുവട്ടിലിരുന്ന് തേങ്ങിത്തേങ്ങിക്കരഞ്ഞു.

■

തൊപ്പിക്കുടകൾ

ഒട്ടേറെ വർഷങ്ങൾക്കുമുമ്പ് ഒരു മലയടിവാരത്തിലെ മുളങ്കാടിനരികിൽ ഒരു വയസ്സനും അയാളുടെ ഭാര്യയും താമസിച്ചിരുന്നു. അവർ തീരെ ദരിദ്രരായിരുന്നു.

ആഴ്ചയിലൊരിക്കൽ വയസ്സൻ കാട്ടിൽച്ചെന്ന് ധാരാളം മൂത്ത മുളകളും, വട്ടത്തിലുള്ള വലിപ്പമേറിയ ഇലകളും വെട്ടിക്കൊണ്ടുവന്നു. മറ്റു ദിവസങ്ങളിൽ അവർ രണ്ടുപേരും കുടിലിൽ കുത്തിയിരുന്ന് തൊപ്പിക്കുടകൾ നിർമ്മിച്ചു. ഏതു കാലാവസ്ഥയിലും പ്രത്യേകിച്ച് മഞ്ഞിലും മഴയിലും മാറിമാറി ഉപയോഗിക്കാനുതകുന്ന ബലമേറിയ തൊപ്പിക്കുടകളാണ് അവരെന്നും തയ്യാറാക്കിയത്.

രണ്ടോ മൂന്നോ ദിവസംകൂടുമ്പാൾ തൊപ്പിക്കുടകൾ ചന്തയിൽ കൊണ്ടുപോയി വിറ്റുകിട്ടുന്ന തുച്ഛമായ വരുമാനംകൊണ്ട് കിഴവനും ഭാര്യയും തികച്ചും സംതൃപ്തരായി കഴിഞ്ഞുകൂടി. കിട്ടുന്ന വരുമാനം മുഴുവനും വീട്ടിൽ സൂക്ഷിച്ച ബുദ്ധന്റെ ചെറുപ്രതിമയ്ക്ക് അർപ്പിച്ചതിനു ശേഷം മാത്രമേ അവർ ആ പണമെടുത്തു ചിലവഴിക്കാറുള്ളൂ.

പുതുവർഷം പ്രമാണിച്ച് അടുത്ത നാലഞ്ചു നാളുകൾ അങ്ങാടി മുടക്കായിരുന്നു. അന്നുവരേയ്ക്കും അവർക്ക് വെറും ആറു തൊപ്പിക്കുടകൾ മാത്രമേ നെയ്തെടുക്കാൻ കഴിഞ്ഞുള്ളൂ. ചന്തയിൽ മുടക്കുള്ള ദിവസങ്ങളിൽ വീട്ടിലിരുന്ന് നിർമ്മിക്കാനിരിക്കുന്ന കുടകളോടൊപ്പം തയ്യാറായിക്കഴിഞ്ഞ ആ ആറു തൊപ്പിക്കുടകളും ചേർത്തുവെയ്ക്കുന്നതുകൊണ്ട് യാതൊരു പ്രയോജനവുമില്ല. അതുകൊണ്ട്, മെടഞ്ഞെടുത്തുകഴിഞ്ഞ ആറു തൊപ്പിക്കുടകളും അന്നുതന്നെ ചന്തയിൽ കൊണ്ടുപോയി വിൽക്കുകയാണ് ഉടനടി ചെയ്യേണ്ടതെന്ന് കിഴവൻ തീരുമാനിച്ചു.

തൊപ്പിക്കുടകൾ ആറും ഒരു വലിയ പായയിൽ ഭദ്രമായി കെട്ടിപ്പൊതിഞ്ഞ് അതിശ്രദ്ധയോടെ മാറത്തടക്കിപ്പിടിച്ച് അയാൾ ചന്തയിലേയ്ക്കു തിരിച്ചു. അപ്പോഴയ്ക്കും തികച്ചും അപ്രതീക്ഷിതമായി മലയോരത്തുനിന്നും കുളിർക്കാറ്റു ആഞ്ഞുവീശാൻ ആരംഭിച്ചിരുന്നു. പിന്നീട്, ഉടനടി മഞ്ഞു പൊഴിയാൻ തുടങ്ങി. വേണമെങ്കിൽ, കൈവശമുള്ള പായ്ക്കെട്ടഴിച്ച്, തൊപ്പിക്കുടകളിലൊന്നെടുത്തു ധരിച്ച് മഞ്ഞ് തീരെ കൊള്ളാനിടയാകാതെ അയാൾക്ക് ചന്തയിലെത്തിച്ചേരാമായിരുന്നു. പക്ഷേ, മഞ്ഞേറ്റ്

തൊപ്പിക്കുടകൾക്ക് കേടുപാടേറ്റെങ്കിലോ എന്നു ഭയപ്പെട്ട് അയാളതിനു മുതിർന്നില്ല. അതുകൊണ്ട്, നേരത്തെ കഴുത്തിൽ ചുറ്റിയ അല്പം വീതിയേറിയ തുണിത്തുണ്ടെടുത്ത് കിഴവൻ, തലയും കാതും മൂടിക്കെട്ടി കാറ്റിനെതിരെ ചന്തയെ ലക്ഷ്യമാക്കി പണിപ്പെട്ടു നടന്നുനീങ്ങി.

തണുത്തുവിറച്ച് നടക്കുന്നതിനിടയിൽ അയാൾ, പാതവക്കത്ത് ഒരേ വരിയിൽ നിരന്നുനിൽക്കുന്ന ആളുയരത്തിലുള്ള ഏഴു ബുദ്ധപ്രതിമകൾ കണ്ടു. കല്ലിൽ കൊത്തിവെച്ച ആ പ്രതിമകളെ അദ്ഭുതത്തോടെ നോക്കിക്കൊണ്ടു നിൽക്കുമ്പോഴാണ് അയാൾ പെട്ടെന്ന് ഓർത്തത്. തലേന്നാൾ വരേയ്ക്കും ആ പ്രതിമകൾ അവിടെ നിൽപുണ്ടായിരുന്നില്ല. ഒരേയൊരു രാത്രികൊണ്ട് ആരായിരിക്കും കല്ലിൽ തീർത്ത അത്രയും ഭാരമേറിയ ആ ബുദ്ധവിഗ്രഹങ്ങളെ കൊണ്ടുവന്ന് വഴിവക്കത്തു സ്ഥാപിച്ചിരിക്കുക?

ആ പ്രതിമകളെത്തന്നെ നോക്കിക്കൊണ്ടു നിൽക്കുമ്പോഴാണ് കിഴവൻ പൊടുന്നനെ ശ്രദ്ധിച്ചത്. തുരുതുരെ പൊഴിയുന്ന മഞ്ഞിൻശകലങ്ങൾ വീണുറയുന്നത് ആ പ്രതിമകളുടെ ശിരസ്സിൽത്തന്നെയായിരുന്നു. ആ പ്രതിമകളോട് കിഴവന് അളവില്ലാത്ത അനുകമ്പ തോന്നി. അപ്പോൾ അയാൾ സ്വയം മറന്ന് ആരോടെന്നില്ലാതെ സംസാരിക്കാൻ തുടങ്ങി:

"പാവം, ബുദ്ധപ്രതിമകൾ! ഇപ്രകാരം നിലയ്ക്കാതെ മഞ്ഞു പൊഴിഞ്ഞ് തലയിൽ വീണുകൊണ്ടിരുന്നാൽ ഈ പ്രതിമകൾക്കു കുളിരുകയില്ലേ? മഞ്ഞുകാലം കഴിഞ്ഞാലുടനെ മഴക്കാലമായി. അതിനുശേഷം കടുത്ത വേനലും. മഞ്ഞും മഴയും വെയിലും മാറിമാറിയേറ്റാൽപ്പിന്നെ ഈ ബുദ്ധപ്രതിമകൾക്ക് വിള്ളലേൽക്കും. പതുക്കെപ്പതുക്കെ ഈ പ്രതിമകൾ ഉടഞ്ഞുതകർന്നു നിലംപതിക്കും."

ഓരോന്നായി ഇടിഞ്ഞുപൊളിഞ്ഞുവീണ് ആ ബുദ്ധപ്രതിമകളൊക്കെയും കാലംചെന്നാൽ, നിരത്തുവക്കത്തെ ചളിമണ്ണിൽ അടിഞ്ഞു ചേരുമല്ലോ എന്നു ചിന്തിക്കുവാൻപോലും കഴിഞ്ഞില്ല, കിഴവന്. പൊടുന്നനെ അയാളുടെ കണ്ണുകൾ നിറഞ്ഞുതുളുമ്പി. ഉടൻ അയാൾ ഉള്ളിൽ കരുതി. ഒരിക്കലും അങ്ങനെ സംഭവിച്ചുകൂട. അതുകൊണ്ട്, പതിയിരിയിരിക്കുന്ന അപകടത്തിൽനിന്ന് ഇനിയൊരു നിമിഷംപോലും വൈകാനിടവരുത്താതെ ആ പ്രതിമകളെ രക്ഷപ്പെടുത്താൻതന്നെ വയസ്സൻ തീരുമാനിച്ചു.

പിന്നീടൊട്ടും താമസിച്ചില്ല. തന്റെ മാറോടു ചേർത്തുപിടിച്ചിരുന്ന, തൊപ്പിക്കുടകളടക്കിയ പായക്കെട്ട് കിഴവൻ നിലത്തിറക്കിവെച്ചു. ഉടനടി കെട്ടഴിച്ച് ഓരോ തൊപ്പിക്കുടയുമെടുത്ത് അയാൾ പ്രതിമകളുടെ തലയിൽ അണിയിച്ചു. തൊപ്പിക്കുടമേൽ തുരുതുരെ മഞ്ഞിൻതരികൾ ഒച്ചയോടെ വീണു ചിതറിത്തെറിക്കുന്നത് അയാൾ അളവില്ലാത്ത ആശ്വാസത്തോടെ നോക്കിനിന്നു. അതേ, ഇനിയും ആ ബുദ്ധവിഗ്രഹങ്ങൾക്ക് യാതൊരു വിധത്തിലുള്ള കേടുപാടുകളും സംഭവിക്കില്ല.

അപ്പോഴാണ് അയാളോർത്തത്. ഏഴാമത്തെ പ്രതിമയുടെ തലയിൽ അണിയിക്കാൻ അയാളുടെ പക്കൽ തൊപ്പിക്കുടയില്ലായിരുന്നു. ആ കുറവ്

എങ്ങനെയാണിനി പരിഹരിക്കുക? നിസ്സഹായനായ കിഴവൻ ദുഃഖം താങ്ങാനാവാതെ ആ ഏഴാമത്തെ പ്രതിമയെ നോക്കിക്കൊണ്ടുനിന്നു.

പെട്ടെന്നാണ് കിഴവൻ തിരിച്ചറിഞ്ഞത്. തന്റെ മുമ്പിൽ നിലകൊള്ളുന്ന ഏഴാമത്തെ ബുദ്ധപ്രതിമ, തൊപ്പിക്കുടകൾ അണിഞ്ഞ ആറു പ്രതിമകളേക്കാളും അല്പം ചെറുതായിരുന്നു. പിന്നീട് മറ്റൊന്നും ചിന്തിക്കാൻ നിന്നില്ല, കിഴവൻ. അടുത്ത നിമിഷം തന്റെ തലയും കാതുകളും ചേർത്തു കെട്ടിയ വീതിയേറിയ തുണിത്തുണ്ട് അഴിച്ചെടുത്ത് അയാൾ ആ കൊച്ചു ബുദ്ധപ്രതിമയുടെ ശിരസ്സ് പൂർണമായും മൂടി വട്ടത്തിൽ ചുറ്റിയിട്ടു. നിറുകയിൽ വീഴുന്ന മഞ്ഞിൽനിന്ന് ബുദ്ധപ്രതിമയ്ക്ക് തൽക്കാലത്തേയ്ക്ക് ആശ്വാസം കിട്ടിയിരിക്കുന്നുവെന്നു തോന്നി, വയസ്സന്. മാത്രമല്ല, ആ കൊച്ചുപ്രതിമയുടെ തടിച്ചുമലച്ച ചുണ്ടുകളിൽ നേരിയ പുഞ്ചിരി വിരിഞ്ഞിരിക്കുന്നു!

"ഇനി ഞാൻ വീട്ടിൽ തിരികെച്ചെന്ന് ഒരു ചെറിയ തൊപ്പിക്കുട മെടഞ്ഞെടുത്തു കൊണ്ടുവരാം. അതുവരേയ്ക്കും തലയിൽ ചുറ്റിയ ഈ തുണിക്കഷ്ണംകൊണ്ടു തൃപ്തനാവണം." കിഴവൻ പ്രതിമയെ നോക്കി കെഞ്ചുന്ന സ്വരത്തിൽ പറഞ്ഞു.

അപ്പോൾ അയാൾക്കു തോന്നിയത്, ആ ചെറിയ ബുദ്ധപ്രതിമ തന്റെ മുഖത്തേയ്ക്കു നോക്കി തടിച്ചുമലച്ച ചുണ്ടുകളകത്തി ചിരിക്കുകയാണെന്നായിരുന്നു. അതേ, സമയോചിതമായ തന്റെ പ്രവൃത്തികൊണ്ട് ആ പ്രതിമ സംതൃപ്തനായിരിക്കുന്നു. വയസ്സൻ ഉള്ളിൽ കരുതി.

കുടിലിൽ തിരിച്ചെത്തിയയുടനെ കിഴവൻ, ഭാര്യയോട് സംഭവങ്ങളെല്ലാം വിവരിച്ചു. അങ്ങാടിയിൽ വിൽക്കാനായി താൻ പായക്കെട്ടിൽ ചുമന്നുകൊണ്ടുപോയ ആറു തൊപ്പിക്കുടകളും തലയിൽ മഞ്ഞു മഴ വീണുറഞ്ഞിരുന്ന ബുദ്ധപ്രതിമകൾക്കണിയിച്ചു എന്നറിഞ്ഞപ്പോൾ, കിഴവിയും തൃപ്തിയടയുകയാണു ചെയ്തത്.

ഒട്ടും വൈകാതെ വൃദ്ധദമ്പതിമാർ ആ ചെറിയ ബുദ്ധപ്രതിമയുടെ തലയിൽ ചാർത്താനുള്ള തൊപ്പിക്കുടയുടെ നിർമ്മാണത്തിലേർപ്പെട്ടു. എത്രയുംവേഗം തൊപ്പിക്കുടയുടെ പണി മുഴുവനാക്കി അതെടുത്തു കൊണ്ടുപോയി ബുദ്ധപ്രതിമയ്ക്കണിയിക്കണം.

പിന്നീട് കിഴവനും കിഴവിയും നിശ്ശബ്ദരായിരുന്ന് അവരുടെ പണികളിലേർപ്പെട്ടപ്പോൾ, നിരത്തിലൂടെ ആരെല്ലാമോ ഒന്നിച്ചുചേർന്ന് തിടുക്കത്തിൽ ഓടിയടുക്കുന്ന കനത്ത കാലൊച്ചകൾ കേട്ടു. കുടിലിനരികിലെത്തി അവർ തമ്മിൽത്തമ്മിൽ പരുക്കൻശബ്ദത്തിൽ സംസാരിക്കുന്നതും അവർ കേൾക്കാനിടയായി:

"അതേ, ഇതുതന്നെയാണ് വയസ്സന്റെ വീട്."

"മുറ്റത്ത് തൊപ്പിക്കുട നെയ്യാനുള്ള മുളകളും പട്ടകളുമൊക്കെ കൂട്ടിയിട്ടിരിക്കുന്നതു കണ്ടില്ലേ? അതുകൊണ്ട്, ഇനിയൊട്ടും സംശയിക്കേണ്ടതില്ല. ഇതുതന്നെ കിഴവന്റെ വീട്."

അടക്കാനാവാത്ത അദ്ഭുതത്തോടെ വൃദ്ധദമ്പതികൾ മിഴിച്ചു നോക്കിയിരിക്കുകയായിരുന്നു. അപ്പോഴാണ് ഒരു ഭാരിച്ച വസ്തു കുടിലിന്റെ വാതിൽക്കൽ വന്നുവീഴുന്ന ഒച്ച അവർ കേട്ടത്. അതോടൊപ്പം നിരത്തിലൂടെ കനത്ത കാലൊച്ചകൾ കൂടിക്കലർന്നു ഓടിയകലുന്ന ശബ്ദവും അവർ കേട്ടു.

കിഴവനും കിഴവിയും വാതിൽക്കലേയ്ക്കു പാഞ്ഞെത്തി നോക്കിയപ്പോൾ ആളോളം ഉയരമുള്ള ഏഴു കൽപ്രതിമകൾ പാതയിലൂടെ ഓടിയകന്ന് തിരിവിലെത്തി പൊടുന്നനെ അപ്രത്യക്ഷരാവുന്നതാണു കണ്ടത്. അവയിൽ ഒടുക്കത്തെ പ്രതിമയ്ക്ക് പൊക്കം അല്പം കുറവായിരുന്നു.

ഒരു യാഥാർത്ഥ്യം അപ്പോഴാണ് അവർക്കു മനസ്സിലായത്. കുടിലിന്റെ വാതിൽക്കൽ വന്നുനിന്ന് സംസാരിച്ചത് ആ ഏഴു ബുദ്ധപ്രതിമകളല്ലാതെ മറ്റാരുമല്ലായിരുന്നു. ആശ്ചര്യഭരിതരായ ആ വൃദ്ധദമ്പതികൾ തൊപ്പി നിർമ്മാണം പൂർത്തിയാക്കാനായി കുടിലിനകത്തേയ്ക്കു മടങ്ങുകയായിരുന്നു. വാതിൽക്കൽ ചെരിഞ്ഞുകിടക്കുന്ന ഒരു വലിയ സഞ്ചി അപ്പോഴാണ് അവരുടെ കണ്ണിൽപ്പെട്ടത്. അതേ, തീർച്ചയായും. ആ സഞ്ചി അവിടെ നിക്ഷേപിക്കാനായിരിക്കും താൻ നേരത്തെ പാതവക്കത്തു കാണാനിടയായ ഏഴു ബുദ്ധപ്രതിമകളും ഒരുമിച്ച് തന്റെ കുടിലിന്റെ വാതിൽക്കലെത്തിയത്, അവർ കരുതി. വന്നയുടനെ ആ സഞ്ചി അവിടെ നിക്ഷേപിച്ച് അവർ തിരികെപ്പോവുകയും ചെയ്തു.

ആ സഞ്ചിക്ക് എടുത്താൽ പൊങ്ങാത്തവിധത്തിൽ ഭാരമുണ്ടായിരുന്നു. അവർ ഏറെ പണിപ്പെട്ട് സഞ്ചി വലിച്ചുനീക്കി കുടിലിനകത്തേയ്ക്കു കയറ്റിയിട്ടു.

സഞ്ചിയുടെ വായ്ക്കെട്ടിയ ചരടഴിച്ചുനോക്കിയപ്പോൾ, പൊടുന്നനെ ശ്വാസോച്ഛ്വാസത്തിന് തടസ്സം നേരിട്ടതുപോലെ ആ വൃദ്ധദമ്പതികൾ വായുംപൊളിച്ച് മുഖത്തോടുമുഖം നോക്കിക്കൊണ്ടു നിന്നു പോയി. ആ സഞ്ചിക്കകത്ത് നിറയെ മുത്തുക്കളും രത്നങ്ങളും, സ്വർണ്ണ നാണയങ്ങളുമായിരുന്നു!

പിന്നീട് പുത്തൻ തൊപ്പിക്കുടയുമേന്തി കിഴവൻ, നേരത്തെ പ്രതിമകൾ നിലയുറപ്പിച്ചിരുന്ന നിരത്തുവക്കത്തെത്തി. പക്ഷേ, അയാളെ കൂടുതൽ അദ്ഭുതപ്പെടുത്തിക്കൊണ്ട് ഇനിയുമൊരു യാഥാർത്ഥ്യംകൂടി കിഴവൻ മനസ്സിലാക്കി. ആ ഏഴു ബുദ്ധപ്രതിമകളും അവിടെനിന്നു അപ്രത്യക്ഷമായിക്കഴിഞ്ഞിരുന്നു.

ചെറിയ ബുദ്ധപ്രതിമയുടെ തലയിൽ കിഴവൻ വട്ടത്തിൽ ചുറ്റിക്കെട്ടിയ ആ തുണിത്തുണ്ടുമാത്രം പാതവക്കത്തെ മഞ്ഞിൽ കുതിർന്ന മണ്ണിൽ പൂണ്ടുകിടന്നിരുന്നു. ■

പന്തയം

പുതുവർഷം പിറന്ന ദിവസം...തിങ്ങിയ കാട്ടിനകത്തെ വീതികുറഞ്ഞ ചവിട്ടടിപ്പാതകൾ കൂടിച്ചേരുന്ന ഒരു നാൽക്കവലയിൽവെച്ചായിരുന്നു മോസിയാൻ എന്ന കുരങ്ങനും, ഫോസിയാൻ എന്ന തവളയും ആദ്യമായി കണ്ടുമുട്ടാനിടയായത്.

ചവിട്ടടിപ്പാതയുടെ ഓരത്തുനിന്നിരുന്ന ഒരു വൻമരത്തിന്റെ ഉയരത്തുള്ള കനത്ത കൊമ്പുകളിലൊന്നിൽ തന്റെ നീണ്ട വാൽ നിസ്സാര മട്ടിൽ ചുറ്റിപ്പിണച്ചു തലകീഴായി അതിപ്രസരിപ്പോടെ തൂങ്ങിക്കിടക്കുകയായിരുന്നു, മോസിയാൻകുരങ്ങൻ. മരച്ചുവട്ടിൽ, ഏറെയകലത്തല്ലാതെ, കനത്തിൽ പച്ചപ്പുല്ലു മൂടിയ ഒരു കരിമ്പാറപ്പുറത്ത് തീരെ അലസനായി കുത്തിയിരിക്കുകയായിരുന്നു, ഫോസിയാൻതവള. അവർ തമ്മിൽ കണ്ടുമുട്ടിയതും ഉടനടി സുഹൃത്തുക്കളായിത്തീരുകയും ചെയ്തു.

സംഭാഷണത്തിനിടയ്ക്ക് മൂക്കു വിടർത്തി ചുറ്റിനും മണംപിടിച്ച് മോസിയാൻകുരങ്ങൻ, ഫോസിയാൻതവളയോട് ഒച്ച താഴ്ത്തിക്കൊണ്ടു ചോദിച്ചു:

"എന്റെ ചങ്ങാതീ, അരിയുണ്ടയ്ക്കു ഇടിക്കുന്നതിന്റെ കൊതിയുയർത്തുന്ന മണം പൊങ്ങുന്നില്ലേ?"

അല്പസമയത്തേയ്ക്ക് ഫോസിയാൻതവള യാതൊരു മറുപടിയും പറയാൻ തുനിഞ്ഞില്ല. പക്ഷേ, എന്തൊക്കെയൊ ആലോചിക്കുന്നതുപോലെ നടിച്ചുകൊണ്ട് യാതൊരു അനക്കവുമില്ലാതെ ആ പാറപ്പുറത്തു തന്നെ കുത്തിയിരുന്നു. എന്നിട്ട്, ചുറ്റിനും മണത്തുനോക്കി. പക്ഷേ, അന്നേരം യാതൊന്നുംതന്നെ അറിയാനായില്ല. പിന്നെ അതേയിരിപ്പിൽ ത്തന്നെയിരുന്നു കാതോർത്തു. ചില നിമിഷങ്ങൾക്കുശേഷം ആഹ്ലാദത്തിമിർപ്പോടെ പറഞ്ഞു:

"മണത്തേക്കാളേറെ അരിയുണ്ടയ്ക്ക് നിലയ്ക്കാതെ ഇടിക്കുന്ന കുലുങ്ങുന്ന ശബ്ദമാണ് ഞാൻ കേൾക്കുന്നത്. ആ ഒച്ച കേൾക്കാനിടയായതും എന്റെ വായിൽ വല്ലാതെ വെള്ളമൂറുന്നുമുണ്ട്."

"ഇന്ന് ഇവിടെവെച്ച് നമ്മൾ കണ്ടുമുട്ടാനിടയായത് എത്രയോ നന്നായിയെന്നു പറയാതെ വയ്യ. വാസ്തവത്തിൽ, നമ്മൾ കൂട്ടുകാരായിത്തീരാൻ തികഞ്ഞ യോജിപ്പും യോഗ്യതയുമുള്ളവർത്തന്നെ. കാരണം,

നാമിരുവരും ചിന്തിക്കുന്നത് ഒരേ രീതിയിലാണ്. ഇനിയും ഇതേ രീതിയിൽത്തന്നെ നമ്മൾ മുമ്പോട്ടു പോവുകയും ചെയ്യുമെന്നതിൽ യാതൊരു വിധത്തിലുള്ള സംശയവുമില്ലതാനും." കൊതി കിനിയുന്നൊരു ചെറു ചിരിയോടെ മോസിയാൻകുരങ്ങൻ പറഞ്ഞു.

"അരിയുണ്ടകൾ പാകംചെയ്യുന്ന ആയിടം നമുക്ക് ഉടനെ കണ്ടുപിടിച്ചേ മതിയാവൂ." ഫോസിയാൻതവള ഉത്സാഹത്തള്ളിച്ചയോടെ നിർദ്ദേശിച്ചു. എന്നിട്ട് പാറപ്പുറത്തുതന്നെ കുത്തിയിരുന്ന് അപസ്വരത്തിൽ അമറിക്കൊണ്ട് കുലുങ്ങിക്കുലുങ്ങി ചിരിക്കാൻ തുടങ്ങി.

"ഞാനിതാ ഇപ്പോൾത്തന്നെ കണ്ടുപിടിക്കാം."

അങ്ങനെ പറഞ്ഞതും മോസിയാൻകുരങ്ങൻ പൊക്കമേറിയ ഒരു മരത്തിന്റെ തലപ്പത്തു കയറിയിരുന്ന് നാലുപാടും നോക്കി. എന്നിട്ട്, തിടുക്കത്തിൽ മരത്തിൽനിന്ന് കിതച്ചുകൊണ്ടു ഇറങ്ങിവന്ന് പാറപ്പുറത്തു കുത്തിയിരിക്കുന്ന തവളയോടു പറഞ്ഞു:

"എന്റെ ചങ്ങാതീ. അരിയുണ്ടയ്ക്കിടിക്കുന്ന ആ പ്രത്യേകയിടം ഞാനിതാ കണ്ടുപിടിച്ചുകഴിഞ്ഞു. ഇനിയൊട്ടും വൈകാനിടയാക്കാതെ നമുക്ക് അങ്ങോട്ടു പുറപ്പെടാം. മരച്ചില്ലകൾക്കിടയിൽക്കൂടി ഞാൻ അതിവേഗത്തിൽ ചാടിച്ചാടി മുമ്പോട്ടു നീങ്ങാം. അപ്രകാരം ഞാൻ പോവുന്ന വഴിനോക്കി നീ നിലത്തുകൂടി കഴിയുന്നതും വേഗത്തിൽ ചാടിച്ചാടിവരണം. പിന്നെ, വേണ്ടിവന്നാൽ ഞാൻ മരമുകളിൽ നിനക്കായി എത്രനേരംവേണമെങ്കിലും കാത്തുനിൽക്കാനും ഒരുക്കമാണ്. നമ്മൾ രണ്ടുപേരും ഒത്തൊരുമിച്ച് ഏതുവിധത്തിലും അരിയുണ്ടകൾ കൈക്കലാക്കിയേതീരൂ."

മോസിയാൻകുരങ്ങന്റെ അഭിപ്രായത്തോട് ഫോസിയാൻതവള ഉടനടി യോജിച്ചു. അവർ ഇരുവരും ചാടിച്ചാടി യാത്ര ആരംഭിച്ചു. മരത്തലപ്പുകൾ കുലുക്കിക്കുലുക്കി അതിവേഗത്തിലാണ് മോസിയാൻകുരങ്ങൻ മുന്നോട്ടു ചാടിയിരുന്നത്. ഫോസിയാൻതവളയാണെങ്കിൽ നീണ്ടു കനത്ത മരത്തടികൾക്കിടയിലൂടെയും, ഇടതിങ്ങിയ പൊന്തക്കാടുകൾക്കുള്ളിൽക്കൂടിയും ചാടിമറിഞ്ഞും തുള്ളിക്കളിച്ചും. വല്ലപ്പോഴും ഫോസിയാൻതവള പുറകിലായിക്കഴിഞ്ഞാൽ ഉടനെ മോസിയാൻകുരങ്ങൻ ചാട്ടം നിറുത്തി, തന്റെ കൂട്ടുകാരനുവേണ്ടി മരത്തലപ്പത്ത് ക്ഷമയോടെ കാത്തിരിക്കും. അങ്ങനെ പരിപൂർണമായ പരസ്പരധാരണയോടെ അവർ ഇരുവരും യാതൊരുവിധത്തിലുള്ള തടസങ്ങളുമില്ലാതെ തങ്ങളുടെ ലക്ഷ്യസ്ഥാനത്തേയ്ക്ക് ഉത്സാഹത്തള്ളിച്ചയോടെ നീങ്ങി.

"എങ്ങനെയെങ്കിലും അരിയുണ്ടകൾ കൈക്കലാക്കി കുന്നിന്റെ അപ്പുറത്തേയ്ക്കു പോയി നമുക്കു രണ്ടുപേർക്കുംചേർന്ന് തുല്യമായി പങ്കിട്ടുതിന്നാം." മരത്തലപ്പുകൾക്കിടയിലൂടെ ചാടുന്നതിനിടയിൽ മോസിയാൻകുരങ്ങൻ പറഞ്ഞു.

"അങ്ങനെത്തന്നെ." ഫോസിയാൻതവളയും സമ്മതിച്ചു.

പിന്നീട് ചാടുന്നതിനിടയിൽ മോസിയാൻകുരങ്ങനു മനസ്സിലാക്കാൻ കഴിഞ്ഞു. ഗ്രാമത്തലവന്റെ വീട്ടുമുറ്റത്തു നിരത്തിയ ഉരലുകളിലിട്ടായിരുന്നു

വേലക്കാർ വരിവരിയായിനിന്ന് ഉണ്ടകൾ തീർക്കാനായി അരിയിടിച്ചിരുന്നത്. അപ്പോഴേക്കും കുരങ്ങനും തവളയ്ക്കും മൂച്ചേറി. ഇനിയൊട്ടും വൈകിക്കാതെ ഗ്രാമത്തലവന്റെ വീട്ടിലെത്തണം. അവർ ഉടനടി തീരുമാനിച്ചു. അപ്പോൾ അവർ ഇരുവരും ചാട്ടത്തിന്റെ ഊക്കു കൂട്ടി.

കാടിന്റെ അതിർത്തിയിൽ എത്തിയതും മോസിയാൻകുരങ്ങൻ ഒരു മരക്കൊമ്പത്തേക്കു ചാടിക്കയറി ഒളിച്ചിരുന്നു. അപ്പോഴാണ്, തൊട്ടപ്പുറത്ത് വ്യക്തമായി കാണാൻ കഴിഞ്ഞത്. പലരുംചേർന്ന് ഉരലുകൾക്കു ചുറ്റും കൂടിനിന്നിട്ടാണ് അരിയിടിക്കുന്നത്. ഉരലുകളിൽനിന്നും വേറിട്ട് അല്പം അകലത്തിട്ട പരപ്പേറിയ ഒരു ചെമ്പുപാത്രത്തിൽ, ഇടിച്ചുതയ്യാറാക്കിയ ഒരു വലിയ അരിയുണ്ട കിടപ്പുണ്ട്. അത്തരത്തിൽ തുടർച്ചയായി ഏറെ അരിയുണ്ടകൾ തീർത്ത്, പിന്നീട് എല്ലാവരുംചേർന്ന് ആ അരിയുണ്ടകളിൽ നിന്നും ഒട്ടേറെ ചെറിയ അരിയുണ്ടകൾ ഉരുട്ടിയെടുക്കുകയാണു ചെയ്യുക. ആയിടത്തുനിന്ന് ഒരിക്കലും മാറാതെ അരിയിടിക്കുന്നവരുടെ കണ്ണു വെട്ടിച്ച് ആ അരിയുണ്ട തട്ടിയെടുക്കുന്ന കാര്യം അത്രയ്ക്ക് എളുപ്പമല്ല.

താനിരുന്നിരുന്ന മരക്കൊമ്പത്ത് നീളമേറിയ വാൽ ചുറ്റിപ്പിണച്ചു തല കിഴുക്കാംതൂക്കായി കിടക്കുന്ന മോസിയാൻകുരങ്ങനും പൊന്തയ്ക്കരികിൽ തുറിച്ച കണ്ണുകളോടെ ചിന്തയിലാണ്ടു കുത്തിയിരിക്കുന്ന ഫോസിയാൻതവളയും മുഖത്തോടുമുഖം നോക്കി. പിന്നെ, തമ്മിൽത്തമ്മിൽ, അവർക്കുമാത്രം കേൾക്കത്തക്ക രീതിയിൽ എന്തൊക്കെയോ പിറുപിറുത്തു. ഒടുവിൽ പാത്രത്തിലിട്ടുവെച്ചിരുന്ന ആ അരിയുണ്ട കൈക്കലാക്കാനായി അവർ ഉടനടി തക്കതായൊരു ഉപായം കണ്ടെത്തി.

അടുത്തനിമിഷം ഫോസിയാൻതവള തൊട്ടരികിലുള്ള പൊന്തയ്ക്കകത്തേയ്ക്കു ചാടിക്കയറി. അവിടെ പതുങ്ങിയിരുന്ന് പലതരത്തിലുള്ള ശബ്ദങ്ങൾ പുറപ്പെടുവിക്കാൻ ആരംഭിച്ചു. അല്പം അകലത്തുനിന്ന് ആ ഒച്ചകൾ കേട്ടുകഴിഞ്ഞാൽ ഒരു കുട്ടിയുടെ കരച്ചിലാണെന്നേ തോന്നൂ. അരിയിടിച്ചിരുന്നവർ ഭയപ്പാടോടെ ചുറ്റിനും പകച്ചുനോക്കാൻ തുടങ്ങി. ഗ്രാമത്തലവന്റെ മകൻ കുറ്റിക്കാട്ടിൽ അകപ്പെട്ടു കരയുകയാണെന്നാണ് അവർ ഉടനടി കരുതിയത്. പൊടുന്നനെ കൈവശമുള്ള ഉലയ്ക്കകൾ നിലത്തിട്ട് അവർ കൂട്ടംചേർന്ന് കാട്ടിലേയ്ക്കോടി എല്ലായിടവും തിരച്ചിൽ ആരംഭിച്ചു.

അരിയിടിച്ചിരുന്നവരൊക്കെയും, അരിയുണ്ടയിട്ട പാത്രത്തിനരികിൽ നിന്നും വിട്ടകന്നപ്പോൾ, ആ അവസരം പാഴാക്കാതെ ഉടൻതന്നെ മരക്കൊമ്പത്തുനിന്നു ചാടിയിറങ്ങി മോസിയാൻകുരങ്ങൻ വീട്ടുമുറ്റത്തേയ്ക്കു കുതിച്ചു. നിമിഷങ്ങൾങ്ങൾക്കകം അരിയുണ്ട, പാത്രത്തോടെയെടുത്ത് മരക്കൊമ്പത്തേയ്ക്കുതന്നെ തിരിച്ചെത്തി. ഉടനെ മരത്തലപ്പുകളിൽകൂടി ചാടിച്ചാടി തിരിഞ്ഞൊന്നു നോക്കാൻപോലും ഒരുമ്പെടാതെ അതിവേഗത്തിൽ കുന്നിൻപുറത്തേയ്ക്കു യാത്രയായി. ഫോസിയാൻ തവള കഴിയുന്നതും വേഗത്തിൽ മോസിയാൻ കുരങ്ങനെ പിൻതുടർന്നു. നിലത്തുകൂടി ചാടിച്ചാടി.

ഒടുവിൽ, നേരത്തെ നിശ്ചയിച്ചുറപ്പിച്ചതുപോലെ അവരിരുവരും കുന്നിൻമുകളിലെത്തി. നിലത്തിറങ്ങാതെ, അരിയുണ്ടപ്പാത്രവും കയ്യിൽ പിടിച്ച്, ചുണ്ടത്തു വരച്ചുവെച്ച വല്ലാത്തൊരു കുസൃതിച്ചിരിയോടെ, മോസിയാൻകുരങ്ങൻ ആ മരക്കൊമ്പത്തുതന്നെ കുത്തിയിരിക്കുകയായിരുന്നു. അപ്പോൾ, മരച്ചുവട്ടിൽ കുന്തിച്ചിരുന്നുകൊണ്ട് ഫോസിയാൻ തവള ചോദിച്ചു:

"നീയെന്താണ് ചങ്ങാതി, അവിടെത്തന്നെ ഇങ്ങനെ കുത്തിയിരിക്കുന്നത്? നിലത്തേയ്ക്കു ഇറങ്ങിവാ, വേഗം. എന്നിട്ടുവേണം നമുക്കു അരിയുണ്ട പങ്കുവെച്ചുതിന്നാൻ."

"ശരി...പക്ഷേ, കാര്യങ്ങളൊക്കെയും നമ്മുടെ മനസ്സിനിണങ്ങിയ രീതിയിൽത്തന്നെയായിരുന്നു ഇത്രനേരവും മുമ്പോട്ടു നീങ്ങിയതെന്ന കാര്യത്തിൽ നമുക്കിരുവർക്കും യാതൊരുവിധത്തിലുള്ള എതിരഭിപ്രായവുമില്ലതന്നെ. എങ്കിലും ഇനി നമ്മൾത്തമ്മിൽ ചില ധാരണകൾ അത്യാവശ്യമാണെന്നാണ് എനിക്കിപ്പോൾ തോന്നുന്നത്. ഇന്നേരം ഞാൻ ഉദ്ദേശിക്കുന്നത് എന്താണെന്ന് നിനക്ക് വേണ്ടുംവണ്ണം മനസ്സിലാവുന്നുണ്ടോ, എന്റെ മരത്തലയൻ പോക്കാച്ചിത്തവളേ...?"

അത്രയും പെട്ടെന്ന് മോസിയാൻകുരങ്ങൻ തന്നോട് അത്തരത്തിൽ അപമര്യാദയായി പെരുമാറിയതിൽ ഫോസിയാൻതവളയ്ക്ക് അടക്കാനാവാത്ത അദ്ഭുതമാണുണ്ടായത്. മാത്രമല്ല, മോസിയാൻകുരങ്ങൻ അപ്രകാരം പറഞ്ഞതിന്റെ ശരിയായ പൊരുൾ എന്താണെന്നും ഫോസിയാൻതവളയ്ക്കു മനസ്സിലായില്ല.

"ധാരണകളോ? എന്നുവെച്ചാൽ?" ഫോസിയാൻതവള വല്ലാത്ത അന്ധാളിപ്പോടെ ചോദിച്ചു.

"...അതേ, എനിക്കറിയാം, നിനക്ക് യാതൊന്നുംതന്നെ മനസ്സിലായിട്ടില്ലെന്ന്. വാസ്തവത്തിൽ, ഊഹിച്ചാലറിയാവുന്നതേയുള്ളൂ. എന്നുവെച്ചാൽ, നമ്മളിരുവരുംചേർന്ന് പ്രയത്നിച്ചിട്ടാണ് ഈ കൂറ്റൻ അരിയുണ്ട പാത്രത്തോടെത്തന്നെ തഞ്ചത്തിൽ തട്ടിയെടുത്തതെന്ന കാര്യത്തിൽ യാതൊരു തർക്കവുമില്ല..." അല്പമൊന്നു അനങ്ങിയിരുന്ന് അരിയുണ്ടപ്പാത്രം നെഞ്ചോടു ചേർത്തുപിടിച്ചുകൊണ്ട് മോസിയാൻകുരങ്ങൻ വല്ലാത്തൊരു കുസൃതിച്ചിരിയോടെ തുടങ്ങിവെച്ചു. എന്നിട്ട്, തനിക്കിനി യാതൊന്നും പറയാനില്ലെന്ന ഭാവത്തിൽ ഫോസിയാൻതവളയുടെ നിലപാട് എന്തെന്നറിയാൻ ഏതാനും നിമിഷങ്ങൾ മൗനമവലംബിച്ചിരുന്നു.

പക്ഷേ, ഫോസിയാൻതവള കരുതിക്കൂട്ടി മിണ്ടാതിരിക്കുകയാണുണ്ടായത്. അപ്പോൾ, സമർത്ഥൻ താൻതന്നെയെന്ന ഭാവത്തിൽ മോസിയാൻ കുരങ്ങൻ അൽപം ഉച്ചത്തിൽ പറഞ്ഞു:

"...വാസ്തവത്തിൽ എന്റെ ജീവനെ പണയംവെച്ച് ഗ്രാമത്തലവന്റെ വീട്ടുമുറ്റത്തേയ്ക്കു ചാടിച്ചെന്ന് അരിയുണ്ടപ്പാത്രം കയ്യിലാക്കിയത് ഞാനാണെന്ന കാര്യത്തിൽ തീർച്ചയായും നിനക്ക് യാതൊരു വിധത്തിലുള്ള അഭിപ്രായവ്യത്യാസവുമില്ലെന്ന് എനിക്ക് നന്നായിട്ടറിയാം.

മാത്രമല്ല, ഈ അരിയുണ്ട നമുക്കു രണ്ടുപേർക്കുംകൂടി തിന്നാൻ തികയില്ലെന്നും. ഉടൽവലിപ്പത്തിൽ നീയും ഞാനും തമ്മിൽ യാതൊരു പൊരുത്തവുമില്ലാത്തതുകൊണ്ട്, ഈ അരിയുണ്ട നമ്മളെങ്ങനെ തുല്യമായി പങ്കുവെയ്ക്കും? അതുകൊണ്ട്, നമ്മൾത്തമ്മിൽ ചെറിയ തോതിലൊരു പന്തയത്തിൽ ഏർപ്പെട്ടാലെന്താ? അതായത്, പന്തയത്തിൽ ജയിക്കുന്ന ആൾക്ക് ഈ അരിയുണ്ട മുഴുവനും പാത്രത്തോടെ കൈക്കലാക്കാം. അപ്പോൾപ്പിന്നെ യാതൊരുവിധത്തിലുള്ള പരിഭവത്തിനോ മനസ്താപത്തിനോ യാതൊരു സാദ്ധ്യതയുമില്ലല്ലോ"

ഇരുവരുംചേർന്ന് ഒത്തൊരുമിച്ചു പ്രയത്നിച്ച് ഒടുവിൽ, നേടേണ്ടതു നേടിക്കഴിഞ്ഞപ്പോൾ, മോസിയാൻകുരങ്ങൻ കൂടുതൽ സമർത്ഥനാവാൻ ശ്രമിക്കുകയാണെന്ന് ഫോസിയാൻതവളയ്ക്ക് ഉടനടി ബോദ്ധ്യമായി. കാഴ്ചയിൽ എത്രയോ ചെറിയവനായ തനിക്ക്, മനസ്സറിഞ്ഞ് ഒരു തുണ്ട് അരിയുണ്ട തന്ന്, ബാക്കി മുഴുവനുംതന്നെ മോസിയാൻകുരങ്ങൻ കയ്യടക്കിയാലും ഫോസിയാൻതവളയ്ക്കു യാതൊരു വിധത്തിലുള്ള പരാതിയുമില്ലായിരുന്നു. എങ്കിലും ന്യായത്തിന് തീരെ നിരക്കാത്ത, മോസിയാൻകുരങ്ങന്റെ അതിമോഹത്തോടെയുള്ള ആ സമീപനത്തോട് ഒട്ടും എതിർപ്പു പ്രകടിപ്പിക്കാനൊരുങ്ങാതെ, ഫോസിയാൻതവള പരിപൂർണമായും വഴങ്ങിക്കൊടുക്കുകയാണുണ്ടായത്.

"എനിക്ക് സമ്മതം. അതേ, നീ നിർദ്ദേശിക്കുന്ന ഏതു പന്തയത്തിനും ഞാൻ തയ്യാറാണ്..." ഫോസിയാൻതവള മേലോട്ടുനോക്കി ഒച്ചയൊതുക്കിക്കൊണ്ടു പറഞ്ഞു. എന്നിട്ട് ഉള്ളിലെ വേവലാതി പുറമേയ്ക്കു കാട്ടാതെ നിസ്സാരമട്ടിൽ ചോദിച്ചു: "...പക്ഷേ, എന്താണ് നീ ഏർപ്പെടാൻ ഉദ്ദേശിക്കുന്ന പന്തയമെന്നൊന്നു കേൾക്കട്ടെ. ഇക്കാര്യത്തിൽ ഞാൻ പുറകിലായിരിക്കുമെന്നൊന്നും നീ കരുതേണ്ട."

അപ്പോൾ തികഞ്ഞ ഗർവ്വോടെ, മോസിയാൻകുരങ്ങൻ അല്പം ഉച്ചത്തിൽ പൊട്ടിച്ചിരിച്ചുകൊണ്ട് ഫോസിയാൻതവളയോട് പുച്ഛസ്വരത്തിൽ പറഞ്ഞു:

"കാര്യം എത്രയോ നിസ്സാരം! അരിയുണ്ടയിട്ട ഈ പാത്രം ഉടനടി കുന്നിൻതലപ്പത്തുനിന്ന് ഞാൻ കീഴ്പ്പോട്ടുരുട്ടും. അതോടൊപ്പം തന്നെ നമ്മൾ ഇരുവരും കുന്നിൻചുവട്ടിലേയ്ക്കു മത്സരിച്ചോടണം. പിന്നീട് കുന്നിന്റെ ചുവട്ടിലെത്തി, അരിയുണ്ട നമ്മളിൽ ആര് ആദ്യം കയ്യിലെടുക്കുന്നുവോ, അത് മുഴുവനും ആ ആൾക്ക് സ്വന്തം. എന്താ, സമ്മതമാണോ?"

ഓട്ടത്തിലും ചാട്ടത്തിലും മുമ്പനായ തനിക്കുതന്നെ പൂർണമായും വിജയമെന്ന അതിരറ്റ മുൻവിധിയായിരുന്നു, അപ്രകാരമൊരു പന്തയത്തിൽ ഏർപ്പെടുന്നതിനെക്കുറിച്ച് നിർദ്ദേശിക്കാൻ മോസിയാൻ കുരങ്ങനെ പ്രേരിപ്പിച്ചതെന്ന് ഫോസിയാൻതവളയ്ക്ക് നല്ലതുപോലെ അറിയാമായിരുന്നു. എങ്കിലും അത്രയ്ക്കെളുപ്പത്തിൽ തോൽവി സമ്മതിക്കാനും അഭിമാനത്തിനു മുറിവേൽക്കാനും ഫോസിയാൻതവള ഒട്ടും

ഒരുക്കമില്ലായിരുന്നു. അതുകൊണ്ട്, പന്തയഫലം എന്തുതന്നെയായാലും ഒരുകൈ നോക്കാൻ ഫോസിയാൻതവളയും അന്നേരം ഉള്ളിലുറപ്പിച്ചു.

ഉടനെ മോസിയാൻകുരങ്ങൻ മരമുകളിൽനിന്ന് തിടുക്കത്തിൽ കീഴ്പ്പോട്ടിറങ്ങി. അടുത്തനിമിഷം, കൈവശമുണ്ടായിരുന്ന അരിയുണ്ടപ്പാത്രം, കുരങ്ങൻ കുന്നിൻതലപ്പത്തുനിന്ന് കീഴ്പ്പോട്ടുരുട്ടി. അടിവാരത്തിലേയ്ക്ക് അതിവേഗത്തിൽ ഉരുണ്ടുകൊണ്ടിരിക്കുന്ന പാത്രത്തിന്റെ പിന്നാലെ ഉടൻതന്നെ കുരങ്ങൻ ഉത്സാഹത്തള്ളിച്ചയോടെ ചാടിച്ചാടി കുന്നിറങ്ങാൻ തുടങ്ങി. പിന്നീട് പാത്രം കുന്നിൻചെരുവിന്റെ പകുതിയിൽ എത്തിയപ്പോഴേക്കും കുരങ്ങൻ കുന്നിൻചുവട്ടിലെത്തി, പാത്രം കൈക്കലാക്കാനുള്ള ഒരുക്കത്തോടെ അവിടെ ഇരുപ്പുറപ്പിച്ചുകഴിഞ്ഞിരുന്നു! അതും, ഫോസിയാൻതവളയുടെ നേർക്ക് പരമപുച്ഛത്തോടെയുള്ളൊരു നോട്ടത്തോടെ.

എന്തൊരു കൊടുംചതി! ഫോസിയാൻതവള വേവലാതിയോടെ ഉള്ളിൽ കരുതി. എങ്കിലും ഒട്ടും താമസിക്കാതെ, ഇരുൾപരന്ന മനസ്സോടെ തവളയും കുന്നിൻചെരുവിലൂടെ പതുക്കെപ്പതുക്കെ കീഴ്പ്പോട്ടു ചാടാൻ തുടങ്ങി. അപ്പോൾ കുരങ്ങൻ, ഒരിക്കൽകൂടി പുച്ഛച്ചിരി ചിരിച്ചുകൊണ്ടു വീമ്പിളക്കി:

"പണ്ട് ഉറങ്ങിക്കിടന്നിരുന്ന മുയലിനെ തോല്പിച്ച്, ഒരു ആമവീരൻ ഓട്ടപ്പന്തയത്തിൽ സമ്മാനം കൈക്കലാക്കിയെന്നൊരു കെട്ടുകഥ ഞാൻ കേട്ടിട്ടുണ്ട്. പക്ഷേ, സംശയിക്കേണ്ട. ആ മണ്ടൻമുയലിനെപ്പോലെ തീർച്ചയായും ഞാനിവിടെയിരുന്ന് ഉറക്കം തൂങ്ങില്ല. ആ പാത്രം കൈക്കലാക്കി, നിന്റെ മുമ്പിൽത്തന്നെവെച്ച്, നിന്നെ കൊതിപ്പിച്ചുകൊണ്ട് ആ അരിയുണ്ട മുഴുവനും ഇപ്പോൾത്തന്നെ തിന്നേതീരൂ എനിക്ക്."

തട്ടിയും തടഞ്ഞും തിരിഞ്ഞും മറിഞ്ഞും കീഴോട്ട് അതിവേഗത്തിൽ ഉരുളുന്നതിനിടയിൽ, പാത്രത്തിൽനിന്ന് അരിയുണ്ട പൊടുന്നനെ പുറത്തേയ്ക്കു തെറിച്ചുവീണു! അൽപനേരംകൂടി ഉരുണ്ടതിനുശേഷം അരിയുണ്ട പെട്ടെന്ന് ഒരു ചെടിപ്പടർപ്പിൽ തങ്ങിയിരുന്നു. അപ്പോൾ, ആ പാത്രംമാത്രം കുന്നിൻചുവട്ടിലേയ്ക്കു ഉരുണ്ടുരുണ്ടുപോയി!

പതുക്കെപ്പതുക്കെ കീഴോട്ടു ചാടിക്കൊണ്ടിരുന്ന ഫോസിയാൻ തവള, ചെടികൾക്കിടയിൽ കുടുങ്ങിപ്പോയ അരിയുണ്ട കണ്ടു. പന്തയത്തിൽ ജയിക്കാനായി ഒടുവിലിതാ തന്റെ മുമ്പിൽ ഒരു സുവർണ്ണാവസരം തെളിഞ്ഞു കാണുന്നു, തവളയ്ക്കു മനസ്സിലായി. ഉടനെ, വീണ്ടെടുത്ത ഉത്സാഹത്തോടെ അരിയുണ്ടയുടെ നേർക്കായി തവളയുടെ ചാട്ടം. അരിയുണ്ടയുടെ അരികിലെത്തി, ഉണ്ടക്കണ്ണുകളെക്കൊണ്ട്, കുന്നിന്റെ അടിവാരത്തിൽ നേരത്തെയെത്തി ഇളിഭ്യനായി കുത്തിയിരിക്കുന്ന കുരങ്ങനെ, തവള കുസൃതിച്ചിരിയോടെയൊന്നു നോക്കി. പിന്നെ, തൊട്ടരികിൽ കിടക്കുന്ന അരിയുണ്ടയപ്പാടെ നിസ്സാരമട്ടിൽ തന്റെ കാൽക്കലേയ്ക്കു നീക്കിയിട്ട്, തവള പതുക്കെപ്പതുക്കെ കരണ്ടുതിന്നാൻ തുടങ്ങി.

അരിയുണ്ട മുഴുവനോടെ ഒറ്റയ്ക്കു തിന്നാൻ വായിൽ വെള്ളവുമായി കുന്നിൻച്ചുവട്ടിൽ കാലെക്കൂട്ടിത്തന്നെയെത്തി കാത്തിരുന്ന കുരങ്ങന് ഒടുവിൽ കിട്ടിയത് വെറും കാലിപ്പാത്രമായിരുന്നു! ■

നാക്കില്ലാക്കുരുവി

വളരെപ്പണ്ട്, ജപ്പാനിലെ ഒരു കുഗ്രാമത്തിൽ വയസ്സനായൊരു കർഷകനും അയാളുടെ ഭാര്യയും താമസിച്ചിരുന്നു. അവർക്ക് മക്കളില്ലായിരുന്നു.

ഭർത്താവ് നല്ലവനും ദയാലുവും അത്യദ്ധ്വാനിയുമായിരുന്നു. പക്ഷേ, നേരെ മറിച്ചായിരുന്നു ഭാര്യയുടെ സ്വഭാവം. മാത്രമല്ല, ഭർത്താവുമായി കലഹിക്കാനുള്ള അവസരത്തിനായി അവർ എല്ലായ്പ്പോഴും കാത്തിരുന്നു. കാരണത്തിനും അകാരണത്തിനും സ്വന്തം ഭർത്താവിനെ നീചമായി ശകാരിച്ചുകൊണ്ടിരിക്കുന്നത് അവർക്കൊരു വിനോദമായിരുന്നു. പുലർച്ചമുതൽ അന്തിയാവോളം, തന്റെ ഭർത്താവിനെപ്പറ്റി ഒന്നല്ലെങ്കിൽ മറ്റൊരു പോരായ്മയെച്ചൊല്ലി അവർ കുറ്റപ്പെടുത്തിക്കൊണ്ടിരുന്നു. അങ്ങനെ, ആ കുടുംബത്തിലെ സന്തോഷവും സമാധാനവും എന്നെന്നേയ്ക്കുമായി നഷ്ടപ്പെടുത്തി. ഏറെ ദുഃഖിതനായിട്ടായിരുന്നു അയാൾ ദിവസങ്ങൾ തള്ളിനീക്കിയത്.

ഒടുവിൽ, കിഴവൻ തീരുമാനിച്ചു. തന്റെ ഭാര്യ എത്രതന്നെ നിലയ്ക്കാതെ നാക്കിട്ടു പിടച്ചാലും കണ്ടെന്നോ കേട്ടെന്നോ നടിക്കേണ്ട. അതുകൊണ്ട്, കഴിയുന്നതും അയാൾക്ക് വീട്ടിൽ കഴിയാൻ മനസ്സു വരാറില്ല. അതിരാവിലെത്തന്നെയെഴുന്നേറ്റ് പാടത്തുപോയി വൈകുന്നേരം വരേയ്ക്കും വേലയെടുക്കും. എന്നിട്ട് ഇരുട്ടിക്കഴിഞ്ഞാൽ വീട്ടിലേയ്ക്കു മടങ്ങിയെത്തും. എന്നിട്ട് നിശ്ശബ്ദത പാലിച്ച് സമയം നീക്കും.

ഒരു ദിവസം വയലിൽനിന്നും തിരിച്ചുവരുമ്പോൾ, എങ്ങുനിന്നെന്നറിഞ്ഞില്ല, പൊടുന്നനെ ഒരു കുരുവിക്കുഞ്ഞ് പറന്നുവന്ന് അയാളുടെ തോളത്തിരുന്നു. എന്നിട്ട് അവിടെത്തന്നെ കുത്തിയിരുന്ന് ഒരു സംഗീതത്തിന്റെ മാധുര്യത്തോടെ ചിലയ്ക്കാൻ തുടങ്ങി. അപ്പോൾ കുരുവിയെ കയ്യിലെടുത്ത് അതിനെ പതുക്കെ തലോടിക്കൊണ്ട് അയാൾ ചോദിച്ചു:

"നീയെന്തിനാണ് എന്റെ തോളത്തു വന്നിരുന്നത്?"

"മക്കളില്ലാത്ത അങ്ങയുടെ മകളായി എന്നെ വളർത്തണം. ഇന്നല്ലെങ്കിൽ നാളെ അങ്ങയ്ക്കു നന്മവരും." കുരുവിക്കുഞ്ഞ് കൊഞ്ചിക്കുഴഞ്ഞുകൊണ്ടു പറഞ്ഞു. എന്നിട്ട് അയാളുടെ തോളത്തുനിന്ന് പറന്നകലാൻ കൂട്ടാക്കാതെ കുലുങ്ങിയാടാനും തത്തിക്കളിക്കാനും തുടങ്ങി.

"നിന്നെ എന്റെ മകളെപോലെ വളർത്താൻ എനിക്ക് സന്തോഷമേ യുള്ളൂ. പക്ഷേ, നിന്നെ വളർത്തുന്നതിൽ ഞാൻമാത്രം താല്പര്യം കാണിച്ചതുകൊണ്ടെന്തു കാര്യം? എന്റെ ഭാര്യക്കും നിന്നോട് അല്പ മെങ്കിലും അലിവു തോന്നേണ്ടേ?" കിഴവൻ വല്ലായ്മയോടെ ചോദിച്ചു.

"അങ്ങയ്ക്ക് നന്മ ഉളവാകുന്നൊരു കാര്യമല്ലേ? തീർച്ചയായും അതിന്റെ ഫലം അങ്ങയുടെ ഭാര്യക്കും കിട്ടാതിരിക്കില്ല. മാത്രമല്ല, എന്റെ വരവുകൊണ്ട് പിന്നീട് അങ്ങയുടെ ഭാര്യയുടെ മുരട്ടുത്തരങ്ങളൊക്കെയും വിട്ടകന്ന് ക്രമേണ അവർ ഉത്തമയായൊരു വീട്ടമ്മയായിത്തീർന്നാലോ?" കുരുവി കുണുങ്ങിച്ചിരിച്ചുകൊണ്ടു പറഞ്ഞു.

പിന്നീടൊട്ടും താമസമുണ്ടായില്ല. ആ കുരുവിക്കുഞ്ഞിനേയും തോളത്തേറ്റി അയാൾ പതുക്കെ വീട്ടിലേക്കു നടന്നു. അപ്പോൾ കിഴവനു തോന്നി. കുരുവിക്കൊരു കൂട് വേണ്ടേ? പോവുന്നവഴിക്ക് ആ കൊച്ചു കിളിക്കു പാർക്കാനായി ഒരു കൂടും വാങ്ങി.

കയ്യിൽ കിളിക്കൂടും തോളത്ത് കുരുവിക്കുഞ്ഞുമായി നിസ്സാരമട്ടിൽ വീട്ടിലേയ്ക്കു കയറിവന്ന ഭർത്താവിനെ ഭാര്യ രൂക്ഷഭാവത്തോടെ അൽപനേരം നോക്കിക്കൊണ്ടുനിന്നു. എന്നിട്ട്, ഒരു കലഹത്തിനുള്ള തയ്യാറെടുപ്പോടെ കനത്ത ഒച്ചയിൽ ചോദിച്ചു:

"നമ്മൾ രണ്ടുപേർക്കും കഴിഞ്ഞുകൂടാനുള്ള വകതന്നെ ഇന്ന് ഈ വീട്ടിലില്ല. പോരാത്തതിന്, ഒരു കിളിയേയും കൈക്കലാക്കി തോളത്തേറ്റി കൊണ്ടുവന്നിരിക്കുന്നു. മാത്രമല്ല, കാശുകൊടുത്ത് അതിനു പാർക്കാ നൊരു കൂടും വാങ്ങിയിരിക്കുന്നു."

"ഞാനതിനെ കൈക്കലാക്കിയതല്ല. എന്നോടൊപ്പം അത് തന്നി ഷ്ടത്തിന് വന്നതാണ്. നമുക്ക് മക്കളില്ലാത്തതല്ലേ? ഒരു വളർത്തുകിളിയാ വട്ടെയെന്ന് എനിക്കും തോന്നി. അതിനെ തുറന്നുവിട്ടുകഴിഞ്ഞാൽപ്പിന്നെ വല്ല നായയോ, പൂച്ചയോ പിടിച്ചുതിന്നുമെന്നു കരുതി ഒരു കൂടും വാങ്ങി." കിഴവൻ ചിരിച്ചുകൊണ്ട് സൗമ്യഭാവത്തിൽ പറഞ്ഞു. അപ്പോൾ കിഴവിക്ക് കോപമേറുകയാണുണ്ടായത്. അവർ ഒച്ചയുയർത്തി വിരൽചൂണ്ടിക്കൊണ്ട് കർക്കശസ്വരത്തിൽ പറഞ്ഞു:

"ഇത്രയുംകാലം നിങ്ങൾക്കുവേണ്ടി ഞാൻ കുറെയേറെ പാടുപെട്ടു. ഇനി ഒരു കിളിയെക്കൂടി തീറ്റിപ്പോറ്റുകയും, ശുശ്രൂഷിക്കുകയും ചെയ്യുന്ന പണികൂടിയേയുള്ളൂ ബാക്കി."

ഉടൻ ഉള്ളിൽ അമർഷം പതഞ്ഞുപൊങ്ങിയെങ്കിലും കിഴവൻ യാതൊന്നും ഉരിയാടാൻ ഒരുമ്പെടാതെ അല്പനേരം നിശ്ശബ്ദനായി നിന്നു. എന്നിട്ട് ഒച്ചയൊതുക്കിക്കൊണ്ട് പകുതി തന്നോടും ബാക്കി ഭാര്യയോടു മായി പറഞ്ഞു:

"ഈ പാവം കിളിക്കുവേണ്ടി വേണ്ടതൊക്കെയും വേണ്ടുന്ന രീതിയിൽ ഞാൻതന്നെ ചെയ്തോളാം, കൊടുത്തോളാം. നീ യാതൊരു വിധത്തിലും അതിനായി കഷ്ടപ്പെടേണ്ടതില്ല. എന്തായാലും ഈ കുരുവിയെ വളർത്തി യതുകൊണ്ട് ഇന്നല്ലെങ്കിൽ നാളെ നമുക്ക് ഇരുവർക്കും നന്മ മാത്രമേ

വന്നുഭവിക്കുകയുള്ളൂ. ആർക്കറിയാം, ക്രമേണ നിന്റെ മുരട്ടുസ്വഭാവങ്ങളൊക്കെയും എന്നന്നേയ്ക്കുമായി നിന്നെ വിട്ടുപിരിയില്ലെന്ന്? ഇനിയും ഞാൻ യാതൊന്നും പറയുന്നില്ല. ഈ കൊച്ചുകിളിയെ എനിക്കു കിട്ടാനിടയായ ഒരു അപൂർവ്വനിധിയായിത്തന്നെ ഞാൻ കണക്കാക്കുന്നു. അതുകൊണ്ട്, തടസ്സപ്പെടുത്താനൊരുങ്ങാതെ കിളിയേയും എന്നേയും അതതിന്റെ പാട്ടിനു വിട്ടേയ്ക്ക്."

തന്റെ ഭാര്യയുടെ ഇനിയത്തെ നിലപാട് എന്തെന്നു അറിയാൻ പിന്നീട് അയാൾ കാത്തുനിന്നില്ല. കുരുവിയെ കൂട്ടിനകത്താക്കി, ഏറെ ശ്രദ്ധയോടെ കുരുവിക്കൂട് ഒരു അഴിയിൽ തൂക്കിയിട്ട്, യാതൊന്നും സംഭവിക്കാത്തമട്ടിൽ അയാൾ മറ്റു പ്രവൃത്തികളിൽ മുഴുകി. എന്നിട്ടും അയാൾക്കറിയാമായിരുന്നു, ആ കുരുവിയെ വീട്ടിൽനിന്നും തുരത്താനായി തന്റെ ഭാര്യ, തികച്ചും മൃഗീയമായ പ്രവൃത്തികളിൽ ഏർപ്പെടാതിരിക്കില്ലെന്ന്. അതുകൊണ്ട്, കരുതിയിരിക്കണമെന്നും.

പിന്നെപ്പിന്നെ, ഒരു ദിവസത്തെ അത്യദ്ധ്വാനത്തിനുശേഷം വീട്ടിലെത്തിയാൽ, ശരീരത്തിന്റേയും മനസ്സിന്റേയും ക്ഷീണം അല്പമെങ്കിലും തീർക്കാനായി അയാളേർപ്പെടുന്ന ഒരേയൊരു വിനോദം ആ കൊച്ചുകുരുവിയെ വാത്സല്യത്തോടെ കയ്യിലെടുത്ത് താലോലിക്കുകയായിരുന്നു. കൂട്ടത്തിൽ, അയാൾ അതിനോടു സംസാരിക്കുകയും സല്ലപിക്കുകയും ചില ചെപ്പടിവിദ്യകൾ അതിനെ അഭ്യസിപ്പിക്കുകയുമൊക്കെ ചെയ്തു. ആ കിളിയാണെങ്കിൽ, അതൊക്കെയും എത്രയോ എളുപ്പത്തിൽ പഠിക്കുകയും ചെയ്തു. കിഴവൻ പലപ്പോഴും തന്റെ ഭാര്യയുടെ കണ്ണുവെട്ടിച്ച് കൂടുതുറന്ന് അതിനെ തന്നിഷ്ടത്തിന് പുറത്തേയ്ക്കുവിട്ട് ആ പരിസരമാകെ പാറിപ്പറക്കാനും കൊത്തിത്തിന്നാനും അനുവദിക്കും. അപ്പോഴൊക്കെയും അയാൾ അതിനോടൊപ്പം ഓടിച്ചാടിക്കളിക്കും. പിന്നെ മടിയിലിരുത്തി, കിഴവിയുടെ നിലയ്ക്കാത്ത എതിർപ്പിനെ വകവെയ്ക്കാതെ അയാൾ അതിന് ആഹാരം കൊടുക്കും. ദിവസംചെല്ലുന്തോറും ആ കുരുവിയെ വീട്ടിൽനിന്നും തുരത്തിവിടാനുള്ള അവസരത്തിനായി കാത്തിരിക്കുകയായിരുന്നു കൗശലക്കാരിയായ കിഴവി.

ഒരുദിവസം വിറകു വെട്ടാനായി കിഴവൻ കാട്ടിലേയ്ക്കു പോയി. കിഴവി അന്നേരം അടുക്കളപ്പാത്രങ്ങൾ കഴുകുന്ന തിരക്കിലായിരുന്നു. തുണി അലക്കി പിഴിയാനായി തലേന്നാൾ അവർ അല്പം അരിക്കുറുക്ക് പാകംചെയ്ത് ഒരു ചെറിയ പാത്രത്തിലാക്കി അടച്ചുവെച്ചിരുന്നു. തന്റെ ജോലികൾ തീർത്തതിനുശേഷം അരിക്കുറുക്ക് എടുക്കാനായി ചെന്നപ്പോഴാണ്, അവർക്ക് അക്കാര്യം അറിയാനായത്. അതായത്, അരിക്കുറുക്കു നിറച്ചു അടച്ചുവെച്ചിരുന്ന ആ പാത്രം കാലിയായിരുന്നു!

ഒരു പ്രത്യേക ആവശ്യത്തിനായി താൻ പാകംചെയ്തു അടച്ചു വെച്ച അരിക്കുറുക്ക് ആരാണ് കട്ടെടുത്തിരിക്കുക? കിഴവിക്ക് യാതൊരു എത്തുംപിടിയും കിട്ടിയില്ല. അപ്പോഴാണ്, കൂട്ടിനകത്ത് കുത്തിയിരുന്നിരുന്ന കുരുവിക്കുഞ്ഞ് കിഴവിയെ നോക്കി തത്തിക്കളിച്ചു തലയാട്ടിക്കൊണ്ട്

ഒരു പാട്ടിന്റെ മട്ടിൽ, ചിലയ്ക്കുന്ന സ്വരത്തിൽ പറയാൻ തുടങ്ങിയത്. സംസാരിക്കുമ്പോൾ തത്തിക്കളിക്കുകയും, തലയാട്ടുകയും ചെയ്യുന്ന ആ വിദ്യ അതിനെ പഠിപ്പിച്ചത് കിഴവനായിരുന്നല്ലോ.

"ആ അരിക്കുറുക്ക് മുഴുവനും തിന്നുതീർത്തത് ആരാണെന്നറിയേണ്ടേ? അത് ഞാനല്ലാതെ മറ്റാരുമല്ല. സത്യത്തിൽ, ആ അരിക്കുറുക്ക് നിങ്ങൾ എനിക്കുവേണ്ടി പ്രത്യേകം പാകംചെയ്തതാണ് എന്നാണ് ഞാൻ കരുതിയത്. ഇനി എന്റെ ധാരണ തെറ്റാണെങ്കിൽ, എനിക്കൊരു അബദ്ധം പിണഞ്ഞതാണെങ്കിൽ എന്നോടു പൊറുക്കുക."

താൻ ചെയ്യാനിടയായ തെറ്റ് ഏറ്റുപറഞ്ഞ ആ കുരുവി സത്യസന്ധയായൊരു കിളിയായിരുന്നു എന്ന സൽഗുണത്തെ വകവെച്ചുകൊടുക്കാൻ കിഴവി തീരെ ഒരുക്കമില്ലായിരുന്നു. മാത്രമല്ല, ചെയ്യാനിടയായ തെറ്റിനു മാപ്പപേക്ഷിച്ച ആ പക്ഷിയോട് ഉടനടി പൊറുക്കേണ്ട മനഃസ്ഥിതി കാട്ടേണ്ടതുമായിരുന്നു. പക്ഷേ, തീർച്ചയായും കിഴവി അതിനു മുതിർന്നില്ലതന്നെ. കാരണം, തന്റെ ഭർത്താവ് കൂട്ടിലിട്ടു വളർത്തിയിരുന്ന കുരുവിയോട് മുമ്പേ യാതൊരു സ്നേഹമോ ദയവോ അവർക്കു ഇല്ലായിരുന്നല്ലോ. കുരുവി തന്റെ തെറ്റു ഏറ്റുപറഞ്ഞതും വിവരിക്കാനാവാത്തവിധത്തിൽ കിഴവി ആനന്ദിക്കുകയാണു ചെയ്തത്. കുരുവിയെ ശിക്ഷിക്കാൻ തനിക്കിതാ തക്കതായൊരു അവസരം കിട്ടിയിരിക്കുന്നു. ഉടനടി ശിക്ഷ നടപ്പിലാക്കുകതന്നെ.

അവർ ആദ്യം ചെയ്തത് ആ ചെറുകിളിയെ വാതോരാതെ ശകാരിക്കുകയായിരുന്നു. എന്നിട്ട് അതിനെ കൂട്ടിൽനിന്നും വലിച്ചു പുറത്തേയ്ക്കിട്ടു. ഉടനടി മൂർച്ചയുള്ള ഒരു കത്രികയെടുത്ത് ആ പാവം കിളിയുടെ കുറിയ നാക്ക് വലിച്ചുനീട്ടി യാതൊരു അലിവുമില്ലാതെ മുറിച്ചുകളഞ്ഞു. എന്നിട്ട്. ഒരു അട്ടഹാസത്തിന്റെ ഒച്ചയിൽ പറഞ്ഞു:

"ഞാൻ കഷ്ടപ്പെട്ടു പാകംചെയ്ത് ഒരു പ്രത്യേക ആവശ്യത്തിനായി കരുതിവെച്ച അരിക്കുറുക്ക് മുഴുവനും കട്ടെടുത്ത് നീ നൊട്ടിനുണച്ചുരസിച്ചുതിന്നുതീർത്തത് ഞാൻ അരിഞ്ഞുകളഞ്ഞ ആ നാക്കുകൊണ്ടല്ലേ? നാക്കില്ലാത്ത നിനക്ക് ഇനി എന്തു ചെയ്യാനാകുമെന്ന് ഞാനൊന്നു നോക്കട്ടെ. മാത്രമല്ല, എന്റെ ഭർത്താവ് എങ്ങനെയാണ് ഇത്തവണ നിന്നെ വീട്ടിലേയ്ക്കു തിരിച്ചുകൊണ്ടുവരുന്നതെന്നും."

അത്രയും പറഞ്ഞതും ഉടൻ, വേദന സഹിക്കാനാവാതെ പുളഞ്ഞുകൊണ്ടിരുന്ന ആ കുരുവിയെ പൊക്കിയെടുത്ത് യാതൊരുവിധത്തിലുള്ള ദയവുമില്ലാതെ അതിനെ വെളിയിലേയ്ക്കു തുരത്തിവിട്ടു. പിന്നീട്, ചില വികൃതസ്വരങ്ങൾ പുറപ്പെടുവിച്ചുകൊണ്ട് എങ്ങോട്ടെന്നില്ലാതെ പറന്നകലുന്ന ആ കുരുവിയെ നോക്കിനിന്ന് കിഴവി തന്നത്താൻ ആനന്ദിക്കുകയായിരുന്നു.

അതിനുശേഷം കിഴവി, കുരുവിയേയും തന്റെ ഭർത്താവിനേയും വാതോരാതെ പഴിച്ചുകൊണ്ട്, മനസ്സില്ലാമനസ്സോടെ, വീണ്ടും അരിക്കുറുക്ക്

പാകംചെയ്തു. എന്നിട്ട് വസ്ത്രങ്ങൾ തിരുമ്പി അതൊക്കെയും അരിക്കുറുക്കു കലക്കിയ വെള്ളത്തിൽ മുക്കിയെടുത്തു തോരാനിട്ടു.

വൈകുന്നേരമായപ്പോഴയ്ക്കും അവശനായ കിഴവൻ വിറകിൻ കെട്ടുമായി വീട്ടിലേയ്ക്കു തിരിച്ചെത്തി. വരുന്നവഴിക്ക് ഒരേയൊരു ചിന്തയേയുണ്ടായിരുന്നുള്ളൂ, കിഴവന്. തന്റെ അരുമക്കിളിയെ കൂട്ടിൽനിന്നെടുത്ത്, അതിനോടൊപ്പം കളിച്ചുകൊണ്ടിരിക്കണം. തന്നെ ദൂരത്തുനിന്നു കാണാനിടയായതും അത് കൂട്ടിനകത്തു കുത്തിയിരുന്ന് ചിറകുകകളടിക്കുകയും ചിലച്ചുകൊണ്ടിരിക്കുകയും നൃത്തച്ചുവടുകൾ വെയ്ക്കുകയുമൊക്കെ ചെയ്യും. പക്ഷേ, അന്നു സംഭവിച്ചതൊന്നും അയാൾ പ്രതീക്ഷിച്ചതുപോലെയല്ലായിരുന്നു. കൂട്ടിൽ കുരുവിയില്ലായിരുന്നു. അപ്പോൾ ഉടനടി അയാൾക്കുറപ്പായി. തന്നിൽനിന്ന് കുരുവിയെ അകറ്റാനായി തന്റെ ഭാര്യ ഏതോ ചില ദുഷ്കൃത്യങ്ങളിൽ ഏർപ്പെടാനിടയായിട്ടുണ്ട്, തീർച്ച. അയാൾ ഉടനെ ഭാര്യയെ അരികിൽ വിളിച്ച് അല്പം കർക്കശസ്വരത്തിൽ ചോദിച്ചു:

"എവിടെ എന്റെ കുരുവി? അതിനെ കൂട്ടിൽ കാണുന്നില്ലല്ലോ. അതിന്റെയർത്ഥം, എനിക്കറിയാം, അരുതാത്തതെന്തോ നീ ചെയ്യാനിടയായിട്ടുണ്ടെന്ന്."

കൂടിനുള്ളിൽ തന്റെ അരുമക്കിളിയെ കാണാതായാൽ, ഭർത്താവ് തന്നെ ചോദ്യം ചെയ്യാതിരിക്കില്ലെന്ന് കിഴവിക്ക് അറിയാമായിരുന്നു. അന്നേരം, തനിക്ക് യാതൊന്നുംതന്നെ അറിയില്ലെന്ന മട്ടിൽ, കിഴവി അയാളെ മിഴിച്ചുനോക്കിക്കൊണ്ടു നിൽക്കുകയായിരുന്നു. അത്രയുമായപ്പോൾ, അയാൾ ഒച്ചയുയർത്തിക്കൊണ്ടു ചോദിച്ചു:

"എന്റെ കുരുവി എവിടെയെന്നാണ് ഞാൻ നിന്നോട് ഇപ്പോൾ ചോദിച്ചത്."

രൂക്ഷമായൊരു നോട്ടത്തോടെ കിഴവി ഏതാനും നിമിഷങ്ങൾ യാതൊന്നും ഉരിയാടാതെ നിന്നു. എന്നിട്ട് ഭർത്താവിനെത്തന്നെ തുറിച്ചുനോക്കി ഒച്ച കടുപ്പിച്ചുകൊണ്ട് നിസ്സാരമട്ടിൽ പറഞ്ഞു:

"നിങ്ങളുടെ കുരുവിയോ? എങ്കിൽപ്പിന്നെ അതിനെപ്പറ്റി എന്നോടെന്തിനു ചോദിക്കുന്നു? അത് എന്തു ചെയ്യുന്നെന്നും എവിടെ പോയെന്നുമൊന്നും എനിക്കറിയില്ല. നിങ്ങളത്രയ്ക്കൊക്കെ കൊഞ്ചിത്താലോലിച്ചു വളർത്തിയിട്ടും ആ നന്ദികെട്ട കിളി എവിടേയ്ക്കെങ്കിലും പറന്നു പോയിട്ടുണ്ടാവും. അന്നും ഞാൻ പറഞ്ഞതല്ലേ, ഒരു കിളിയെക്കൂടി തീറ്റിപ്പോറ്റുകയും, ശുശ്രൂഷിക്കുകയും ചെയ്യുന്ന പണികൂടിയേയുള്ളൂ ബാക്കിയെന്ന്."

പക്ഷേ, കിഴവൻ അത്രയ്ക്ക് എളുപ്പത്തിലൊന്നും വിട്ടുകൊടുക്കാൻ ഭാവമില്ലായിരുന്നു.

"തന്നത്താൻ കൂടുതുറന്ന് ആ കുരുവി പറന്നുപോയെന്നാണോ നീയിപ്പോൾ പറയാൻപോവുന്നത്? ഇനി നീയങ്ങനെ പറഞ്ഞാലും ഞാനതൊക്കെയും വിശ്വസിക്കണമെന്നോ? ഇനിയെങ്കിലും സത്യം തുറന്നുപറയുന്നതാണ് നിനക്ക് നല്ലത്."

ഒടുവിൽ പൊറുതിമുട്ടിയപ്പോൾ കിഴവി മുഖത്തടിച്ചതുപോലെ പറഞ്ഞു:

“തുണി മുക്കി നനയ്ക്കാനായി ഇന്നലെ രാത്രി ഞാൻ പാകം ചെയ്തു അടച്ചുവെച്ച അരിക്കുറുക്ക് മുഴുവനും അത് തിന്നുകളഞ്ഞു. എത്രതന്നെ ചോദ്യംചെയ്തിട്ടും അക്കാര്യം അതെന്നിൽനിന്നും മൂടി വെച്ചു. ഒടുവിൽ, കോപം സഹിക്കാനാവാതെ ഞാനെന്റെ കത്രികയെടുത്ത് ഉടനടി നാക്കു മുറിച്ചുകളയുമെന്നുപറഞ്ഞു പേടിപ്പെടുത്തിയപ്പോൾ, ചെയ്യാനിടയായ കുറ്റം അതു സമ്മതിച്ചു.”

“കള്ളം, പച്ചക്കള്ളം. വാസ്തവത്തിൽ ഞാനാണ് ആ അരിക്കുറു ക്കെടുത്ത് അതിനു കൊടുത്തത്. ശരിക്കും തെറ്റു ചെയ്തത് ഞാനാണ്. എന്റെ തെറ്റു മറച്ചുവെയ്ക്കാനാണ് അത് തന്നത്താൻതന്നെ കുറ്റ മേറ്റെടുത്തത്...” നിറകണ്ണുകളോടെ കിഴവൻ പറഞ്ഞു. എന്നിട്ട് ചോദിച്ചു: “...ഇനിയെങ്കിലും സത്യം പറയ്. എന്റെ കുരുവിയെ നീയെന്തു ചെയ്തു?”

കുറച്ചുനിമിഷങ്ങൾ കിഴവി മിണ്ടാതെ നിന്നു. എന്നിട്ട് യാതൊരു കൂസ്സലുമില്ലാതെ പറഞ്ഞു:

“അതേ, എന്റെ അരിക്കുറുക്ക് തിന്നതിന് ഞാൻ അതിനെ തക്ക രീതിയിൽ ശിക്ഷിച്ചു. കത്രികയെടുത്തുകാണിച്ച് നാക്ക് മുറിച്ചുകളയു മെന്നു പറഞ്ഞു പേടിപ്പെടുത്തുകയല്ല ഞാൻ ചെയ്തത്. പക്ഷേ, ശരിക്കും ഞാനതിന്റെ നാക്ക് മുറിച്ചുകളയുകയാണ് ചെയ്തത്. പിന്നീട് ഞാനതിനെ പിടിച്ചു പുറത്തുകൊണ്ടുവന്ന് പറത്തിവിട്ടു...” അത്രയും പറഞ്ഞ വസാനിപ്പിച്ചതും കിഴവി, കുരുവിയുടെ അറ്റുപോയ നാക്കെടുത്ത് കിഴവനു കാട്ടിക്കൊടുത്തു. എന്നിട്ട് കൂടുതൽ ക്രുദ്ധയായി തുടർന്നു സംസാരിച്ചു: “...ഇതാ കണ്ടോളൂ, നിങ്ങളുടെ അരുമക്കുരുവിയുടെ ഞാൻ അരിഞ്ഞെടുത്ത ആ നാക്ക്. കുരുത്തംകെട്ട പക്ഷി. അതെന്തിന് ഞാൻ പാകം ചെയ്തുവെച്ച അരിക്കുറുക്ക് മുഴുവനും തിന്നുതീർത്തു? നിങ്ങളാണ് അതെടുത്ത് അതിനു കൊടുത്തതെന്നു പറഞ്ഞതാണ് ശരിക്കും കള്ളം, പച്ചക്കള്ളം. കുരുവി ചെയ്യാനിടയായ കുറ്റം ഈ അവസര ത്തിൽ തന്ന ത്താൻ ഏറ്റെടുക്കാനൊരുങ്ങുകയാണ് നിങ്ങളെന്ന് എനി ക്കറിയാം.”

കിഴവി പറഞ്ഞവസാനിപ്പിച്ചതും സങ്കടം സഹിക്കാനാവാതെ കിഴവൻ തലയ്ക്ക് ഇരുകൈകളും ചേർത്തുവെച്ച് നിലത്തു കുന്തിച്ചിരുന്നുപോയി. എന്നിട്ട് വിതുമ്പിക്കൊണ്ടു പറഞ്ഞു:

“ഒരു പാവം കിളിയോട് നിനക്കെങ്ങനെ ഇത്രത്തോളം ക്രൂരയായി ത്തീരാൻ കഴിഞ്ഞു? ഓ! ഇനി പറയ്. ആ പക്ഷിയുടെ നാക്കു പിടിച്ചു വലിച്ച് യാതൊരുവിധത്തിലുള്ള കനിവോ, അലിവോ കൂടാതെ കത്രിക കൊണ്ടു അരിഞ്ഞെടുക്കാൻ നിനക്കെങ്ങനെ മനസ്സുവന്നു? എന്നിട്ട്, ആ നാക്കെടുത്തു സൂക്ഷിച്ചുവെച്ച്, അതിനെ ഇത്രയുംകാലം താലോലിച്ചു വളർത്തിയെടുത്ത എനിക്കുതന്നെ കാണിച്ചുതരാനുള്ള ധൈര്യം നിനക്കെങ്ങനെയുണ്ടായി?! വെറുതെയാണോ ദൈവം, ഒരു കുഞ്ഞിനെ

തരാനുള്ള കാരുണ്യം നമ്മളോട് ഒരിക്കലും കാണിക്കാതിരുന്നത്?" അത്രയും പറഞ്ഞതും കിഴവൻ പൊടുന്നനെ മൗനമവലംബിച്ചിരുന്നു.

അതേ കത്രികകൊണ്ടുതന്നെ ദയലേശമില്ലാത്ത തന്റെ ഭാര്യയുടേയും നാക്ക് ഉടനടി വെട്ടിയടർത്തിക്കളയാനാണ് കിഴവന് അപ്പോൾ തോന്നിയത്. പക്ഷേ, അയാൾ അതിനൊരുമ്പെടാതെ അവിടെത്തന്നെ കുത്തിയിരിക്കുകയായിരുന്നു. താൻ അത്രയ്ക്ക് അരുമയായി വളർത്തിക്കൊണ്ടുവന്ന ആ കൊച്ചുകിളിക്ക് അപ്രകാരമൊക്കെ സംഭവിക്കാനിടയായല്ലോ എന്നോർത്ത് അകംനൊന്ത് അയാൾ എണ്ണിപ്പെറുക്കി കരയാൻ തുടങ്ങി:

"നിന്റെ ക്രൂരതകാരണം, എന്റെ അരുമക്കിളിക്ക് അതിന്റെ നാക്കു നഷ്ടപ്പെട്ടു?! എത്രയോ നിർഭാഗ്യകരമായൊരു കാര്യമാണത്...! ഈ പാപത്തിൽനിന്ന് എനിക്കെങ്ങിനെ രക്ഷപ്പെടാനാകും...?" കിഴവൻ തന്നത്താനെന്നോണം പറഞ്ഞു. എന്നിട്ട് തുടർന്നു: "...ഇനിയും തന്നിഷ്ടത്തിന് ചിലച്ചുകൊണ്ടിരിക്കാൻ അവൾക്കാവില്ല. പോരാത്തതിന്, കത്രിക കൊണ്ട് അത്തരത്തിൽ നാക്കു മുറിച്ചുകളഞ്ഞതുകൊണ്ട്, പാവത്തിന് എന്തെങ്കിലും അസുഖം പിടിപെട്ടിട്ടുണ്ടാവും. അത് ജീവിച്ചിരിപ്പുണ്ടോ എന്നു പോലും അറിയില്ല. ഇനിയെനിക്കെന്തുചെയ്യാൻ കഴിയും?"

കിഴവൻ തോരാത്ത കണ്ണീരുമായി അന്നത്തെ രാത്രി മുഴുവനും ഒരു വിധത്തിൽ ചിലവഴിച്ചു. അതോടൊപ്പംതന്നെ അയാൾ ഉള്ളിലുറപ്പിക്കുകയും ചെയ്തു. തന്റെ ഭാര്യ തുരത്തിവിടാനിടയായ തന്റെ കുരുവിയെ ഇന്നല്ലെങ്കിൽ നാളെ താൻതന്നെ തേടിക്കണ്ടുപിടിക്കും. അതിനുശേഷം വീട്ടിലേയ്ക്കുതന്നെ തിരികെക്കൊണ്ടുവരും. മാത്രമല്ല, ഇനിയും അതിനെ ദ്രോഹിക്കാൻ തന്റെ ഭാര്യക്ക് അവസരം കൊടുക്കില്ല.

പിറ്റേന്നാൾ നേരം പുലർന്നതും തന്റെ കിളിയെക്കൂടാതെ ഇനി വീട്ടിലേക്കു തിരികെവരില്ലെന്ന ദൃഢനിശ്ചയത്തോടെ കിഴവൻ വീടു വിട്ടിറങ്ങി. എന്നിട്ട്, ദുഃഖം സഹിക്കാനാവാതെ, അരികത്തുള്ള കാടുകളിലും കുന്നുകളിലും തന്റെ അരുമക്കിളിയെ തേടിയലയാൻ തുടങ്ങി. പക്ഷേ, എത്രതന്നെ അന്വേഷിച്ചിട്ടും തനിക്കു നഷ്ടപ്പെട്ട കിളിയെ കണ്ടെത്താൻ അയാൾക്കു കഴിഞ്ഞില്ല. നാക്കു മുറിച്ചുകളഞ്ഞ അവസ്ഥയിൽ തികച്ചും നിസ്സഹായയായ തന്റെ കിളി വേദന സഹിക്കാനാവാതെ ഇനി എങ്ങോട്ടാണു പറന്നുപോയിരിക്കുക? അയാൾക്ക് യാതൊരു എത്തും പിടിയും കിട്ടിയില്ല. എങ്കിലും ഒട്ടും ആശ വെടിയാതെ അയാൾ അലച്ചിൽ തുടർന്നു. ഇല്ല, തന്റെ അരുമക്കിളിയെ കണ്ടുകിട്ടാതെ താനിനി ഒരിക്കലും വീട്ടിലേയക്കു മടങ്ങുന്നതല്ല.

നേരം ഉച്ചതിരിഞ്ഞതിനുശേഷമാണ്, അകലത്തുള്ളൊരു മുളങ്കാടിനരികിൽ അവശനായ അയാൾ ഒരുവിധത്തിൽ എത്തിച്ചേർന്നത്. അപ്പോഴാണ് അയാളോർത്തത്. സാധാരണ, കുരുവികൾ തന്നിഷ്ടത്തിനു വിഹരിക്കാറുള്ളത് മുളകൾ മുറ്റിവളർന്നുനിൽക്കുന്ന ഇടങ്ങളിലാണ്. വീണ്ടും കുരുവിയെ തേടിനടന്നപ്പോൾ പൊടുന്നനെ അയാൾ കണ്ടതെന്താണ്? ഒരു ഇല്ലിത്തലപ്പത്ത് അതാ കുത്തിയിരിക്കുന്നു, താൻ അത്ര നേരവും

അകംനിറഞ്ഞ വേവലാതിയോടെ തേടിയലഞ്ഞ തന്റെ ഓമനക്കിളി. അയാൾക്ക് സ്വന്തം കണ്ണുകളെ വിശ്വസിക്കാൻ കഴിഞ്ഞില്ല. തന്നത്താൻ മറന്ന് അയാൾ ആ കുരുവിയുടെ അരികിലേയ്ക്കു ഓടിയടുത്തു. അപ്പോൾ, അയാൾ നേരത്തെ പഠിപ്പിച്ചിരുന്ന ചില ചെപ്പടിവിദ്യകൾ കാണിച്ച് കുരുവി പറന്നുയർന്ന് അയാളുടെ തോളത്തു വന്നിരുന്നു. തന്റെ ഭാര്യ കുരുവിയോടു കാണിച്ച ക്രൂരതയ്ക്ക് അയാൾ അതിനോട് മാപ്പു ചോദിച്ചു. അപ്പോൾ കുരുവി വായ തുറന്ന് അൽപനേരമിരുന്നതിനുതിനുശേഷം പറഞ്ഞു:

"ഇത്രയും ചുരുങ്ങിയ നേരത്തിനുള്ളിൽത്തന്നെ എനിക്കൊരു പുത്തൻ നാക്കു മുളച്ചുവന്നിരിക്കുന്നു. എന്റെ നാക്കു നഷ്ടപ്പെട്ടതിനെക്കുറിച്ച് ഇനിയൊരിക്കലും ദുഃഖിക്കരുത്. പിന്നെ ഞാനിതുവരേയ്ക്കും പറയാതിരുന്നൊരു രഹസ്യം...ഞാൻ വെറുമൊരു കുരുവിയല്ല. സ്വർഗ്ഗലോകത്തു നിന്ന് ഭൂമിയിലേക്കു പറന്നിറങ്ങിയ ഒരു അപ്സരസ്സാണ്. ഈ മുളങ്കാടിന്റെ ഒത്തനടുവിലുള്ള കൊട്ടാരത്തിലാണ് എന്റെ അച്ഛനമ്മമാരോടും കൂടപ്പിറപ്പുകളോടുമൊപ്പം ഞാൻ താമസിക്കുന്നത്. അങ്ങയുടെ ദാരിദ്ര്യമപ്പാടെ ഉടനെ നീക്കി, അങ്ങയുടെ ഭാര്യയെ ഒരു ഉത്തമ സ്ത്രീയായി മാറ്റിയെടുക്കുകയായിരുന്നു എന്റെ വരവിന്റെ ഉദ്ദേശ്യം. അതിന് തക്കതായൊരു അവസരവും കിട്ടിയെനിക്ക്. നോക്കൂ, ഇതാണെന്റെ ശരിയായ രൂപം."

അങ്ങനെ പറഞ്ഞതും കുരുവിയുടെ രൂപം പതുക്കെപ്പതുക്കെ മാഞ്ഞു പോകാൻ തുടങ്ങി. ഒടുവിൽ തീരെ അപ്രത്യക്ഷമായി. പകരം, അതൊരു അപ്സരസ്സായിത്തീർന്നു. കിഴവൻ അടക്കാനാവാത്ത അദ്ഭുതത്തോടെ നോക്കിക്കൊണ്ടുനിന്നപ്പോൾ, ഒരു കുസൃതിച്ചിരിയോടെ അപ്സരസ്സ് അയാളോടു പറഞ്ഞു:

"എന്നെ ഇനിമുതൽ സുസുമെ എന്നു വിളിച്ചാൽ മതി. തല്ക്കാലത്തേയ്ക്കിനി വീട്ടിലേയ്ക്കു തിരിച്ചുപോകേണ്ട. അതായത്, ഇപ്പോൾ ത്തന്നെ എന്നോടൊപ്പം വരിക."

അയാൾ സുസുമെയോടൊപ്പം മുളങ്കാട്ടിലൂടെ നടന്നു. ഒടുവിൽ, അവർ എത്തിച്ചേർന്നത് മനോഹരമായൊരു കൊട്ടാരത്തിലായിരുന്നു. അവിടെ സുസുമെയുടെ അച്ഛനും അമ്മയും അവളുടെ കൂടപ്പിറപ്പുകളും വേറെ ഒട്ടേറെ സ്വർഗ്ഗകന്യകമാരും അവർക്കായി കാത്തിരുന്നിരുന്നു. അന്നുരാത്രി അയാൾ ആ കൊട്ടാരത്തിൽ താമസിച്ചു. ഇനി സുസുമേയേയുംകൂട്ടി വീട്ടിലേയ്ക്കു തിരിച്ചുചെല്ലണം. ഇനിയെങ്കിലും തന്റെ ഭാര്യ തക്കതായൊരു പാഠം പഠിക്കട്ടെ.

പിറ്റേന്നാൾ പുലർച്ചയ്ക്ക് കിഴവൻ വീട്ടിലേയ്ക്കു പോകാനൊരുങ്ങിയപ്പോൾ, സുസുമെ പറഞ്ഞു:

"അങ്ങ് വീട്ടിലെത്തുന്നതിനുമുമ്പെത്തന്നെ ഇവിടത്തെ പരിചാരകൻ അമ്മയ്ക്കായി ഒരു പ്രത്യേക സമ്മാനം അവിടെ എത്തിക്കുന്നതായിരിക്കും."

കിഴവൻ വീട്ടിലെത്തിയപ്പോൾ, അയാൾക്കു വിശ്വസിക്കാൻ കഴിഞ്ഞില്ല. തന്റെ ഭാര്യയുണ്ട്, മുത്തുമാലകളും വജ്രാഭരണങ്ങളുമണിഞ്ഞ് മിന്നിത്തിളങ്ങുന്നൊരു കീമോണൊ* ധരിച്ച് വാതിൽക്കൽ നിറചിരിയോടെ അയാൾക്കായി നിൽക്കുന്നു. തൊട്ടുമുന്നിൽ രണ്ടു കൂറ്റൻപെട്ടികൾ മലർക്കെ തുറന്നുവെച്ചിരിക്കുന്നു. ഒരു പെട്ടി നിറയെ സ്വർണ്ണനാണയങ്ങളായിരുന്നു. മറ്റേത് നിറയെ വിലയേറിയ വസ്ത്രങ്ങളും ആഭരണങ്ങളും. അയാൾക്കുടനെ ഊഹിക്കാൻ കഴിഞ്ഞു. അവയൊക്കെയും തന്റെ വീട്ടിലേയ്ക്കു കൊടുത്തയച്ചിരിക്കുന്നത്, അയാളുടെ വളർത്തുമകളായ സുസുമെയല്ലാതെ മറ്റാരുമല്ല.

"ഇതൊക്കെയും എവിടെനിന്നുവന്നെന്ന് എനിക്കറിയില്ല. എന്തായാലും ആ നികൃഷ്ടജീവിയെ, അതായത്, നിങ്ങളുടെ അരുമക്കുരുവിയെ ഇവിടെനിന്നും തുരത്തിവിട്ടത് നല്ലൊരു ശകുനംതന്നെ. സംശയമില്ല. ഇത്രയേറെ സ്വർണ്ണനാണയങ്ങളും ആഭരണങ്ങളും തുണിത്തരങ്ങളുമൊക്കെ നമുക്കു കിട്ടാനിടയായയല്ലോ. നാക്കറ്റ കുരുവിയെ തേടിക്കണ്ടുപിടിക്കാൻ പോയിട്ട് എന്തുണ്ടായി?"

"വിഡ്ഢീ..." പൊട്ടിച്ചിരിച്ചുകൊണ്ട് കിഴവൻ പറഞ്ഞു: "...ഇനിയെങ്കിലും മനസ്സിലാക്കണം, നീ. അത് വെറുമൊരു സാധാരണ കുരുവിയല്ല. സുസുമെയെന്ന് പേരായൊരു അപ്സരസ്സാണ്. അവളിപ്പോൾ താമസിക്കുന്നത് കുന്നിൻതാഴ്വരയിലുള്ള മുളങ്കാടിനകത്തെ മനോഹരമായൊരു കൊട്ടാരത്തിലാണ്. അന്നേ അവളെന്നോടു പറഞ്ഞിരുന്നില്ലേ, മക്കളില്ലാത്ത എന്റെ മകളായി വളർത്തണമെന്ന്. ഇന്നല്ലെങ്കിൽ നാളെ എനിക്ക് നന്മ വരുമെന്ന്. മാത്രമല്ല, അവളുടെ വരവുകൊണ്ട് പിന്നീട് നിന്റെ മുരട്ടുത്തരങ്ങളൊക്കെയും എന്നെന്നേയ്ക്കുമായി വിട്ടകന്ന് നീ ഉത്തമിയായൊരു വീട്ടമ്മയായിത്തീരുമെന്ന്. അന്നേ ഞാൻ നിന്നോടു പറഞ്ഞതല്ലേ, ആ കൊച്ചുകിളിയെ എനിക്കു കിട്ടാനിടയായൊരു നിധിയായി ഞാൻ കണക്കാക്കുന്നുവെന്ന്. ഒടുവിൽ, അപ്രകാരംതന്നെ സംഭവിച്ചിരിക്കുന്നു. നമുക്കായി അവളിതാ സമ്മാനങ്ങൾ കൊടുത്തയച്ചിരിക്കുന്നു. അങ്ങനെ, നമ്മളെ ഒടുവിൽ, നിത്യദാരിദ്ര്യത്തിൽനിന്നും കര കയറ്റിയിരിക്കുന്നു. ഇനിയെങ്കിലും ഒരു നല്ല ഭാര്യയായി, അമ്മയായി കഴിഞ്ഞുകൂടെ നിനക്ക്?"

കിഴവൻ പറഞ്ഞവസാനിപ്പിച്ചില്ല. അപ്പോഴയ്ക്കും കിഴവിയുടെ ചുണ്ടത്തെ ചിരി പൊടുന്നനെ മാഞ്ഞുപോയി. ഒച്ചയുയർത്തി അവർ പറഞ്ഞു:

"ഈ അവസ്ഥയിൽ ഒരു കാര്യം തീരെ മറക്കേണ്ട. അതായത്, വാസ്തവത്തിൽ വിഡ്ഢി ഞാനല്ല, നിങ്ങളാണ്. കുരുവിവേഷത്തിൽ വന്ന ആ അപ്സരസ്സ് ശരിക്കുമൊരു നിധിതന്നെയെന്ന് ഞാനിപ്പോൾ സമ്മതിക്കുന്നു. പക്ഷേ, നിങ്ങൾ വിവരിച്ച വിധത്തിലല്ല. ചുരുക്കത്തിൽ, വെറും രണ്ടു പെട്ടികൾ നിറയെ ആഭരണങ്ങളും തുണിത്തരങ്ങളും, സ്വർണ്ണനാണയങ്ങളുംമാത്രം നമുക്ക് കിട്ടിയതുകൊണ്ടെന്തു പ്രയോജനം? ഇനി

---

* ജപ്പാൻകാരുടെ ദേശീയവേഷം

ആ അപ്സരസ്സിനെ കൈകാര്യം ചെയ്യുന്നത് ഞാനായിരിക്കും. ഇപ്പോൾത്തന്നെ ഞാനവളുടെ കൊട്ടാരത്തിലേയ്ക്കു പുറപ്പെടുന്നു. മറ്റൊരു കൂറ്റൻ പെട്ടിയുംകൊണ്ടായിരിക്കും ഞാനിനി തിരിച്ചെത്തുന്നത്. മാത്രമല്ല, അതിനു ശേഷം, നാളെമുതൽക്ക്, ഓരോ പെട്ടി നിറയെ സ്വർണ്ണനാണയങ്ങൾ എന്നും പുലർച്ചയ്ക്കിവിടെ എത്തിച്ചേരുകയും വേണം. അങ്ങനെ, മുളങ്കാടിനകത്തെ ആ കൊട്ടാരത്തിലുള്ള സകല സ്വത്തുക്കളും ഈ വീട്ടിൽ വന്നുചേർന്നേ മതിയാവൂ."

ഉടനെ, കിഴവൻ മറിച്ചെന്തെങ്കിലും പറയാൻ മുതിരുന്നതിനു മുമ്പെത്തന്നെ, അയാളുടെ ഭാര്യ അതേ വേഷത്തിൽ ഇറങ്ങിനടന്നുകഴിഞ്ഞിരുന്നു.

കുന്നിൻതാഴ്വരയിലെ മുളങ്കാട്ടിലെത്തി കൊട്ടാരം കണ്ടുപിടിച്ച് കിഴവി അകത്തേയ്ക്കു ചെന്നു. എന്നിട്ടു നീട്ടിവിളിച്ചു:

"മോളേ സുസുമെ...ഞാനിതാ വന്നിരിക്കുന്നു. നിന്റെ സ്നേഹനിധിയായ അമ്മ..."

കിഴവിയുടെ വിളി കേട്ടതും സുസുമെ ആദരവോടെ പുറത്തേയ്ക്കു വന്നു. അപ്പോൾ കിഴവി പറഞ്ഞു:

"നിനക്കറിയാമോ, എന്റെ ഭർത്താവ് പ്രത്യേകം പറഞ്ഞയച്ചിട്ടാണ് ഞാനിത്രയും ദൂരം നിന്നെ കാണാനായി ഇവിടെയെത്തിയിരിക്കുന്നത്. കാരണം, നീ അത്രയ്ക്ക് സ്നേഹത്തോടെ ഞങ്ങൾക്കായി കൊടുത്തയച്ച എത്രയോ വിലപ്പെട്ട സമ്മാനങ്ങളെക്കൊണ്ടൊന്നും ഒട്ടും തൃപ്തനല്ല അദ്ദേഹം. ഞാൻ എത്രതന്നെ എതിർത്തിട്ടും ഒടുവിൽ എനിക്കദ്ദേഹത്തെ അനുസരിക്കേണ്ടിവന്നുവെന്നു പറഞ്ഞാൽ മതിയല്ലോ. ഒരു പെട്ടി സ്വർണ്ണനാണയങ്ങൾകൂടി നീ ഞങ്ങൾക്ക് ഇപ്പോൾത്തന്നെ തരണം. ആ പെട്ടി ഞാൻതന്നെ തലയിൽ ചുമന്നുകൊണ്ടുപോയി വീട്ടിലെത്തിച്ചോളാം. ഇനിയും അദ്ദേഹമെന്നെ നിർബ്ബന്ധിക്കുകയാണെങ്കിൽ, കൂടക്കൂടെ ഇവിടെയെത്തി സ്വർണ്ണനാണയങ്ങൾ നിറച്ച പെട്ടികൾ ചുമന്നുകൊണ്ടുപോകാൻ ഞാനൊരുക്കമാണ്."

"തീർച്ചയായും..." അങ്ങനെ പറഞ്ഞതും തൊട്ടരികിൽ നിന്നിരുന്ന ഒരു പരിചാരകനോട് സുസുമെ ഉത്തരവിട്ടു: "...ഉടനെ ഒരു പെട്ടി കൊണ്ടുവന്ന് ഇവർക്കു കൊടുക്കുക..."

പരിചാരകൻ പെട്ടി കൊണ്ടുവന്നതും അത് തലയിൽ ചുമന്ന് കിഴവി വീട്ടിലേക്കു തിരിച്ചു. വഴിക്കുവെച്ച് കിഴവിക്കു തോന്നി. എന്തുകൊണ്ട് അപ്പോൾത്തന്നെ ആ പെട്ടിയൊന്നു തുറന്നുനോക്കിക്കൂടാ? ഉടനെ പെട്ടി നിലത്തിറക്കി കിഴവി അത് ഒരൊറ്റ വലിക്കു തുറന്നു. പക്ഷേ, മിന്നിത്തിളങ്ങുന്ന ഒട്ടേറെ സ്വർണ്ണനാണയങ്ങൾ കണ്ടുരസിക്കാൻ കൊതിച്ച കിഴവി മുമ്പിൽ കണ്ടതെന്താണ്? അതിനകത്തുനിന്നും പലതരം വന്യമൃഗങ്ങളും, ഒട്ടേറെ ഭൂതത്താൻമാരും പുറത്തേയ്ക്കു കുതിച്ചുചാടി! ഉടനെ പേടിച്ചോടിയ കിഴവിയെ അവ തുരത്തിക്കൊണ്ട് പുറകെ പാഞ്ഞടുക്കാൻ തുടങ്ങി...

ഓടിക്കിതച്ച് വീട്ടിലെത്തിയ കിഴവി ബോധം നശിച്ച് നിലത്തു വീഴുകയാണുണ്ടായത്. പിന്നീട് തളർച്ചയോടെ കണ്ണുകൾ തുറന്നുനോക്കിയപ്പോൾ അവർ കണ്ടത്, ചുണ്ടത്തൊരു കുസൃതിച്ചിരിയോടെ നിൽക്കുന്ന ഭർത്താവിനെയായിരുന്നു. തൊട്ടരികിൽ സുസുമെയും നിന്നിരുന്നു. വീണിടത്തുനിന്ന് ഒരുവിധത്തിൽ എഴുന്നേറ്റുനിന്ന് കിഴവി നിറകണ്ണുകളോടെ തന്റെ ഭർത്താവിന്റേയും സുസുമെയുടേയും കയ്യിൽ പിടിച്ചുകൊണ്ടു പറഞ്ഞു:

"എനിക്കു മാപ്പുതരിക. മാത്രമല്ല, ഇനിയൊരിക്കലും ഈ വീടു വിട്ട് നീ പോവരുത്. സ്വർഗ്ഗത്തിൽനിന്നു വന്നെത്തിയ അപ്സരസ്സായി, നിന്റെ അച്ഛനമ്മമാരോടും കൂടപ്പിറപ്പുകളോടുമൊത്ത് നീ ഇവിടെത്തന്നെ താമസിക്കണം."

"അങ്ങനെത്തന്നെയാവട്ടെ..." സുസുമെ പറഞ്ഞു. എന്നിട്ട് കിളിക്കൂടിനുനേരെ നോക്കിക്കൊണ്ടു തുടർന്നു: "...പക്ഷേ, അച്ഛനും അമ്മയ്ക്കും കൂട്ടായി ഈ വീട്ടിൽ എന്നെന്നേയ്ക്കും താമസിക്കുന്നത് ഞാൻ മാത്രമായിരിക്കും..." അങ്ങനെ പറഞ്ഞതും അവൾ കിളിക്കൂടിനുനേരെ പതുക്കെ നടന്നടുത്തു. അടുത്തനിമിഷം അവളൊരു കുരുവിയായി മാറി. അതിനുശേഷം അവൾ ആ കൂട്ടിനകത്ത് കയറിയിരുന്ന് തലയാട്ടാനും നൃത്തമാടാനും തുടങ്ങി. അപ്പോൾ കിഴവനും കിഴവിയും ആ രംഗം നിറകണ്ണുകളോടെ നോക്കിക്കൊണ്ടു നിൽക്കുകയായിരുന്നു.

■

ആയിരം കൽപ്പടവുകൾ

അന്ന് പുലർച്ചയ്ക്ക് ഗ്രാമവാസികളെല്ലാവരും എഴുന്നേറ്റ് അവരവരുടെ വീടുകളിൽനിന്നും പുറത്തേയ്ക്കു വന്നുനോക്കിയപ്പോൾ കാണാനിടയായ ദാരുണമായ കാഴ്ച അവരെയെല്ലാം വല്ലാതെ നടുക്കിക്കളഞ്ഞു. എവിടെ നോക്കിയാലും കടപുഴങ്ങി താറുമാറായി മറിഞ്ഞുകിടക്കുന്ന ചെടികളും ചില്ലകളും കൊമ്പുകളുമൊടിഞ്ഞ മരങ്ങളും ചവിട്ടിമെതിച്ചു താറുമാറാക്കിയ നെൽവയലുകളും മേച്ചിൽപ്പുറങ്ങളുംമാത്രം. അതോടൊപ്പംതന്നെ ചുറ്റുപാടുമുള്ള നനവാർന്ന മണ്ണിലും ചതുപ്പുനിലങ്ങളിങ്ങളിലുമൊക്കെ അമർന്നുപതിഞ്ഞ രണ്ടു കൂറ്റൻ കാലടികളുടെ പാടുകളും. തീർച്ചയായും ആ ഗ്രാമവാസികൾക്ക് ഏതോ ദുർഗ്ഗതി നേരിടേണ്ടതായ അവസ്ഥയായിരിക്കുന്നു. അവർ കരുതി.

ആ കാൽപ്പാടുകളിൽ ഓരോന്നിനും ഒട്ടേറെ ഗ്രാമവാസികൾക്ക് ഒരേ സമയത്ത് വട്ടത്തിലിരുന്ന് ആഹാരം കഴിക്കാനുള്ളത്ര ഇടമുണ്ടായിരുന്നു! ഇനി ആരായിരിക്കും അത്രയും വലിപ്പമേറിയ ആ കാലടികളുടെ ഉടമസ്ഥൻ? മാത്രമല്ല, കാലടികൾക്കുമാത്രം അത്രത്തോളം വലിപ്പമുണ്ടെങ്കിൽപ്പിന്നെ, എത്രത്തോളം വലിയതായിരിക്കും ആ കാലുകളും അവയെ താങ്ങുന്ന ശരീരവും? എന്തായാലും, ആ ഗ്രാമവാസികൾക്ക് അത്രയേറെ നാശനഷ്ടങ്ങൾക്കിടയാക്കിയ ആ ദുഷ്ടനെ ഉടൻ തേടിക്കണ്ടുപിടിച്ച് ശിക്ഷിച്ചിട്ടേയുള്ളൂ ഇനി മറ്റൊരു കാര്യം. അവരെല്ലാവരും ചേർന്ന് അപ്പോൾത്തന്നെ തീരുമാനിച്ചു.

ഉടനടി, കൈകളിൽ മൂർച്ചയേറിയ അരിവാളുകളുമേന്തി ഗ്രാമവാസികൾ ആ കാലടിപ്പാടുകളെ പിന്തുടർന്ന് ശത്രുവിനെ വേട്ടയാടിപ്പിടിക്കാനായി ഇറങ്ങിത്തിരിച്ചു. നടന്നുനടന്ന് ഒടുവിൽ അവരൊക്കെയും തീരെ അവശരായിത്തീർന്നു. പരപ്പും ആഴവുമേറിയ ആ കാൽപ്പാടുകൾ ഏറെ ദൂരത്തുള്ള കുന്നിൻതാഴ്വരയിൽ ചെന്നവസാനിക്കുന്നുവെന്നു കണ്ടപ്പോൾ, ഗ്രാമീണരെല്ലാംതന്നെ നിരാശരായി.

ഇനിയെന്താണു ചെയ്യേണ്ടതെന്നറിയാതെ അവരെല്ലാവരും വല്ലാതെ കുഴങ്ങിവശായി. തൊട്ടുമുന്നിൽ ഒരു വെല്ലുവിളിയെന്നോണം കുത്തനെ നിലകൊള്ളുന്ന ആ കുന്നിന്റെ തലപ്പത്തേയ്ക്ക് അന്നുവരേയ്ക്കും അവരാരുംതന്നെ കയറിച്ചെന്നിട്ടില്ല. ഒടുവിൽ, അവർ കുന്നിൻചുവട്ടിൽ

ത്തന്നെനിന്ന് അതിന്റെ നിറുകയിലേയ്ക്കു നോക്കി കൈവശമുള്ള അരിവാളുകളുയർത്തി കൂട്ടത്തോടെ ഒച്ചയിടാൻ തുടങ്ങി. അവർക്കൊക്കെയും അത്രയേറെ നാശനഷ്ടങ്ങൾക്കിടവരുത്തിയ ആ ശത്രു എത്രതന്നെ ഭീമാകാരനായാലും കരുത്തനായാലും ഒന്നിച്ചെതിർത്ത് അവനെ എളുപ്പത്തിൽത്തന്നെ കീഴ്പ്പെടുത്താമെന്ന അമിതമായ ആത്മവിശ്വാസമുണ്ടായിരുന്നു ആ ഗ്രാമീണർക്ക്.

അല്പനേരത്തേയ്ക്ക് കുന്നിൻപുറത്തുനിന്നും യാതൊരുതരത്തിലുള്ള ഒച്ചയും അനക്കവുമില്ലായിരുന്നു. പിന്നീട് കുന്നിൻതലപ്പത്തുനിന്നും എണ്ണാനാവാത്തവിധത്തിൽ അത്രയേറെ കൂറ്റൻകല്ലുകൾ പൊടുന്നനെ താഴ്വരയിലേയ്ക്ക് കൂട്ടത്തോടെ ഉരുണ്ടുവീഴാൻ തുടങ്ങി. ഭീതി ഉളവാക്കുന്ന ആ രംഗം കണ്ട് അന്തംവിട്ടുപോയ ഗ്രാമീണർ അസാധാരണ വലിപ്പമുള്ള ആ പാറക്കഷ്ണങ്ങളിൽനിന്ന് രക്ഷനേടാനായി കൂട്ടം പിരിഞ്ഞു ചിന്നിച്ചിതറി ഒഴിഞ്ഞുനിന്നു.

കുന്നിൻതാഴ്വരയിലേയ്ക്ക്, അത്രയേറെ വൻകല്ലുകളുടെ, തുടർച്ചയായുള്ള ഉരുളൽ നിലച്ചപ്പോൾ, നിമിഷങ്ങൾമാത്രം നീണ്ടുനിന്ന, അസഹനീയമായ കനത്ത നിശ്ശബ്ദത. പിന്നീട് കുന്നിൻതലപ്പത്തുനിന്നു കേൾക്കാനിടയായത്, കാതടയ്ക്കുന്ന വല്ലാത്തൊരു അട്ടഹാസമായിരുന്നു. അന്നേരം അവിടെ അവശേഷിച്ചിരുന്ന ഗ്രാമവാസികൾ കാര്യമെന്തെന്നറിയാതെ തമ്മിൽത്തമ്മിൽ പകച്ചുനോക്കിക്കൊണ്ടുനിൽക്കുകയായിരുന്നു.

നിമിഷങ്ങൾക്കുശേഷം ഉൾക്കിടിലമുളവാക്കുന്നൊരു അസുര രൂപം കുന്നിൻമുകളിൽ വന്നുനിൽക്കുന്നത് അവർ കണ്ടു. മാനംമുട്ടുന്ന ഉയരം. നീലനിറം. ചെമ്മണ്ണിന്റെ നിറമുള്ള കഷണ്ടിത്തല. കാതുകൾക്ക് തൊട്ടുമേലെ ശിരസ്സിന്റെ ഇരുവശങ്ങളിലും കുത്തനെ നിലകൊള്ളുന്ന രണ്ടു കൂർത്ത കൊമ്പുകൾ. കൂറ്റൻ തീപ്പന്തങ്ങൾപ്പോലെ ജ്വലിച്ചുകൊണ്ടു നിൽക്കുന്ന കണ്ണുകൾ. കത്രികയലകുകൾപ്പോലെ പല വശങ്ങളിലേക്കും എഴുന്നുനിൽക്കുന്ന പല്ലുകൾ.

കുന്നിൻതലപ്പത്ത് നീണ്ടുനിവർന്നുനിൽക്കുന്ന ആ അസുരനെ ഒരു നോക്കു കണ്ടതും താഴെ നിന്നവരിൽ പലരും പല വഴിക്കു വിരണ്ടോടിയകന്നു. അവശേഷിച്ചവരൊക്കെയും എങ്ങോട്ടെങ്കിലും പാഞ്ഞകലാനുള്ള കരുത്തില്ലാഞ്ഞതിനാൽ, പേടിച്ചുവിറച്ച് കുന്നിൻമുകളിലേയ്ക്കു ഉറ്റുനോക്കിക്കൊണ്ട് അവിടെത്തന്നെ നിന്നു. അവരുടെ അയഞ്ഞ കൈകളിൽനിന്ന് അരിവാളുകൾ പിടിവിട്ട് നിലംപറ്റി. അപ്പോൾ ആ അസുരൻ അരക്കെട്ടിൽ കൈകളമർത്തിനിന്നു ആടിയാടി, ആ കുന്നിൻ താഴ്വരയൊകെ മാറ്റൊലികൊള്ളുമാറുച്ചത്തിൽ പൊട്ടിച്ചിരിക്കാൻ തുടങ്ങി. ഒരു അട്ടഹാസംപോലത്തെ ആ ചിരി കേട്ടതും ഗ്രാമവാസികളൊക്കെയും മുമ്പത്തേക്കാളേറെ ഭയപരവശരായിത്തീരുകയാണ് ചെയ്തത്.

പക്ഷേ, അസുരന് തിരിച്ചറിയാൻ കഴിയാത്ത ഇനിയുമൊരാൾ ആ ഗ്രാമീണർക്കിടയിൽ ഏറെ പിന്നിലായി നിൽപുണ്ടായിരുന്നു. ഒരു ചെറുപ്പക്കാരന്റെ വേഷത്തിൽ കുന്നിൻചുവട്ടിലെത്തിയ, ഗ്രാമാതിർത്തിയിലെ

ദേവാലയത്തിന് പാറാവുനിൽക്കുന്ന മാലാഖയല്ലാതെ മറ്റാരുമല്ലായിരുന്നു, അത്.

തലേന്നാൾ രാത്രിയിൽ ഗ്രാമത്തിന്റെ അതിർത്തിയിലെത്തിയ അസുരൻ, അങ്ങേയറ്റത്തുള്ള മൊട്ടക്കുന്നിന്റെ തലപ്പത്തേയ്ക്കു നോക്കിക്കൊണ്ടു നിൽക്കുന്നത്, തൊട്ടപ്പുറത്തുള്ള പൈൻമരക്കൊമ്പത്തിരുന്ന് മാലാഖ കണ്ടിരുന്നു. അസുരന്റെ പിന്നത്തെ നീക്കങ്ങളെപ്പറ്റി സംശയിച്ച മാലാഖ അപ്പോൾത്തന്നെ മധുരസ്വരത്തിൽ ചോദിക്കുകയും ചെയ്തിരുന്നു:

"എനിക്കറിയാം, ഇന്നല്ലെങ്കിൽ നാളെ നീ തീർച്ചയായും ഇവിടെയെത്തിച്ചേരുമെന്ന്. നിന്നേയും കാത്താണ് ഞാനീ മരക്കൊമ്പത്തിരിക്കുന്നതും. നിന്നിൽനിന്നുതന്നെ എനിക്കറിയണം, ഈ ഗ്രാമത്തിൽ നിനക്കെന്താണ് കാര്യം?" മാലാഖ ഒച്ചയൊതുക്കിക്കൊണ്ടു ചോദിച്ചു. എന്നിട്ട് ഒരു മറുപടിക്കായി കാത്തിരുന്നു.

പൈൻമരക്കൊമ്പത്തുനിന്ന് പൊടുന്നനെ ഉയർന്ന, തീരെ പ്രതീക്ഷിക്കാതെയുള്ള ആ ചോദ്യം കേൾക്കാനിടയായതും നടുങ്ങിപ്പോയ അസുരൻ അടക്കാനാവാത്ത കോപത്തോടെ പിൻതിരിഞ്ഞുനോക്കി. മരക്കൊമ്പത്തിരിക്കുന്ന മാലാഖയെ കണ്ടതും യാതൊന്നും സംഭവിക്കാത്തമട്ടിൽ അല്പനേരം നിശ്ശബ്ദത പാലിച്ചുകൊണ്ടുനിന്നു. അസുരൻ പൊടുന്നനെ അവലംബിച്ച ആ മൗനം തികച്ചും അപകടകരമാണെന്ന് ഉടനടി മാലാഖയ്ക്കു ഊഹിക്കാൻ കഴിഞ്ഞു. എന്തൊക്കെയോ നിശ്ചയിച്ചുറപ്പിച്ചുതന്നെയാണ് ആ ഗ്രാമത്തിലേയ്ക്ക് അസുരൻ എത്തിച്ചേർന്നിരിക്കുന്നതെന്നും. അതും സൂത്രത്തിൽ, രാത്രിവേളയിൽ. അസുരന്റെ ഏതു നീക്കത്തേയും ചെറുത്തേതീരൂ.

"അതേ, ഈ അസമയത്ത് നീ ഗ്രാമത്തിലെത്തിപ്പെട്ടിരിക്കുന്നത്, ഏതോ ചില ദുരുദ്ദേശ്യങ്ങളോടെയാണെന്ന് എനിക്ക് യാതൊരു സംശയവുമില്ല. അതുകൊണ്ട്, എന്താണാവോ നിന്റെ ഇനിയത്തെ ഭാവമെന്ന് എനിക്കറിഞ്ഞേതീരൂ."

താൻ ചെയ്യാനൊരുമ്പെടുന്ന ദുഷ്കൃത്യങ്ങളൊക്കെയും തന്റേടക്കാരിയായ മാലാഖ തന്റെ സകല കരുത്തുമുപയോഗിച്ചു തടയുമെന്ന് അസുരന് നന്നായിട്ടറിയാമായിരുന്നു. അതുകൊണ്ട്, തനിക്ക് ഒട്ടും കുലുക്കമില്ലെന്നു അഭിനയിച്ചുകൊണ്ട് അസുരൻ നിസ്സാരമട്ടിൽ പറഞ്ഞു:

"നീ നിന്റെ പാട്ടിനു പൊയ്ക്കോ, വേഗം. അല്ലെങ്കിൽ ചിറകുകൾ കൂട്ടിപ്പിടിച്ച് നീയിപ്പോൾ കുത്തിയിരിക്കുന്ന പൈന്മരക്കൊമ്പത്തു തന്നെ ആഞ്ഞടിച്ച് നിന്റെ തല ചതയ്ക്കും ഞാൻ, ഓർത്തോ. പിന്നീട് ഒട്ടും താമസിക്കില്ല. നിന്നെ ചട്ടിയിലിട്ടു പൊരിച്ചുതിന്നു വിശപ്പടക്കും, ഞാൻ. അങ്ങനെ, ഈ ഗ്രാമത്തിൽ തന്നിഷ്ടത്തിന് സുഖജീവിതം നയിക്കാനെത്തിച്ചേർന്ന എന്റെ ആദ്യത്തെ ഇര നീതന്നെയാവട്ടെ."

അസുരന്റെ ഭീഷണിവാക്കുകൾ കേട്ടിട്ടും മാലാഖയ്ക്ക് യാതൊരു വിധത്തിലുള്ള കുലുക്കവുമില്ലായിരുന്നു. കാരണം, അസാമാന്യമായ

കരുത്തും തന്റേടവുമുള്ള മാലാഖയ്ക്ക് നല്ലതുപോലെ അറിയാമായിരുന്നു, ആ ദേവാലയത്തിന് കാവൽ നിൽക്കുന്ന സ്വർഗ്ഗലോകവാസിയായ തന്നെ ഒന്നു തൊടാൻപോലുമുള്ള ശക്തി ആ അസുരനില്ലെന്ന്.

അസുരനെത്തന്നെ നോക്കിയിരുന്നുകൊണ്ട് ഒച്ചയടക്കി ചിരിക്കുകയായിരുന്നു, മാലാഖ അപ്പോൾ. അൽപസമയത്തിനുശേഷം, മരക്കൊമ്പത്തുനിന്നും പൊങ്ങി മാലാഖ അസുരന്റെ തലയ്ക്കുചുറ്റും പല തവണ പറന്നു. പിന്നീട്, നിശ്ശബ്ദയായി, എന്തൊക്കെയോ ചിന്തിച്ചുറപ്പിച്ചതുപോലെ വീണ്ടും പഴയ സ്ഥാനത്തുതന്നെ വന്നിരുന്നു. അപ്പോൾ അസുരൻ ഗർവ്വോടെ പറഞ്ഞു:

"ഓരോ ദിവസവും എനിക്കാവശ്യമുള്ള ആഹാരം ഒരുക്കിത്തരേണ്ട ചുമതല ഇനി ഈ ഗ്രാമവാസികളുടേതാണ്. അതിനായുള്ള എന്റെ ഉദ്യമങ്ങളെ തടയാതിരിക്കുന്നതാണ് നിനക്ക് നല്ലത്."

"ഈ ഗ്രാമത്തിലുള്ളവരെല്ലാംതന്നെ പരമസാധുക്കളും തീരെ നിരുപദ്രവികളുമാണ്. വയലിൽ എല്ലുമുറിയെ അദ്ധ്വാനിച്ച് അവരൊക്കെയും ഇവിടെ യാതൊരു അല്ലലുമില്ലാതെ കഴിഞ്ഞുകൂടുന്നു. അവരെ ഏതെങ്കിലും വിധത്തിൽ നീ ദ്രോഹിക്കാനിടയായാൽപ്പിന്നെ ഞാനൊരിക്കലും സഹിക്കില്ല. പിന്നീട് നീയെതിർക്കേണ്ടത് എന്നോടായിരിക്കും. അക്കാര്യം തീരെ മറക്കേണ്ട. അതുകൊണ്ട്, ഈയ്യിടം വിട്ട് ഉടനടി വന്ന വഴിക്ക് തിരികെ പോവുന്നതാണ് നിനക്ക് നല്ലത്. അല്ലെങ്കിൽ തോൽവിയടഞ്ഞ് നാണംകെട്ട് ഇവിടെനിന്ന് പോവേണ്ടിവരും. അക്കാര്യവും മറക്കേണ്ട നീ." ഒരു മുന്നറിയിപ്പിന്റെ സ്വരത്തിൽ മാലാഖ പറഞ്ഞു.

പക്ഷേ, ഗർവ്വിഷ്ടനായ ആ അസുരൻ, മാലാഖയുടെ വാക്കുകൾ തീരെ വകവെയ്ക്കാതെ കനത്ത കാൽവെയ്പുകളോടെ രണ്ടുംകല്പിച്ച് തിടുക്കത്തിൽ ഗ്രാമത്തിലേക്കു നടന്നകലുകയാണ് ചെയ്തത്. ഒരുകൈ നോക്കാനുള്ള ഒരുക്കത്തോടെ മാലാഖ അന്നേരം പൈന്മരക്കൊമ്പത്തുതന്നെയിരുന്നു.

കാൽവിരലുകൾകൊണ്ട് ചെടികൾ പിഴുതെറിഞ്ഞ്, കൈത്ത ണ്ടകൾകൊണ്ട് മരക്കൊമ്പുകൾ തല്ലിയൊടിച്ച്, വയലുകളും ചതുപ്പു നിലങ്ങളും ചവിട്ടിമെതിച്ച്, കുപിതനായ അസുരൻ ഒരു കൊടുങ്കാറ്റുപോലെ കുന്നിൻ ചെരുവിലേക്കു യാത്രയായി. അസുരൻ വരുത്തിവെച്ച കൊടിയ കെടുതികളെപ്പറ്റി യാതൊന്നും അറിയാതെ ഗ്രാമവാസികളെല്ലാവരും അന്ന് പകലത്തെ കഠിനാദ്ധ്വാനത്തിന്റെ തളർച്ചയിൽ അതിഗാഢമായ ഉറക്കത്തിലായിരുന്നു. രാത്രിയുടെ മറവിൽ കുന്നു കയറിയെത്തിയ അസുരൻ ആ നേരമത്രയും ഒരു ഗുഹയ്ക്കകത്തു ഒളിച്ചിരിക്കുകയായായിരുന്നു...

കുന്നിൻചുവട്ടിൽ ഭയപരവശരായി നിൽക്കുന്ന ഗ്രാമവാസികളെ തുറിച്ചുനോക്കി അസുരൻ വിരൽ ചൂണ്ടിനിന്നുകൊണ്ട് വിജയലഹരിയോടെ അട്ടഹസിച്ചു:

"അതേ, ഞാൻതന്നെയാണ് നിങ്ങളുടെ വിളവുകളൊക്കെയും ചവിട്ടിമെതിച്ചു നശിപ്പിച്ചുകളഞ്ഞത്. അരിവാളുകളുമേന്തി എന്നോടെതിരിടാൻ

വന്നിരിക്കുകയാണോ, നിങ്ങളെല്ലാവരും, കൂട്ടത്തോടെ? എങ്കിൽ ഭീരുക്കളേ, ഒരൊറ്റ നിമിഷം മതി എനിക്ക് നിങ്ങളെയൊക്കെയും ഒരുമിച്ചു കൊന്നൊടുക്കാൻ. പക്ഷേ, തൽക്കാലം ഞാനതിനു മുതിരുന്നില്ല. ഇവിടത്തെ ദേവാലയത്തിന് പാറാവുനിൽക്കുന്ന സ്വർഗ്ഗവാസിയായ ആ മാലാഖയ്ക്കുപോലും ഇനി എന്റെ കൈപ്പിടിയിൽനിന്നും നിങ്ങളെ രക്ഷപ്പെടുത്താനാവില്ല. നാളെമുതൽക്ക് നിങ്ങൾ ഓരോരുത്തരായി എന്റെ ഗുഹയിൽ വരിക, എനിക്ക് ആഹാരത്തിനായി. എന്റെ കല്പനകളെ അനുസരിക്കാതിരുന്നാൽ, നിങ്ങളെ ഓരോരുത്തരെയായി വേട്ടയാടി കൊന്നുതിന്നും, ഞാൻ. ഇനിയത്തെ കാര്യങ്ങളൊക്കെയും തീരുമാനിക്കേണ്ടത് നിങ്ങൾത്തന്നെയാണ്. ഇന്നുതന്നെ നിർദ്ദയം കൂട്ടക്കൊലയ്ക്ക് ഇരയാവണോ, അതോയിനി ദിവസന്തോറും ഒരാളെന്ന തോതിൽ എനിക്ക് ആഹാരമാകണോ? എന്റെ ചോദ്യത്തിന് ഇപ്പോൾത്തന്നെ എനിക്ക് മറുപടി കിട്ടണം."

അസുരൻ അങ്ങനെ പറഞ്ഞവസാനിപ്പിച്ചതും അവർക്കിടയിൽ ഒരു കനത്ത നിശ്ശബ്ദത ഉറഞ്ഞുകൂടി.

ഭയചകിതരായി കുന്നിൻതാഴ്വരയിൽ നിന്നിരുന്ന ഗ്രാമീണർക്കെല്ലാം നിസ്സഹായരായി തമ്മിൽത്തമ്മിൽ നോക്കാനേ അപ്പോൾ കഴിഞ്ഞുള്ളൂ. ഒരു ചെറുപ്പക്കാരന്റെ വേഷമിട്ട ആ മാലാഖമാത്രം അസുരൻ ആക്രോശിച്ചതൊക്കെയും ഒന്നുമറിയാത്ത ഭാവത്തിൽ കേട്ടുകൊണ്ട് ആൾക്കൂട്ടത്തിന്റെ പുറകിൽത്തന്നെ ഒതുങ്ങിനിന്നു.

ഒന്നുകിൽ ഉടനടി അസുരന്റെ ക്രൂരമായ നിബന്ധനകൾക്കു വഴങ്ങുക. അല്ലെങ്കിൽ കൂട്ടത്തോടെ മരിക്കുക. അവസാനം അസുരനെ അനുസരിക്കാൻതന്നെ അവരെല്ലാംചേർന്നു തീരുമാനിച്ചു. മേൽപ്പോട്ടു നോക്കിനിന്ന്, വിറകൊള്ളുന്ന സ്വരത്തിൽ അവർ വിളിച്ചുപറഞ്ഞു:

"അരുത്. തീരെ ദയയില്ലാതെ ഞങ്ങളെ ഒന്നിച്ചു കൊന്നൊടുക്കരുത്. നാളെമുതൽക്ക് യാതൊരു മുടക്കുമില്ലാതെ ഒരുനാൾക്കൊരാൾ എന്ന തോതിൽ ഗുഹയിലെത്തിക്കോളാം."

അസുരൻ കീഴ്പ്പോട്ടു നോക്കി വീപ്പപോലത്തെ വയറ് കുലുക്കിക്കുലുക്കി അത്യുച്ചത്തിൽ അതിരൂക്ഷമായി ചിരിച്ചു. അപ്പോൾ ചെറുപ്പക്കാരന്റെ വേഷമണിഞ്ഞ മാലാഖ ധൈര്യമവലംബിച്ച് മുന്നോട്ടുവന്ന് ഒച്ചയുയർത്തി പറഞ്ഞു:

"ശരിതന്നെ. പക്ഷേ, നീയിപ്പോൾ പുറപ്പെടുവിച്ച കല്പനകളൊക്കെയും നിറവേറ്റുന്ന കാര്യത്തിൽ ഞങ്ങൾക്ക് ചില തടസ്സങ്ങളുണ്ട്."

"നീയെന്താണ് ചെറുപ്പക്കാരാ ഇപ്പോൾത്തന്നെ പുലമ്പിയത്? തടസ്സങ്ങളോ? എന്തു തടസ്സങ്ങൾ? അതും എന്റെ കല്പനകൾ നിറവേറ്റുന്ന കാര്യത്തിൽ?" കുന്നിൻചുവട്ടിൽ നിൽക്കുന്ന യുവാവിനെ തുറിച്ചു നോക്കിക്കൊണ്ട്, കുപിതനായ അസുരൻ ഗർജ്ജിച്ചു.

"അതെ. നാളെ കാലത്ത് നിന്റെ ഗുഹയിൽ ആദ്യമായി എത്തിച്ചേരാൻപോവുന്ന ഇര ഞാൻതന്നെയാണ്. പക്ഷേ, പ്രശ്നം അതല്ല.

ഞാനെങ്ങനെ ചെങ്കുത്തായ ഈ കുന്നുകയറി നിന്റെ ഗുഹയിലെത്തിച്ചേരും?! ഇന്നുവരേയ്ക്കും ഞങ്ങളാരുംതന്നെ ഈ കുന്നു കയറിയിട്ടില്ല. മാത്രമല്ല, കുന്നിൻമുകളിലെത്താൻ എനിക്കു കഴിഞ്ഞില്ലെങ്കിൽ, പട്ടിണിയാവുന്നത്, നീതന്നെയായിരിക്കുമെന്നും മറക്കരുത്." തന്റെ നിസ്സഹായാവസ്ഥ വെളിപ്പെടുത്തിക്കൊണ്ട് യുവാവിന്റെ വേഷമിട്ട മാലാഖ നിസ്സാര മട്ടിൽ പറഞ്ഞു.

"അതുകൊണ്ട്?" യാതൊരു കൂസ്സലുമില്ലാതെ അസുരൻ നിന്ന നില്പിൽ വീണ്ടും ഗർജ്ജിച്ചു.

"എന്നെന്നേയ്ക്കുമായി ഈ തടസം ഇല്ലാതാക്കാൻ നീതന്നെ തക്കതായൊരു പോംവഴിയുണ്ടാക്കിത്തരണം."

"ശരി. എനിക്ക് അസാദ്ധ്യമായി യാതൊന്നുംതന്നെയില്ല. പക്ഷേ, എന്റെ ഇരകൾക്ക് ദിവസന്തോറും ഈ കുന്നിൻമുകളിലേയ്ക്ക് എളുപ്പത്തിൽ കയറിയെത്താൻ നീ നിർദ്ദേശിക്കുന്ന പരിഹാരമെന്താണെന്നൊന്നു കേൾക്കട്ടെ, ആദ്യം." പുച്ഛം വഴിയുന്ന സ്വരത്തിൽ അസുരൻ ചോദിച്ചു. എന്നിട്ട് വയറ്റത്ത് കൈവെള്ളകൊണ്ട് നിലയ്ക്കാതെ താളം പിടിച്ചുകൊണ്ട് ചുറ്റിനും കുലുങ്ങുമാറുച്ചത്തിൽ പൈശാചികമായി പൊട്ടിച്ചിരിക്കാൻ തുടങ്ങി. പക്ഷേ, അസുരനെ തോല്പിച്ചേ അടങ്ങൂവെന്ന ഭാവത്തിൽ കുന്നിൻചുവട്ടിൽ നില്ക്കുന്ന ആ ചെറുപ്പക്കാരന് യാതൊരു കുലുക്കവുമില്ലായിരുന്നു.

"തക്കതായൊരു പോംവഴിയുണ്ട്. ഇന്ന് രാത്രികൊണ്ടുതന്നെ കുന്നിൻമുകളിലേയ്ക്ക് പടവുകൾ കെട്ടിപ്പടുക്കണം. ദിവസേന ഒരാൾ എന്നതോതിൽ ഞങ്ങൾക്കൊക്കെയും കുന്നുകയറി ഗുഹയിലെത്തിച്ചേരാൻ പാകത്തിന്." മാലാഖ തറപ്പിച്ചുപറഞ്ഞു.

"ഇതാണോ അത്രയ്ക്ക് ബുദ്ധിമുട്ടുള്ള കാര്യം? എന്നാൽ തീർച്ചയായും നാളെ പുലർച്ചയ്ക്ക് കോഴി കൂവുന്നതിനുമുമ്പ് ഈ കുന്നിൻ ചെരുവിൽ വീതിയേറിയ ആയിരം കൽപ്പടവുകൾ ഞാൻ കെട്ടിപ്പടുത്തുയർത്തും, നോക്കിക്കോ. അതിനുശേഷം, ഒരാളെയല്ല, രണ്ടാളുകളെ ഒന്നിച്ചു തിന്നാലും അടങ്ങാത്ത വിശപ്പായിരിക്കും എനിക്ക്. അതേ, നാളത്തെ എന്റെ ആദ്യത്തെ ഇര നീതന്നെയാവട്ടെ." അസുരൻ വീണ്ടും ആർത്തട്ടഹസിച്ചു ചിരിക്കാൻ തുടങ്ങിയപ്പോൾ, കുന്നിൻതാഴ്വരയാകെ ആ പൊട്ടിച്ചിരിയുടെ മാറ്റൊലി മുഴങ്ങി.

"നാളെ പുലർച്ചയ്ക്ക് കോഴി കൂവുന്നതിനുമുമ്പ് മുഴുവൻ കൽപ്പടവുകളും കെട്ടിത്തീർന്നില്ലെങ്കിലോ?" അസുരന്റെ ഒടുക്കത്തെ വാക്കുകളെ തീരെ അവഗണിച്ചുകൊണ്ട് ചെറുപ്പക്കാരൻ ഒരു വെല്ലുവിളിപോലെ ഒച്ചയുയർത്തിക്കൊണ്ടു ചോദിച്ചു.

"ഇല്ലെങ്കിൽ? അങ്ങനെയൊരു ചോദ്യത്തിനെന്തവകാശം, ചെറുപ്പക്കാരാ? അതേ, ഇല്ലെങ്കിൽപ്പിന്നെ ഈ കുന്നിൻമുകളിൽ ഒരുനിമിഷം പോലും ഞാൻ നിൽക്കില്ല. തോൽവിയേറ്റ് ഞാൻ എന്നെന്നേയ്ക്കുമായി

ഈ ഗ്രാമംതന്നെ വിട്ടുപോവും." അസുരൻ കുപിതനായി ചെറുപ്പക്കാരനെ നോക്കി മുരണ്ടു.

"ഓർക്കുക, ഇതൊരു വാക്കാണ്. അതായത്, ഒരിക്കലും മാറ്റാനാവാത്ത വാക്ക്."

"അതേ, വാക്കുതന്നെ. അതായത്, ഒരിക്കലും മാറ്റാനാവാത്ത വാക്ക്. കുന്നിൻപുറത്തേക്ക് ആയിരം കൽപ്പടവുകൾ കെട്ടിപ്പടുക്കാതെ ഞാനിനി അടങ്ങിയിരിക്കില്ല." അസുരൻ പല്ലിറുമ്മിക്കൊണ്ട് ഒരു അലർച്ചയുടെ സ്വരത്തിൽ പറഞ്ഞു.

"പക്ഷേ, എനിക്കറിയാം, കുന്നിൻപുറത്തേക്ക് ആയിരം കൽപ്പടവുകൾ കെട്ടിപ്പടുക്കാൻ നിന്നെക്കൊണ്ടാവില്ല." ഇത്തവണ നിവർന്നു നിന്നുകൊണ്ട് അസുരനുനേരെ വിരൽചൂണ്ടി സംസാരിക്കേണ്ട ഊഴം ചെറുപ്പക്കാരന്റേതായിരുന്നു.

"നാളെ അതിരാവിലെ എനിക്ക് ആഹാരമായിത്തീരാൻപോവുന്ന നീയാണോ അത്രയ്ക്ക് വീമ്പിളക്കുന്നത്?" നിലത്തു ആഞ്ഞുചവിട്ടിക്കൊണ്ട് അസുരൻ തൊണ്ട പൊട്ടുമാറുച്ചത്തിൽ ചോദിച്ചു.

പിന്നീട് ഒരുനിമിഷംപോലും അസുരൻ അവിടെ നിന്നില്ല. അടക്കാനാവാത്ത കോപത്തോടെ പിന്തിരിഞ്ഞ് ഗുഹയിലേക്കുതന്നെ നടന്നകന്നു. അതോടെ, കനംതൂങ്ങുന്ന മനസ്സോടെ ഗ്രാമവാസികളെല്ലാം സ്വന്തം പാർപ്പിടങ്ങളിലേക്കും മടങ്ങിപ്പോയി. പക്ഷേ, ഏറെ താമസിയാതെ ചെറുപ്പക്കാരൻ, മാലാഖയുടെ രൂപംപൂണ്ട് ചിറകുകൾ വീശിപ്പറന്ന്, പൈൻമരക്കൊമ്പത്തുതന്നെ ചെന്നിരുന്നു. എന്നിട്ട് അസുരന്റെ പിന്നീടുള്ള ഓരോ പ്രവൃത്തിയും അതിശ്രദ്ധയോടെ നിരീക്ഷിക്കാൻ തുടങ്ങി.

ചെറുപ്പക്കാരനോടു കോപിച്ചു പിന്തിരിഞ്ഞ അസുരനാണെങ്കിൽ അന്നത്തെ ബാക്കി പകൽസമയം മുഴുവനും ഗുഹയ്ക്കകത്തുനിന്ന് വെളിയിൽ കടന്നതേയില്ല. അതിന്റെയർത്ഥം അസുരൻ ആയിരം കൽപ്പടവുകൾ കെട്ടിയുയർത്താൻ മിനക്കെടാതെ ഗുഹയ്ക്കുള്ളിൽത്തന്നെ അലസ നായിരിക്കുന്നുവെന്നാണോ? പൈൻ മരക്കൊമ്പത്തിരുന്ന് മാലാഖ തന്നത്താൻ ചോദിച്ചു. അപ്പോൾ നേരത്തെ അസുരൻ വീരവാദം മുഴക്കിയതോ? അതായത്, പിറ്റേന്നാൾ പുലർച്ചയ്ക്ക് കോഴി കൂവുന്നതിനുമുമ്പ് ആ കുന്നിൻചെരുവിൽ വീതിയേറിയ ആയിരം കൽപ്പടവുകൾ കെട്ടിപ്പടുത്തുയർത്തുമെന്ന്. മാലാഖയ്ക്കപ്പോൾ അദ്ഭുതമടക്കാനായില്ല. ഒടുവിൽ, മാലാഖ കരുതി. അസുരന്റെ അത്തരത്തിലുള്ള അനാസ്ഥയ്ക്ക് പിന്നിൽ തീർച്ചയായും എന്തോ ചില കൗശലവേലകൾ പ്രവർത്തിക്കുന്നുണ്ട്.

പക്ഷേ, നേരമിരുട്ടിയതും അസുരൻ തിടുക്കത്തിൽ ഗുഹവിട്ട് പുറത്തു കടക്കുന്നത് അപ്പോഴും പൈന്മരക്കൊമ്പത്തിരുന്ന് ചുറ്റുപാടും നിരീക്ഷിച്ചുകൊണ്ടിരുന്ന മാലാഖ കാണാനിടയായി. പിന്നീട്, അസുരൻ അതിശ്രദ്ധയോടെ കുന്നിറങ്ങി പതുങ്ങിപ്പതുങ്ങി നടന്നുചെന്ന് ഗ്രാമത്തിലെത്തി. ഉടനടി മറ്റൊരദ്ഭുതം! മാലാഖ ഉറ്റുനോക്കിയിരിക്കെ, അസുരനതാ സ്വയം

അഞ്ചു വയസ്സായൊരു കൊച്ചുപെൺകുട്ടിയുടെ വേഷം കൈക്കൊണ്ട് പാതവക്കത്തു നിൽക്കുന്നു! അപ്പോൾ മാലാഖയ്ക്ക് ജിജ്ഞാസയേറി.

വേഷംമാറിയ അസുരൻ പാത്തും പതുങ്ങിയും നിരത്തിലൂടെ നടന്നു ചെന്ന് ഓരോ വീട്ടിലും പ്രവേശിച്ചു. എന്നിട്ട്, കൈവശം കരുതിയിരുന്ന വൈക്കോലിൽ മെടഞ്ഞെടുത്ത കനത്ത ഉറകളെടുത്ത് പൊടുന്നനെ, ഓരോ പൂവൻകോഴിയുടേയും തലയിൽ കമഴ്ത്തി ആഴ്ത്തി വെച്ചു. ഒരു പക്ഷേ, ഏതെങ്കിലും കാരണത്താൽ ആയിരം കൽപ്പടവുകൾ കെട്ടിയുയർത്തുന്ന പണി മുഴുമിക്കാനായില്ലെങ്കിൽത്തന്നെയും പൂവൻകോഴികൾ ഒരിക്കലും കൂവാനിടയാവരുത്. അസുരന്റെ വക്രബുദ്ധിയും അധമ കൃത്യവും കണ്ട് മാലാഖ അടക്കിച്ചിരിച്ചു.

അപ്പോൾ മാലാഖ ഉള്ളിൽ കരുതി. അസുരൻ അത്രയുംനേരം ഗുഹയ്ക്കകത്തിരുന്ന് വൈക്കോലുറകൾ തയ്യാറാക്കുന്ന തിരക്കിലായിരുന്നു. ഗ്രാമത്തിലെ ഓരോ പൂവൻകോഴിയുടെ തലയിലും ഉറകളിറക്കി മൂടിവെയ്ക്കാൻ. സൂര്യോദയവേളയിൽ കോഴികൾ ഒരിക്കലും കൂവാതിരിക്കാനുള്ള ഒരു മുൻകരുതൽ. അങ്ങനെ അന്നേദിവസം മുഴുവനും കുതന്ത്രങ്ങളിൽ മുഴുകി അസുരൻ തന്നെ തോല്പിക്കാനുള്ള ഉദ്യമങ്ങളിൽ ഏർപ്പെട്ടിരിക്കുകയായിരുന്നു. മാലാഖയ്ക്ക് അപ്പോൾ ഉറപ്പായി.

പിന്നീട് മിന്നൽവേഗത്തിൽ അസുരൻ കുത്തനെയുള്ള കുന്നു കയറാനും ഇറങ്ങാനും തുടങ്ങി. ഒട്ടേറെ ഗ്രാമീണർ ഒത്തുചേർന്നുപിടിച്ചാലും പൊക്കാനാവാത്ത കൂറ്റൻ പാറക്കല്ലുകൾ വെറും പുൽനാമ്പുകളെന്നോണം കൈകളിലേന്തി നനഞ്ഞ മൺകൂമ്പാരങ്ങൾ കുഴച്ചുചേർത്ത് അസുരൻ പടവുകൾക്ക് കനത്ത അടിത്തറ പണിതു. പൈൻമരക്കൊമ്പത്തിരുന്ന് നിരീക്ഷിക്കുന്ന മാലാഖയുടെ കൺമുമ്പിൽവെച്ചു തന്നെ, മണിക്കൂറുകൾക്കുള്ളിൽ കുന്നിൻമുകളിലേക്ക് ഒരു കൂറ്റൻമാല കോർത്തതുപോലെ നൂറുകണക്കിന് കൽപ്പടവുകൾ ഒരൊറ്റയടിക്ക് വളഞ്ഞുംപുളഞ്ഞും ഉയർന്നുയർന്നുപോയി. അപ്പോൾ മാലാഖ ഉള്ളിൽ കരുതി. അസുരന്റെ കൈവിരുത് അതിശയകരംതന്നെ!

സൂര്യൻ ഉദിക്കാൻ തുടങ്ങിയപ്പോഴയ്ക്കും ആയിരം പടവുകൾ തികയാൻ ഒരേയൊരു പടവ് മാത്രമേ ബാക്കിയുണ്ടായിരുന്നുള്ളൂ. അസുരൻ ഇച്ഛിച്ചതുപോലെ ആ ഗ്രാമത്തിലെ പൂവൻകോഴികളിൽ ഒരെണ്ണം പോലും കൂവിയതുമില്ല.

പൂവൻകോഴികൾ കൂവാത്തതുകൊണ്ട് ഗ്രാമവാസികൾ അപ്പോഴും ഗാഢനിദ്രയിൽത്തന്നെയായിരുന്നു. അവരുടെ കോഴിക്കൂടുകളിൽ കടന്ന്, ഒരിക്കലും കൂവാനാവാത്തവിധത്തിൽ ഓരോ പൂവൻകോഴിയുടെ തലയിലും വൈക്കോലുറയിറക്കിവെച്ച അസുരന്റെ വികൃതിവേലയെപ്പറ്റി അവർക്കെന്തറിയാം? പക്ഷേ, അസുരൻ വിരിച്ച വലയിൽനിന്ന് ഗ്രാമീണരെ രക്ഷപ്പെടുത്താൻ തക്കതായൊരു അവസരത്തിനുവേണ്ടി കാത്തിരിക്കുകയായിരുന്നു മാലാഖ അത്രനേരവും.

ഇനിയൊട്ടും വൈകിച്ചുകൂടാ. അസുരൻ ഉടനടി ഉള്ളിൽ കരുതി. ആ ചെറുപ്പക്കാരന് താൻ കൊടുത്ത വാക്കനുസരിച്ച് ഒരു പടവുകൂടി കെട്ടി ത്തീർന്നാൽ ആയിരം കൽപ്പടവുകൾ പൂർത്തിയാവും. അതേ, ഇനിയും ഒരേയൊരു പടവുമാത്രം. അതിനുശേഷം, തന്റെ അന്നത്തെ ആഹാര ത്തിനുള്ള ആദ്യത്തെ ഇര ആ പടവുകളിലൂടെ എത്രയോ എളുപ്പത്തിൽ കുന്നുകയറി താൻ പാർക്കുന്ന ഗുഹയിലെത്തിച്ചേരുന്നു. തലേന്നാൾ പുലർച്ചയ്ക്ക് തന്നെ വെല്ലുവിളിച്ച അതേ ചെറുപ്പക്കാരൻ. തന്റെ വമ്പിച്ച നേട്ടത്തെപ്പറ്റിയോർത്ത് അസുരൻ പുഞ്ചിരിതൂകി. ഇനി നട്ടുച്ചയായാൽ പോലും കോഴികൾ കൂവുമെന്ന വേവലാതിയേ വേണ്ട. ഗ്രാമവാസിക ളൊക്കെയും ഉറങ്ങിക്കിടക്കുമ്പോൾ തന്റെ ആഹാരത്തിനായി ചെറുപ്പക്കാ രൻ ഇടറുന്ന കാൽവെയ്പുകളോടെ പടവുകൾ ചവട്ടിക്കയറി അവശനായി തന്റെ ഗുഹയിലെത്തുന്നു.

അപ്പോഴയ്ക്കും പൈന്മരക്കൊമ്പത്തിരുന്നിരുന്ന മാലാഖയും താൻ കൈക്കൊള്ളേണ്ട അടുത്ത നടപടികളെക്കുറിച്ചു തീരുമാനിച്ചുകഴിഞ്ഞി രുന്നു. മാലാഖ ഉടനെ പൊങ്ങിപ്പറന്ന് പൊടുന്നനെ ഗ്രാമത്തിൽ ചെന്നി റങ്ങി.

സമയം തീരെ പാഴാക്കാതെ മാലാഖ, തന്റെ തൊട്ടുമുന്നിലുള്ള വീട്ടിൽ പ്രവേശിച്ച്, അവിടത്തെ കൂടുതുറന്ന് പൂവൻകോഴിയുടെ തലയിൽ, അസുരൻ കമഴ്ത്തിവെച്ചിരുന്ന ആ വൈക്കോലുറ ഒരൊറ്റ വലിക്കു ഊരി യെടുത്തു. അത്രനേരവും തന്നിഷ്ടത്തിന് കൂവാനാവാതെ വിമ്മിഷ്ടത്തോടെ കുത്തിയിരുന്നിരുന്ന പൂവൻകോഴി, അടുത്ത നിമിഷം, കാലുകളിൽ ഉറച്ചുനിന്ന്, ചിറകുകൾ പലതവണ കുടഞ്ഞുവീശി, പുത്തൻ ഉണർ വ്വോടെ കഴുത്തു നീട്ടിപ്പിടിച്ച്, ഒരൊറ്റ കൂവൽ, അതും ആ ഗ്രാമമൊട്ടാകെ മാറ്റൊലി മുഴക്കി, സകലരുടേയും കാതുകൾ തുളച്ചുകയറുന്ന ഒച്ചയിൽ...

"കൊക്ക-രോ-ക്കോ...കോ..."

അപ്പോഴയ്ക്കും മറ്റു പൂവൻകോഴികളുടെ തലയിൽ അമർന്നിരുന്ന വൈക്കോലുറകളും ഓരോന്നോരോന്നായി ഊരിയെടുത്ത് മാലാഖ വലി ച്ചെറിയാൻ തുടങ്ങിയിരുന്നു. അത്രയുംനേരം തലമറച്ച ഉറകളിൽ നിന്ന് പൊടുന്നനെ മോചനം കിട്ടേണ്ടതാമസം ആ ഗ്രാമപ്രദേശത്തും കുന്നിൻ പുറത്തും നിലയ്ക്കാതെ മാറ്റൊലി മുഴക്കിക്കൊണ്ട് നൂറുകണക്കിന് പൂവ്വൻകോഴികൾ കൂട്ടംചേർന്ന് ഉച്ചത്തിൽ കൂവാൻ തുടങ്ങി!

ഒരു കൂറ്റൻ പാറക്കല്ല് വെറുമൊരു പുൽക്കൊടിപോലെ തലയിലേന്തി, കുന്നിന്റെ പകുതിയിൽ എത്തിക്കഴിഞ്ഞ അസുരന്റെ കാതുകളിലും പൂവ്വൻകോഴികളുടെ കൂട്ടത്തോടെയുള്ള ആ കൂവൽ ചെന്നുവീണു. താൻ നേരത്തെ പൂവൻകോഴികളുടെ തലകളിൽ ആഴ്ത്തിയിറക്കിയ ആ വൈക്കോലുറകളൊക്കെയും ആരോ തഞ്ചത്തിൽ ഊരിയെടുത്തിരി ക്കുന്നുവെന്ന സത്യാവസ്ഥ അസുരൻ മനസ്സിലാക്കിയത് ഒരു നടുക്ക ത്തോടെയായിരുന്നു. തന്റെ തകർച്ചയ്ക്ക് വഴിയൊരുക്കിയ ആ സാഹസ കൃത്യം നിർവ്വഹിച്ചത് ഗ്രാമത്തിന്റെ അതിർത്തിയിലെ ദേവാലയത്തിന്

കാവൽനിൽക്കുന്ന, തലേന്നാൾ രാത്രിയിൽ തനിക്ക് മുന്നറിയിപ്പ് തന്ന ആ മാലാഖയല്ലാതെ മറ്റാരുമാകാനിടയില്ല. തന്റെ അന്നത്തെ ചെയ്തികളൊക്കെയും പൈൻമരക്കൊമ്പത്തിരുന്ന് മാലാഖ തീർച്ചയായും ശ്രദ്ധിച്ചിട്ടുണ്ടാവും.

ഓർക്കാപ്പുറത്തുള്ള ആ അടിയേറ്റതും, അസുരന്റെ കൈകളുടെ പിടി പൊടുന്നനെ അയഞ്ഞുപോയി. ഉടനടി കൈവിട്ടുപോയ ആ കൂറ്റൻ കല്ല് താഴെ വീണ് ഇടിവെട്ടുന്ന ഒച്ചയിൽ കീഴ്പ്പോട്ടുരുളാൻ തുടങ്ങി.

ശബ്ദകോലാഹലം കേട്ട് ഞെട്ടിയുണർന്ന ഗ്രാമവാസികളൊക്കെയും പിടഞ്ഞെഴുന്നേറ്റ് ഓടിക്കിതച്ച് കുന്നിൻചുവട്ടിലെത്തി. കുന്നിൻപുറത്ത് ചേറിൽ മുങ്ങിയ ഉടലോടെ അസുരൻ അവശനായി നിൽക്കുന്നത് അപ്പോൾ അവർ കണ്ടു. പടുകൂറ്റൻ കല്ലുകളിൽ തീർത്ത ഒട്ടേറെ പടവുകൾ കുന്നിൻചെരുവിലൂടെ വളഞ്ഞുപുളഞ്ഞ് മേലോട്ടുയരുന്നു. ഒരു വലിയ പാറക്കഷ്ണം കുന്നിൻചുവട്ടിൽ വീണുകിടക്കുന്നു. തോൽവിയും കോപവും അപമാനവും സഹിക്കാനാവാതെ അസുരന്റെ കനത്ത ചുണ്ടുകൾ വിറകൊള്ളാൻ തുടങ്ങിയിരുന്നു. ഒടുവിൽ നിലത്തു ആഞ്ഞു ചവിട്ടിക്കൊണ്ട് അസുരൻ തൊണ്ടപൊട്ടുമാറുച്ചത്തിൽ അട്ടഹസിച്ചു:

"അതേ, ഞാനിതാ അമ്പേ തോറ്റുപോയിരിക്കുന്നു. അതുകൊണ്ടിനി ഒരു നിമിഷംപോലും ഞാനിവിടെ നിൽക്കില്ല."

ഗ്രാമവാസികൾ അമ്പരപ്പോടെ നോക്കിനിൽക്കെ, കനത്ത കാൽവെയ്പുകളോടെ അസുരൻ തിരിഞ്ഞുനടന്നു. പിന്നെ കുന്നിന്റെ മറുപുറത്തേക്കിറങ്ങി അപ്രത്യക്ഷമായി. സംഭവങ്ങളെല്ലാംതന്നെ ഒരു ചെറുപുഞ്ചിരിയോടെ നിരീക്ഷിച്ചുകൊണ്ട് ഏറെ അകലെയല്ലാത്തൊരു മരത്തിന്റെ താണ കൊമ്പത്തിരുന്നിരുന്ന മാലാഖ പതുക്കെ ചിറകുകൾ വീശി അകലെയുള്ള ദേവാലയത്തെ ലക്ഷ്യമാക്കി പറന്നുയർന്നു. ■

വൈക്കോൽനാര്

ചെറുപ്പക്കാരനായ ഷോബെ ഒരു കൃഷിപ്രിയനായിരുന്നു. പക്ഷേ, നെൽകൃഷി ചെയ്യാൻ അയാൾക്ക് സ്വന്തമായൊരു തുണ്ട് നിലമുണ്ടായിരുന്നില്ല. ഒടുവിൽ, കുറെയേറെ കെഞ്ചിയതിനുശേഷം, സ്ഥലത്തെ വയസ്സൻ ഗ്രാമത്തലവന്റെ ഔദാര്യത്തിൽ കിട്ടാനിടയായ ഒരു കഷ്ണം ഭൂമി പാട്ടത്തിനെടുത്ത് അത്യദ്ധ്വാനംചെയ്ത് ഷോബെ നെല്ലു വിളയിച്ചു.

പക്ഷേ, ഓരോ പൂവലിന്റെ അവസാനത്തിലും തനിക്കു കിട്ടുന്ന വിളവിന്റെ ഏറിയപങ്കും ദുരാഗ്രഹിയായ ആ ഗ്രാമത്തലവനുതന്നെ പാട്ടമളക്കാൻ നിർബ്ബന്ധിതനായി, പാവം ഷോബെ. മിക്കപ്പോഴും പട്ടിണിയും പാതിവയറുമായി നാളുകൾ തള്ളിനീക്കുകയല്ലാതെ മറ്റു പോംവഴികളൊന്നുമില്ലായിരുന്നു അയാൾക്ക്.

സ്വന്തമായി ഒരു തുണ്ട് കൃഷിനിലം എതുവിധത്തിലും സമ്പാദിച്ച്, അതിൽ നെൽകൃഷി ചെയ്യുകയെന്നതായിരുന്നു തന്റെ മനസ്സിൽ കർഷകൻ ഷോബെ എന്നെന്നും വെച്ചുപുലർത്തിയിരുന്ന ഒരേയൊരു മോഹം. അതേസമയം, എത്രയോ വർഷങ്ങളായി അകമേ കൊണ്ടുനടന്നിരുന്ന ആ ആഗ്രഹം എന്നെങ്കിലും നിറവേറിക്കിട്ടാനുള്ള യാതൊരു സാദ്ധ്യതയും അയാൾക്കു കാണാൻ കഴിഞ്ഞില്ല. കാരണം, ഒരു ചെറു കഷ്ണം ഭൂമിയെങ്കിലും സ്വന്തമായി വാങ്ങണമെങ്കിൽ കയ്യിൽ ധാരാളം പണം വേണം. പണിപ്പെട്ടു കിട്ടുന്ന തുച്ഛമായ വരുമാനം, തന്റെ നിത്യവൃത്തിക്കുതന്നെ തികയുന്നില്ല. എന്നിട്ടല്ലേ, കൃഷിനിലം സ്വന്തമായി വാങ്ങാനുള്ള വക ചേർത്തുവെയ്ക്കുന്നത്?

ഒരുദിവസം നുകവും കലപ്പയും തോളത്തേന്തി, സ്വന്തം കന്നുകാലികളെ തെളിച്ച് ഷോബെ വയലിൽനിന്ന് തീരെ അവശനായി കുടിലിലേക്കു മടങ്ങുകയായിരുന്നു. മണ്ണിൽ പുതഞ്ഞുകിടന്നിരുന്ന ഒരു കനത്ത കല്ലിൽ പൊടുന്നനെ കാൽത്തട്ടി അയാൾ നിരത്തിൽ മലർന്നടിച്ചുവീണു. തോളത്തേറ്റിയിരുന്ന നുകവും കലപ്പയും തൊട്ടടുത്തുള്ള ചാലിലേക്കു തെറിച്ചുപോയി. അയാളുടെ കന്നുകാലികൾ രണ്ടും ചിരപരിചയംകൊണ്ട്, അവയ്ക്ക് ചെന്നുമുളയേണ്ട തൊഴുത്തിനെ ലക്ഷ്യമാക്കി കാലെക്കൂട്ടിത്തന്നെ നടന്നുകഴിഞ്ഞിരുന്നു.

തികച്ചും അപ്രതീക്ഷിതമായ ആ വീഴ്ചയുടെ കാഠിന്യത്തിൽ ഷോബെയ്ക്ക് വീണിടത്തുതന്നെ അബോധാവസ്ഥയിൽ ഏറെനേരം കിടക്കേണ്ടി

വന്നു. പിന്നീട് ബോധം തെളിഞ്ഞപ്പോൾ അയാൾക്കു വിവരിക്കാനാവാത്ത അദ്ഭുതം തോന്നി. കാരണം, ബോധംകെട്ട നിലയിൽ നിരത്തിൽ കിടക്കുമ്പോൾ അയാൾ തന്നത്താനറിയാതെ തന്റെ വലതു കൈക്കുള്ളിൽ, നനുത്തതെങ്കിലും നീളമേറിയ ഒരു വൈക്കോൽനാര് മുറുകെ പിടിച്ചിരുന്നു! ഈ ലോകത്ത് വെറെയെന്തെല്ലാം വസ്തുക്കളുണ്ട് കയ്യിൽപ്പെടാനായി? എന്നിട്ടും, താനെന്തുകൊണ്ട് വെറുമൊരു വൈക്കോൽനാരു കൈക്കലാക്കാനിടയായി? വീണ കഴപ്പിലും ചിരിച്ചു കൊണ്ട് ഷോബെ തന്നത്താൻ ചോദിച്ചു.

ആ വെപ്രാളത്തിൽ ഷോബെയ്ക്ക് ഉടനടി തോന്നിയത്, കയ്യിലകപ്പെട്ട ആ വൈക്കോൽനാര് സകല കരുത്തുമുപയോഗിച്ച് വഴിവക്കത്തേയ്ക്കു വലിച്ചെറിയാനായിരുന്നു. പക്ഷേ, അതിന് തുനിയാതെ, അടുത്ത നിമിഷം അയാൾ തന്നത്താൻ തിരുത്തി:

“നനുത്തുനീണ്ട ഈ വൈക്കോൽനാര് ഞാനെന്തിനു കൈക്കലാക്കി?! കാരണം എനിക്കുതന്നെ അറിയില്ല എന്നതാണ് സത്യം. ഒരു പക്ഷേ, കാൽതെറ്റി നിരത്തിൽ വീണതോടൊപ്പംതന്നെ, അബോധാവസ്ഥയിൽ ഈ വൈക്കോൽനാര് സ്വയം മുറുകെപ്പിടിച്ചിരിക്കും. വാസ്തവത്തിൽ ഈ ഉണക്കനാരുകൊണ്ട് എനിക്കെന്താണ് പ്രത്യേകിച്ചൊരു പ്രയോജനം? ഇല്ല, യാതൊന്നുംതന്നെയില്ല...” അങ്ങനെയൊക്കെ തന്നത്താൻ പറഞ്ഞെങ്കിലും വീണിടത്തുനിന്ന് പണിപ്പെട്ടു എണീറ്റു കുത്തിയിരുന്നപ്പോൾ വീണ്ടും ഷോബെയ്ക്ക് മനംമാറ്റമുണ്ടായി. അവിടെത്തന്നെയിരുന്ന് അയാൾ സ്വയമെന്നോണം വീണ്ടും പറഞ്ഞു:

“...പക്ഷേ, ബോധംകെട്ട നിലയിൽ, കിടന്നകിടപ്പിൽ തന്നത്താനറിയാതെ ഈ വൈക്കോൽനാര് ഞാൻ കൈവശമാക്കി. അതുകൊണ്ട്, ഞാനിത് തന്നിഷ്ടത്തിനു വലിച്ചെറിഞ്ഞുകളയാമോ? പാടില്ലതന്നെ. വഴിയിൽനിന്നും കളഞ്ഞുകിട്ടിയ വിലപ്പെട്ടൊരു നിധിയായിട്ടല്ലേ, ഈ വൈക്കോൽനാരിനെ താൻ കരുതേണ്ടത്? മാത്രമല്ല, ഇനിയിതും കയ്യിൽ വെച്ചുകൊണ്ട് വീടുവരേക്കും നടന്നുചെന്നാൽ എന്തൊക്കെയാണ് സംഭവിക്കുകയെന്നൊന്നു പരീക്ഷിക്കുകയും വേണം. ഈ വൈക്കോൽനാരിന് തീർച്ചയായും എന്തെങ്കിലും മഹാദ്ഭുതം സൃഷ്ടിക്കാൻ കഴിഞ്ഞെങ്കിലോ? അപ്രകാരം സംഭവിച്ചാൽപ്പിന്നെ തനിക്ക് ഭാഗ്യം തെളിഞ്ഞാലോ? ഉദാഹരണത്തിന്, ഈ വൈക്കോൽനാര് തന്നെയെത്തിക്കുന്നത്, ഒരുപക്ഷേ ഒരു തുണ്ട് കൃഷിനിലത്തിന്റെ ഉടമസ്ഥതയിലേക്കാണെങ്കിലോ? അതുകൊണ്ട്, ഈ വൈക്കോൽനാര് ഉപേക്ഷിച്ചുകൂടാ.”

അങ്ങനെ തീരുമാനിച്ചതും ഷോബെ ഇരുന്നയിടത്തുനിന്നും പണിപ്പെട്ടെഴുന്നേറ്റുനിന്നു. പിന്നീട് നുകവും കലപ്പയും ചാലിൽനിന്നു പൊക്കിയെടുത്ത് വീണ്ടും തോളിലേറ്റി, വൈക്കോൽനാര് വലതുകയ്യിൽ മുറുകെപ്പിടിച്ചുകൊണ്ട് അയാൾ തളർച്ചയോടെ പതുക്കെ കുടിലിലേയ്ക്കു നടക്കാൻ തുടങ്ങി.

ആ വൈക്കോൽനാരും കയ്യിൽവെച്ച് ഏറെനേരം നടക്കേണ്ടി വന്നില്ല, ഷോബെയ്ക്ക്. എവിടെനിന്നോ ഒരു വർണ്ണത്തുമ്പി മൂളിമുരണ്ടുകൊണ്ട് അയാളുടെ തലയ്ക്കുചുറ്റും പറക്കാൻ ആരംഭിച്ചു.

തുമ്പിയുടെ നിലയ്ക്കാതെയുള്ള ആ മൂളലും മുരളലും ഇനിയും സഹിക്കാൻ വയ്യ എന്നായപ്പോൾ, ഒടുവിൽ ഒരു താക്കീതെന്നോണം ഷോബെ അതിനോട് താണസ്വരത്തിൽ അൽപം വാത്സല്യത്തോടെ പറഞ്ഞു:

"വേണ്ട, കൊച്ചുതുമ്പീ. അല്ലെങ്കിൽത്തന്നെ ഞാൻ വളരെയേറെ തളർന്നിരിക്കുകയാണ്. പോരാത്തതിന്, കല്ലിൽ കാൽത്തട്ടി മലർന്നടിച്ചൊരു വീഴ്ചയും. അതുകൊണ്ടെന്നെ ഇപ്രകാരം ശല്യപ്പെടുത്താതെയെന്റെ, വർണ്ണത്തുമ്പീ. നീ നിന്റെ പാട്ടിനുപൊയ്ക്കോ, വേഗം. അതാണ് നിനക്ക് നല്ലത്."

പക്ഷേ, ആ കുറുമ്പൻതുമ്പി അയാളെ അനുസരിച്ചില്ല എന്നു മാത്രമല്ല, വല്ലാത്തൊരു പിടിവാശിയോടെ അത് അയാൾക്കു ചുറ്റും കൂടുതൽ ഒച്ചയോടെ മൂളിമൂളി പറക്കാൻ തുടങ്ങി.

തന്നെത്തന്നെ ചുറ്റിപ്പറ്റി തുടർച്ചയായി പറന്നുകൊണ്ടേയിരുന്ന ആ വർണ്ണത്തുമ്പിയുടെ, കാതു കുത്തിത്തുളയ്ക്കുന്ന മൂളലും മുരളലും അപ്പോൾ കൂടുതൽ അസഹ്യമായി തോന്നി, ഷോബെയ്ക്ക്.

"നോക്ക്, ഇനിയും എന്നോട് അത്രയ്ക്ക് അനുസരണക്കേട് കാണിച്ചേ തീരൂവെന്നു വാശിപിടിക്കുന്ന നിന്നെ ഞാനിപ്പോഴൊരു പാഠം പഠിപ്പിക്കും, പറഞ്ഞേയ്ക്കാം. എന്നിട്ട് പിന്നീടെന്നെ പഴി പറയരുത്." അല്പനേരം നിന്ന്, ഒരിക്കൽക്കൂടി തുമ്പിയുടെ നേർക്ക് വിരൽചൂണ്ടി കർക്കശമായി താക്കീതു നൽകിക്കൊണ്ട് ഷോബെ നടത്തം തുടർന്നു. പക്ഷേ, എന്തുകൊണ്ടോ, ആ തുമ്പിക്ക് യാതൊരു കൂസലുമില്ലായിരുന്നു. പിന്നീട്, വീണ്ടുംവീണ്ടും തടഞ്ഞിട്ടും തുടരെത്തുടരെ താക്കീതുകൾ നൽകിയിട്ടും തുമ്പി തീരെ കൂട്ടാക്കുന്നില്ലെന്നു കണ്ടപ്പോൾ, ഷോബെ പൊടുന്നനെ അതിനെ കടന്നുപിടിച്ചു. എന്നിട്ട് തന്റെ കയ്യിലകപ്പെട്ടു പിടഞ്ഞുകൊണ്ടിരിക്കുന്ന ആ ചെറുജീവിയെ എന്തു ചെയ്യണമെന്നറിയാതെ അവിടെത്തന്നെ നിന്നു.

അപ്പോഴാണ് അയാൾക്ക് പെട്ടെന്ന് ഓർമ്മവന്നത്. തന്റെ കൈവശമുള്ള വൈക്കോൽനാരിനെ ഉപയോഗപ്പെടുത്താൻ ഇതാ തക്കതായ ഒരു അവസരം കിട്ടിയിരിക്കുന്നു. തുമ്പിയെ നിലയ്ക്കുനിറുത്താനായി ഇനി ആ വഴിക്കു നീങ്ങുകതന്നെ.

പിന്നീടൊട്ടുംതന്നെ താമസിച്ചില്ല. ആ വൈക്കോൽനാരിന്റെ ഒരറ്റം കൊണ്ട് ഷോബെ, തുമ്പിയുടെ വാലിൽ, അതിന് തീരെ വേദനിക്കാത്ത വിധത്തിൽ ഒരു കുടുക്കിട്ട് മറ്റേയറ്റം മുറുകെപ്പിടിച്ചു. എന്നിട്ട്, നിസ്സാരമട്ടിൽ മുമ്പോട്ടു നടക്കാൻ തുടങ്ങി.

അത്രയേറെ ദൂരമൊന്നും ഷോബെ പോയിരുന്നില്ല. അപ്പോഴാണ് അയാൾ കാണാനിടയായത്. തൊട്ടപ്പുറത്തെ നിരത്തിൽനിന്നും ഒരു ചെറുപ്പക്കാരി, തന്റെ കൊച്ചുമകന്റെ കൈയ്ക്കു പിടിച്ചുകൊണ്ട് അയാളുടെ നേർക്കു നടന്നുവരുന്നു.

വൈക്കോൽനാരിന്റെ അറ്റത്ത് കുരുക്കിലകപ്പെട്ട വർണ്ണത്തുമ്പി സർവ്വകരുത്തുമുപയോഗിച്ച് അപ്പോഴും മൂളിപ്പറക്കുകതന്നെയായിരുന്നു.

ഷോബെ കയ്യിൽ പിടിച്ചിരുന്ന വൈക്കോൽനാരിന്റെ തുമ്പത്ത് കെട്ടിയിട്ട, തീരെ വിശ്രമമില്ലാതെ മൂളിമുരണ്ടു പറന്നുകൊണ്ടിരുന്ന ആ വർണ്ണത്തുമ്പിയെ കാണേണ്ടതാമസം കുട്ടി അമ്മയോടു വാശിപിടിക്കാൻ തുടങ്ങി:

“അമ്മേയമ്മേ, ആ നിറമുള്ള തുമ്പിയെ എനിക്കുവേണം. ഇപ്പോൾത്തന്നെ വേണമെനിക്ക് ആ തുമ്പിയെ. അതിനെ വേഗമെനിക്കു വാങ്ങിത്തരൂ, അമ്മേ. ഇപ്പോൾത്തന്നെ എനിക്ക് ആ തുമ്പിയോടൊപ്പം കളിക്കണം.”

അപ്പോൾ കുട്ടിയുടെ അമ്മ ശാസിക്കുന്ന സ്വരത്തിൽ അവനോടു പറഞ്ഞു:

“നോക്ക്, വേണ്ടാത്തത് പുലമ്പാതെ ഒന്നടങ്ങിയിരിക്കുന്നുണ്ടോ, നീ? നിനക്കെന്തിനാണ് മോനേ, ഇനിയിപ്പോൾ ഈ തുമ്പി? യാതൊരു അച്ചടക്കവുമില്ലാതെ പുളച്ചുകൊണ്ടിരിക്കുന്നൊരു തുമ്പി? വീട്ടിൽ വേറെയെന്തെല്ലാം തരത്തിലുള്ള ബൊമ്മകളും കളിക്കോപ്പുകളുമുണ്ട് നിനക്കു കളിക്കാൻ? മുളയിൽ ചെത്തിമിനുക്കിയ ഇതിന്റെ നാലിരട്ടി വലിപ്പമുള്ള അഞ്ചാറു തുമ്പികൾത്തന്നെയുണ്ടല്ലോ. പലനിറങ്ങളിലുള്ള ചായങ്ങളിൽ ഇന്നലെയല്ലേ, നിന്റെ അച്ഛൻ എല്ലാത്തിനേയും മുക്കിയെടുത്ത് ഉണക്കിവെച്ചിരിക്കുന്നത്? മാത്രമല്ല, ഇന്നലെ ഏറെനേരം ആ തുമ്പികളെക്കൊണ്ട് നീ കളിക്കുകയും ചെയ്തതല്ലേ? വീട്ടിൽ തിരിച്ചെത്തി അതേ തുമ്പികളെക്കൊണ്ടുമാത്രം കളിച്ചാൽമതി ഇനിയും നീ. അതുകൊണ്ട്, വേണ്ടിയും വെറുതെയും വാശിപിടിക്കാൻ ഒരുമ്പെടാതെ നീ. എന്നെ ദേഷ്യം പിടിപ്പിക്കാതെ.”

“പക്ഷേ അമ്മേ, അമ്മയ്ക്ക് അറിയാത്ത കാര്യമല്ലല്ലോ. വാസ്തവത്തിൽ ആ തുമ്പികളിൽ ഒരെണ്ണംപോലും മൂളിപ്പറക്കില്ല. അവയ്ക്കൊന്നിനുംതന്നെ ജീവനില്ല. എത്രകാലമാണ് ഞാൻ മുളത്തുമ്പികളെക്കൊണ്ടു കളിക്കുക? എനിക്കു കളിക്കാനായി ജീവനുള്ള ഈ തുമ്പിയെത്തന്നെ വേണം. ഇപ്പോൾത്തന്നെ എനിക്കതിനെ വാങ്ങിത്തന്നേ മതിയാവൂ. അല്ലെങ്കിൽപ്പിന്നെ ഞാൻ വീട്ടിലേക്കില്ല.” അത്രയും പറഞ്ഞതും ഒരടിപോലും മുമ്പോട്ടു നടക്കാൻ കൂട്ടാക്കാതെ കുട്ടി കൂടുതൽ വാശിപിടിച്ചു.

ദുഃശ്ശാഠ്യക്കാരനായ കുട്ടിയുടെ കയ്യിൽ ബലമായി പിടിച്ചുവലിച്ച് അമ്മ അരിശത്തോടെ കൂടുതൽ വേഗത്തിൽ നടക്കാനാരംഭിച്ചപ്പോൾ, അവൻ കൈവിട്ടു കുതറിമാറിനിന്ന് ഏറിയ പിടിവാശിയോടെ ഉച്ചത്തിൽ കരയാൻ തുടങ്ങി.

കവിളുകളിലൂടെ കണ്ണീരൊഴുക്കി ചുണ്ടുകൾ പിളർത്തി തേങ്ങിത്തേങ്ങിക്കരയുന്ന ആ കുട്ടിയോട് ഷോബെയ്ക്ക് എന്തെന്നില്ലാത്ത സഹതാപംതോന്നി. അന്നേരം കളിപ്പാട്ടങ്ങൾ കാണാൻപോലും ഭാഗ്യമില്ലാത്ത തന്റെ ബാല്യകാലത്തെപ്പറ്റി ഓർത്തുപോയി ഷോബെ.

ഷോബെ അപ്പോൾ തന്നത്താൻതന്നെ ചോദിച്ചു: ഈ കൊച്ചു കുട്ടിയെന്തിന് ചായം തേച്ച മുളത്തുമ്പികളെക്കൊണ്ടു കളിക്കണം? അവൻ അത്തരത്തിൽ വാശിപിടിക്കുന്നതിൽ കാര്യമില്ലേ? അവന്റെ പക്കലുള്ള

മുളത്തുമ്പികൾക്ക് ജീവനില്ല എന്നതല്ലേ സത്യം? അവ മൂളിപ്പറക്കില്ല. സദാ പാറിപ്പറക്കുന്ന, തീരെ അച്ചടക്കമില്ലാത്ത ഈ വർണ്ണത്തുമ്പിതന്നെയാവട്ടെ, ഇവന്റെ ഇന്നത്തെ കളിക്കൂട്ടുകാരൻ. ഷോബെ ഉടനടി മനസ്സിലുറപ്പിച്ചു.

പിന്നീട് തീരെ താമസമുണ്ടായില്ല. തോളത്തേന്തിയ നുകവും കലപ്പയും നിരത്തുവക്കത്തുവെച്ച്, യാതൊരു മടിയുംകൂടാതെ ഷോബെ കുട്ടിയുടെനേർക്ക് തിടുക്കത്തിൽ നടന്നുചെന്നു. അയാൾ നടന്നടുക്കുന്നതു കണ്ടതും കുട്ടിയുടെ കരച്ചിലിന്റെ ആക്കം കുറഞ്ഞു. അവന്റെ മുഖം അല്പം പ്രസന്നമായി.

കുട്ടിയുടെ മുന്നിൽ ചെന്നുനിന്ന് വൈക്കോൽനാരു നീട്ടിക്കാണിച്ച് അയാൾ വാത്സല്യത്തോടെ ഒരു പിറുപിറുപ്പുപോലെ പറഞ്ഞു:

“ഇതാ മോനേ, നിനക്കിഷ്ടമുള്ള ജീവനോടെയുള്ള ഈ വർണ്ണത്തുമ്പി. ഇതിനി നിനക്കിരിക്കട്ടെ, എന്റെ വക ഒരു എളിയ സമ്മാനമായി. നീയിനി ഒരിക്കലും കരയരുത്. ഇപ്പോൾത്തന്നെ ഇതിനെ വീട്ടിലേക്കു കൊണ്ടു പോവുക.”

തന്റെപക്കലുള്ള തുമ്പിയെ കെട്ടിയ വൈക്കോൽനാരിന്റെ അറ്റം ഷോബെ കുട്ടിയുടെ കയ്യിൽ ശ്രദ്ധയോടെ പിടിപ്പിച്ചു. ഉടനെ കുട്ടി കരച്ചിൽ നിറുത്തുകയും ചെയ്തു. മൂളുകയും മുരളുകയും പിടച്ചിലോടെ പറക്കുകയു മൊക്കെ ചെയ്യുന്ന തുമ്പിയെ നോക്കി കുട്ടി കുടുകുടെ ചിരിക്കാൻ തുടങ്ങി.

കുട്ടിയുടെ അമ്മയുടെ കയ്യിലുള്ള സഞ്ചി നിറയെ മധുരനാരങ്ങകളാ യിരുന്നു. തന്റെ മകൻ വാശിപിടിച്ചപ്പോഴേയ്ക്കും യാതൊരു സങ്കോചവും കൂടാതെ കൈവശമുള്ള വർണ്ണത്തുമ്പിയെ അവനു സമ്മാനിച്ച ഷോബെ യോട് അവർക്ക് വിവരിക്കാനാവാത്ത മതിപ്പു തോന്നി. ഉള്ളിൽത്തട്ടി അവർ അയാളോട് നന്ദിപറഞ്ഞു. എന്നിട്ട് സഞ്ചിക്കകത്തുനിന്ന് മൂന്നു മധുര നാരങ്ങകൾ എടുത്ത് അവർ അയാൾക്കു കൊടുത്തു. പിന്നെ കുട്ടിയുടെ കയ്യിൽപിടിച്ചു നടന്നുപോയി.

അപ്പോൾ ഷോബെയ്ക്ക് ആഹ്ലാദിക്കാതിരിക്കാൻ കഴിഞ്ഞില്ല. യാതൊരുവിധത്തിലുള്ള ഉപയോഗവുമില്ലെന്ന് താൻ നേരത്തെ കരുതി യിരുന്ന ആ വൈക്കോൽനാരിന് വർക്കത്തുണ്ട്, തീർച്ച. നേരത്തെ അത് വഴിവക്കത്തേക്കു വലിച്ചെറിയാതിരുന്നത് എത്ര നന്നായി.

വീട്ടിൽ എത്തിയതിനുശേഷം തനിക്കു കിട്ടിയ മധുരനാരങ്ങകൾ തൊലി പൊളിച്ചുതിന്ന് തളർച്ചയകറ്റണം. നിന്നനിൽപിൽ ഷോബെ തീരു മാനിച്ചു. എന്നിട്ട് അടക്കാനാവാത്ത ആഹ്ലാദത്തോടെ നടത്തം തുടർന്നു.

എങ്കിലും അപ്പോഴാണ് ഷോബെ കാണാനിടയായത്. മറുവശത്തു നിന്ന്, ഏറെ ദൂരത്തല്ലാതെ, പുത്തൻ തുണിത്തരങ്ങളുടെ ഒരു വലിയ കെട്ടും തലയിൽ ചുമന്നുകൊണ്ട് ഒരു കിഴവൻ മെല്ലെമെല്ലെ നടന്നുവരുന്നു. പിന്നീട് അടുത്തെത്തിയപ്പോൾ, കിഴവൻ പെട്ടെന്ന് ബോധംനശിച്ച് നിലത്തു വീഴുന്നതാണ് ഷോബെ കണ്ടത്. അതോടൊപ്പംതന്നെ, കിഴവൻ തലയിൽ ചുമന്നിരുന്ന ആ തുണിഭാണ്ഡവും പാതവക്കത്തെ ചാലിലേക്കു തെറിച്ചു വീണു.

തോളത്തേന്തിയ നുകവും കലപ്പയും തിടുക്കത്തിൽ നിരത്തിൽ ത്തന്നെയിട്ട് ഷോബെ, അടുത്തനിമിഷം കിഴവൻ വീണയിടത്തേക്കു കുതിച്ചെത്തി. നടുവഴിയിൽ, കണ്ണുകളപ്പാടെ ചിമ്മി, തീരെ അനക്കമില്ലാതെ കിടക്കുന്ന വയസ്സന്റെ തലയെടുത്ത് യാതൊരു സങ്കോചവുമില്ലാതെ അയാൾ മടിയിൽ വെച്ചു.

ഷോബെയ്ക്കറിയാം, മുഖത്തല്പം വെള്ളം തളിച്ചാൽ, പിന്നീട് ഇറ്റിറ്റായി വായിൽ വെള്ളം വീഴ്ത്തിയാൽ, കിഴവൻ പതുക്കെ കണ്ണുകൾ തുറക്കും. പക്ഷേ, പരിസരത്തെങ്ങും വെള്ളമില്ലായിരുന്നു. ഇനിയും വെള്ളം തേടി എവിടേക്കെങ്കിലും പോവുകയെന്നുവെച്ചാൽ? ബോധം നശിച്ച വയസ്സനെ അതേ അവസ്ഥയിൽ അവിടെത്തന്നെ ഉപേക്ഷിച്ച് വെള്ളത്തിനായി പോവുന്നത് ഒട്ടും ഉചിതമല്ല,.

പിന്നെ മറുത്തൊന്നും ചിന്തിക്കാൻ മുതിർന്നില്ല, പരിഭ്രാന്തനായ ഷോബെ. തന്റെ കൈവശമുള്ള മധുരനാരങ്ങകൾ ഓരോന്നോരോന്നായി തൊലിപൊളിച്ച് അല്ലിയടർത്തിപ്പിഴിഞ്ഞ് അയാൾ അവശനായ കിഴവന്റെ വായിൽ തുള്ളിതുള്ളിയായി നീരു വീഴ്ത്തിക്കൊടുത്തു. അപ്പോൾ കിഴവൻ പതുക്കെ കണ്ണുകൾ തുറന്നു. പിന്നെ വല്ലാത്ത അന്ധാളിപ്പോടെ സാവ ധാനത്തിൽ എഴുന്നേറ്റിരുന്നു. അപ്പോഴയ്ക്കും തളർച്ച വിട്ടുമാറിയ വയസ്സൻ, ഷോബെയുടെ കൈകൾ ചേർത്തുപിടിച്ച് നന്ദി പറഞ്ഞു. എന്നിട്ട്, തൊട്ടരികിൽ കിടന്നിരുന്ന കെട്ടഴിച്ച് വലിപ്പമേറിയ മൂന്നു തുണിക്കഷ്ണ ങ്ങളെടുത്ത് ഷോബെയ്ക്കു കൊടുത്തു. വീണ്ടുംവീണ്ടും നന്ദി പറഞ്ഞ് തുണിക്കെട്ട് തലയിലേറ്റി വയസ്സൻ യാത്രയായി.

അപ്പോൾ ഷോബെയ്ക്ക് ഒരിക്കൽകൂടി ഓർക്കാതിരിക്കാൻ കഴിഞ്ഞില്ല. യാതൊരു വിലയുമില്ലെന്ന് താൻ ആരംഭത്തിൽ കരുതിയിരുന്ന ആ വൈക്കോൽനാരുതന്നെയിതാ, ഉടനടി മറ്റൊരു അദ്ഭുതം കൂടി സൃഷ്ടിച്ചു കഴിഞ്ഞിരിക്കുന്നു. വീട്ടിൽ ചെന്നതും ഈ വർണ്ണത്തുണികൾ വെട്ടി ച്ചേർത്ത് അതിമനോഹരമായൊരു കീമോണൊ തയ്പ്പിക്കണം. ഏറെ വർഷങ്ങളായി താനൊരു പുത്തൻവസ്ത്രം തുന്നിച്ചിട്ട്. അങ്ങനെ, ചാലി ലേയ്ക്കു വീണ വീഴ്ചയിൽ താൻ മുറുകെ പിടിക്കാനിടയായ ആ വൈക്കോൽനാരിതാ ഒരിക്കൽക്കൂടി തനിക്കു പ്രയോജനപ്പെട്ടിരിക്കുന്നു.

നുകവും കലപ്പയും തോളത്തേന്തി വീണ്ടും ഏറെദൂരം നടക്കേണ്ടി വന്നില്ല, ഷോബെയ്ക്ക്. നാലു വെള്ളക്കുതിരകൾ പൂട്ടിയ ഒരു തേര് നിര ത്തിലൂടെ അതിവേഗം ഓടിയടുക്കുന്നത് അയാൾ കണ്ടു. സ്വർണ്ണമാല കൾകൊണ്ടും മുത്തുമാലകൾകൊണ്ടും പല നിറപൂമാലകൾകൊണ്ടും ആ രഥം അത്യാകർഷകമായവിധത്തിൽ അലങ്കരിച്ചിരുന്നു. മാത്രമല്ല, വഴി പോക്കരെല്ലാംചേർന്ന് ആദരവോടെ പാതവക്കത്തേക്കു ഒതുങ്ങി നിൽക്കു ന്നതും ഷോബെ കണ്ടു.

അപ്പോഴാണ് അയാൾക്കു മനസ്സിലായത്. ആ തേര് അന്നാട്ടിലെ രാജകുമാരിയുടേതായിരുന്നു. പതിവുപോലെ അന്ന് വൈകുന്നേരവും കൊട്ടാരംവിട്ട് രാജകുമാരി പുഴവക്കത്തേയ്ക്ക് കാറ്റു കൊള്ളാൻ

പോവുകയായിരുന്നു. അന്നാദ്യമായിട്ടാണ് ഷോബെ, രാജകുമാരിയുടെ തേരു കാണുന്നത്.

മറ്റുള്ളവരെപ്പോലെ, വഴിവക്കത്തെ ഒരു പൈൻമരച്ചുവട്ടിലേയ്ക്ക് ഷോബെയും ഒതുങ്ങിനിന്നു.

പക്ഷേ, ഷോബെയുടെ അരികിലെത്തിയതും ആ രഥം പെട്ടെന്നു നിൽക്കുകയാണു ചെയ്തത്. തേരിന്റെ പുറകുവശത്തെ വാതിൽ തുറന്ന് രാജകുമാരി നിലത്തിറങ്ങി.

പിന്നീട് ഷോബെയുടെ നേർക്ക് രാജകുമാരി നടന്നടുത്തപ്പോൾ അയാൾ വിശ്വസിക്കാനാവാതെ നോക്കിക്കൊണ്ട് അവിടെത്തന്നെ നിൽക്കുകയായിരുന്നു.

"നിന്റെ പക്കലുള്ള പലനിറത്തിലുള്ള ഈ തുണിത്തരങ്ങൾക്ക് എന്തൊരു ചന്തമാണ്! നിനക്കിതെവിടെനിന്നു കിട്ടി?"

അതുവരേയ്ക്കും നടന്ന സംഭവങ്ങളൊക്കെയും ഷോബെ രാജകുമാരിയോട് വിശദമായി പറഞ്ഞുകേൾപ്പിച്ചു.

"ഈ കലപ്പയും നുകവും നിന്റെ വേഷവുമൊക്കെ കണ്ടപ്പോൾ ത്തന്നെ എനിക്കു ഊഹിക്കാൻ കഴിഞ്ഞു, നീയൊരു വയൽപ്പണിക്കാരനാണെന്ന്. കല്ലിൽ കാൽത്തട്ടി നിലത്തു വീണപ്പോൾ കയ്യിൽ കിട്ടാനിടയായ, എത്രയോ നിസ്സാരമെന്നു തോന്നിക്കുന്ന ആ വൈക്കോൽനാര് വലിച്ചെറിയാൻ ഒരുമ്പെടാതെ, അതും സ്വന്തമാക്കി മുമ്പോട്ടുപോയ നീ പിന്നീട് എത്രയെത്ര മഹത്തായ കാര്യങ്ങളാണ് ചെയ്തുതീർത്തത്! വാശിപിടിച്ചുകരയുന്ന കൊച്ചുകുട്ടിക്ക് കൈവശമുണ്ടായിരുന്ന ജീവനുള്ള തുമ്പിയെ സമ്മാനിച്ചു. അതിന് പ്രതിഫലമായി കിട്ടാനിടയായ മധുരനാരങ്ങകളൊക്കെയും, അവശനായി ബോധംനശിച്ച് നിലത്തു വീണ ആ വൃദ്ധന്റെ തളർച്ച മാറ്റാനായി പ്രയോജനപ്പെടുത്തി. നിന്നെപ്പോലത്തെ ചെറുപ്പക്കാരെയാണ് ഈ നാടിനാവശ്യം."

യാതൊന്നുംതന്നെ ഉരിയാടാനാകാതെ ഷോബെ, രാജകുമാരിയെ നോക്കിക്കൊണ്ടു നിൽക്കുകയായിരുന്നു.

"ഇനിയെനിക്കുവേണ്ടിയും അൽപം ത്യാഗം സഹിക്കാൻ നീ ഒരുക്കമാണോ?"

"എന്തുകൊണ്ടില്ല, രാജകുമാരി?"

"എങ്കിൽ, മനോഹരമായ ഈ മൂന്നു തുണിക്കഷ്ണങ്ങളും നീയെനിക്കു തരില്ലേ?" രാജകുമാരി ഷോബെയോട് അപ്രകാരം ചോദിച്ചത് കെഞ്ചുന്ന ശബ്ദത്തിലായിരുന്നു.

അപ്പോൾ ഷോബെ നിശ്ശബ്ദനായി തോളത്തേറ്റിയ നുകവും കലപ്പയും നിലത്തിറക്കിവെച്ചു. എന്നിട്ട് യാതൊരു മടിയുംകൂടാതെ തുണിക്കഷ്ണങ്ങൾ മൂന്നും തന്റെ ഇരുകൈകളിലും ചേർത്തു നീട്ടിപ്പിടിച്ചുകൊണ്ട് രാജകുമാരിയുടെ മുമ്പിൽ മുട്ടുകുത്തി നിന്നു. പിന്നെ തല ഉയർത്തിപ്പിടിച്ച് അതിവിനയത്തോടെ പറഞ്ഞു:

"തീർച്ചയായും, രാജകുമാരീ! ഈ തുണിത്തരങ്ങൾ കാണാനിടയായതും മനസ്സിലൊരു ആഗ്രഹവുമായി രാജകുമാരി എന്നെ സമീപിക്കുക. ഞാനെത്ര ഭാഗ്യവാനാണ്! ദയവുചെയ്ത് എന്നിൽനിന്ന് ഒരെളിയ സമ്മാനമായി ഈ തുണിത്തുണ്ടുകൾ മൂന്നുംതന്നെ ഉടനടി കൈക്കൊണ്ടാലും."

ഷോബെയുടെ വിനയവും ദാനശീലവും ത്യാഗമനോഭാവവും കണ്ട രാജകുമാരിക്ക് അയാളോടുള്ള മതിപ്പ് പലമടങ്ങു ഏറുകയാണുണ്ടായത്. നിറപ്പകിട്ടുള്ള തുണികൾ കൈനീട്ടിവാങ്ങുമ്പോഴും രാജകുമാരിയുടെ മുമ്പിൽ അതിവിനയത്തോടെ മുട്ടുകുത്തി നിൽക്കുകയായിരുന്നു, ഷോബെ. അപ്പോൾ പുഞ്ചിരി തൂകിക്കൊണ്ടു നിന്നിരുന്ന രാജകുമാരി പറഞ്ഞു:

"ദയവുചെയ്ത് എഴുന്നേൽക്കൂ. എന്തുവേണമെങ്കിലും നിനക്കെന്നോടു ആവശ്യപ്പെടാം."

"എന്റെ കടമ നിറവേറ്റിയെന്നതിൽക്കവിഞ്ഞ് ഞാനൊന്നുംതന്നെ ചെയ്തിട്ടില്ല, രാജകുമാരീ. വാസ്തവത്തിൽ, ഇന്നാട്ടിലെ രാജകുമാരിയുടെ ആഗ്രഹത്തെ നിറവേറ്റിക്കൊടുക്കുക മാത്രമായിരുന്നു എനിക്കുണ്ടായിരുന്ന ഉദ്ദേശ്യം. പ്രതിഫലമായോ, പ്രത്യുപകാരമായോ എനിക്ക് യാതൊന്നും തന്നെ വേണ്ട." വിനയം തുളുമ്പുന്ന സ്വരത്തിൽ ഷോബെ പറഞ്ഞു.

പക്ഷേ, ഷോബെയെ വെറുംകയ്യോടെ തിരിച്ചയയ്ക്കാൻ രാജകുമാരി ഒട്ടും ഒരുക്കമില്ലായിരുന്നു. ഉടനടി, സ്വർണ്ണനാണയങ്ങൾ നിറച്ച അനേകം കിഴികൾ അവൾ തേരിനകത്തുനിന്നും വരുത്തി. എന്നിട്ട്, ഷോബെയുടെ എതിർപ്പിനെ വകവെയ്ക്കാതെ അവയൊക്കെയും രാജകുമാരി അയാൾക്കു സമ്മാനിച്ചു. എന്നിട്ട് ഷോബെയൊടു വിടപറഞ്ഞ് തേരിൽക്കയറി യാത്ര തുടർന്നു

തനിക്ക് സമ്മാനമായി കിട്ടിയ സ്വർണ്ണനാണയങ്ങൾ മുഴുവനും ചില വഴിച്ച് ഷോബെ പിന്നീട് കുറെയേറെ കൃഷിസ്ഥലങ്ങൾ വാങ്ങി. ആ നിലങ്ങളൊക്കെ വയലുകളാക്കിത്തിരിച്ച്, ഗ്രാമത്തിലെ ഭൂമിയില്ലാത്ത കൃഷിക്കാർക്ക് അയാൾ സൗജന്യമായി വീതിച്ചുകൊടുത്തു. തുല്യമായൊരു തുണ്ടുനിലം ഷോബെയും സ്വന്തമായെടുത്ത് അതിൽ വിത്തിട്ടു. പിന്നീട് പലമേനി വിളവെടുത്ത് തീരെ പട്ടിണിയില്ലാതെ ജീവിക്കാൻ തുടങ്ങി.

അപ്പോൾ ഷോബെയോർത്തു; രാജകുമാരിയുടെ കനിവിൽ ഒരു തുണ്ട് ഭൂമിയുടെ ഉടമസ്ഥനായിത്തീർന്ന തന്റെ സ്വപ്നമിതാ ഒടുവിൽ ഒരു യാഥാർത്ഥ്യമായിത്തീർന്നിരിക്കുന്നു. ആ നേട്ടത്തിനു പിന്നിലുള്ള ഒരേയൊരു സ്വത്ത്, അന്ന് ചെമ്മൺനിരത്തിൽനിന്നും താനറിയാതെ കയ്യിൽ വന്നുപെട്ട ആ വൈക്കോൽനാരായിരുന്നു.

■

തണ്ണിമത്തൻസുന്ദരി

ഒരു കുഗ്രാമത്തിൽ താമസിച്ചിരുന്ന പ്രായംചെന്ന ഭർത്താവിന്റേയും ഭാര്യയുടേയും ഒരേയൊരു വരുമാനമാർഗ്ഗം നെയ്ത്തുപണിയായിരുന്നു. അവരുടെ പക്കലുള്ള രണ്ടു തറികളിൽ ഒരെണ്ണം മാത്രമേ ഏറെക്കാല മായി പ്രവർത്തിച്ചിരുന്നുള്ളൂ. ഒറ്റത്തറിയിൽ മാറിമാറിയിരുന്ന് ഭാര്യയും ഭർത്താവും പകൽ മുഴുവനും, രാത്രിയുടെ ഏറിയപങ്കും തരംതരങ്ങളായ തുണികൾ നെയ്തുകൂട്ടി. ഒരാൾ ജോലിയിൽ മുഴുകുമ്പോൾ, മറ്റെയാൾ വിശ്രമിക്കും.

ദാരിദ്ര്യദുഃഖം മാത്രമല്ല അവർക്കു അനുഭവിക്കേണ്ടിവന്നത്. അവർക്കു മക്കളുമുണ്ടായിരുന്നില്ല. അക്കാരണത്താൽകൂടി അവർ കൂടുതൽ മനോവേദന അനുഭവിച്ചു.

ഒരുദിവസം പെരുമഴയിൽ ചുറ്റിനും വെള്ളം പൊങ്ങിയപ്പോൾ, ഒരു കൂറ്റൻ തണ്ണിമത്തൻ അവരുടെ കുടിലിനുനേരെ പതുക്കെപ്പതുക്കെ ഒഴുകി യടുക്കുന്നത് വൃദ്ധന്റെ ഭാര്യ കാണാനിടയായി. അടക്കാനാവാത്ത അദ്ഭുതത്തോടെ അവർ വെള്ളത്തിലറങ്ങി ആ തണ്ണിമത്തൻ കടന്നെ ടുത്തു. അന്ന് അത്രയുംനേരം അവർ പട്ടിണിയായിരുന്നു.

ഇരുകൈകളിലും ചേർത്തുപിടിച്ച ഭാരമേറിയ ആ തണ്ണിമത്തനും കൊണ്ട് തിടുക്കത്തിൽ കുടിലിനകത്തേക്കു കടന്നയുടനെ ഭാര്യ ഭർത്താ വിനെ വിളിച്ചു. എന്നിട്ട് അത്യാഹ്ലാദത്തോടെ പറഞ്ഞു:

"നോക്കൂ, എത്രയോ വലിപ്പമുള്ളൊരു തണ്ണിമത്തൻ! ഈ തണ്ണി മത്തൻ മഴവെള്ളത്തിൽ ഒഴുകിയൊഴുകിവന്ന് നമ്മുടെ വീടിന്റെ നേരെ യടുത്തു. നമുക്കിത് ഇപ്പോൾത്തന്നെ മുറിച്ചുതിന്നാം. അങ്ങനെ തൽക്കാലം വിശപ്പടക്കാം."

അപ്പോൾ വിശപ്പു സഹിക്കാനാവാതെ ഭർത്താവിന്റേയും വയറു കത്തി ക്കാളുകയായിരുന്നു. അയാൾ തിടുക്കത്തിൽ ഒരു കത്തി തിരഞ്ഞു പിടിച്ചു കൊണ്ടുവന്നു.

തണ്ണിമത്തൻ നേരെനടുവിൽ പിളർക്കാനായി അതിന്റെ കട്ടിയുള്ള തൊലിയിൽ കത്തിയമർത്തിയപ്പോഴാണ്, എവിടെനിന്നെന്നു അറിഞ്ഞില്ല, ഒരു നനുത്ത കരച്ചിൽ കേൾക്കാനിടയായത്. അപ്പോൾ ഭാര്യയും ഭർത്താവും അമ്പരപ്പോടെ പരസ്പരം നോക്കിക്കൊണ്ടു നിൽക്കുകയായിരുന്നു.

ഉത്ക്കണ്ഠയോടെ വീണ്ടും തണ്ണിമത്തനിൽ കത്തിവെച്ചപ്പോൾ, ഭർത്താവിന്റെ കയ്യിൽ തടഞ്ഞുകൊണ്ട് ഭാര്യ പറഞ്ഞു:

“നമ്മളിപ്പോൾത്തന്നെ കേട്ട നനുത്ത കരച്ചിൽ ഒരുപക്ഷേ, ഈ തണ്ണിമത്തനകത്തുനിന്നുതന്നെയാണെങ്കിലോ? എങ്കിൽ തീരെ സംശയി ക്കാനില്ല, അത് മറ്റൊരു മഹാദ്ഭുതംതന്നെ. അതുകൊണ്ട്, വളരെയേറെ ശ്രദ്ധിച്ചുവേണം ഇനി തണ്ണിമത്തൻ മുറിക്കാൻ.”

തണ്ണിമത്തന്റെ പുറമെയുള്ള കടുംപച്ചനിറത്തിൽ കട്ടിയേറിയ തൊലിക്കുചുറ്റും ഭർത്താവ് കത്തിമുനകൊണ്ട് അതിശ്രദ്ധയോടെ നല്ലതു പോലെ വരഞ്ഞു. എന്നിട്ട് ഇരുകൈകളും ചേർത്തമർത്തി മെല്ലെമെല്ലെ തണ്ണിമത്തൻ രണ്ടായി പിളർത്തി മലർത്തിയിട്ടു. അതിശയംതന്നെ! കടും ചുവപ്പുനിറമുള്ള തണ്ണിമത്തന്റെ ഒരു പൊളിക്കകത്ത് അതിസുന്ദരിയായ ഒരു കൊച്ചുപെൺകുട്ടി കരച്ചിൽ മതിയാക്കി കൈകാലുകൾ ഇളക്കി കളി ക്കുന്നു. കിഴവനേയും, കിഴവിയേയും നോക്കി പുഞ്ചിരി തൂകുന്നു.

അപ്പോൾ, ഭാര്യക്കും ഭർത്താവിനും തോന്നിയത്, ആ കുഞ്ഞ് അവരോട് നിശ്ശബ്ദമായി സംസാരിക്കുകയാണ് എന്നായിരുന്നു... “അച്ഛാ, എന്നെ രക്ഷിക്കൂ...അമ്മേ, എന്നെ മകളായി സ്വീകരിക്കൂ...വളർത്തിയെടുക്കൂ... തീർച്ചയായും, ആ പ്രയത്നം ഒരു പാഴ്‌വേലയാവില്ല...മക്കളില്ലാത്ത നിങ്ങളുടെ മനസ്താപം ഇതോടെ തീരുകയും ചെയ്യും. നിങ്ങളുടെ ദാരിദ്ര്യഭാരവും ഇന്നത്തോടെ ഇറക്കിവെയ്ക്കാം.”

പിന്നീട് ഒട്ടും വൈകിയില്ല. കിഴവി നിറകണ്ണുകളോടെ ഇരുകൈ കളും ചേർത്ത് കുട്ടിയെ വാരിയെടുത്ത് അതിന്റെ നെറ്റിയിൽ നനുത്തൊരു ഉമ്മ വെച്ചു. മക്കൾ പിറക്കാൻ ഭാഗ്യമില്ലാത്ത തനിക്കിതാ ഒരു കൊച്ചു കുഞ്ഞിനെ കിട്ടിയിരിക്കുന്നു.

കുട്ടിക്ക് എന്താണിനി പേരിടുക? ഒടുവിൽ പരസ്പരം ആലോചിച്ച് അവർ തീരുമാനിച്ചു. ആ കുട്ടി പിറന്നത് ഒരു തണ്ണിമത്തനകത്തു നിന്നാണ്. അതുകൊണ്ട്, തണ്ണിമത്തൻസുന്ദരി എന്നർത്ഥമുള്ള ഉരിക്കൊ ഹിമെ എന്ന് അവർ അവൾക്ക് പേരിട്ടു.

വൃദ്ധദമ്പതിമാരുടെ മകളായി ഉരിക്കോവിനെ ഏറ്റെടുക്കാനിടയായ അന്നുമുതൽക്കുതന്നെ, അവർക്ക് പതിവിലേറെ നെയ്ത്തുവേലകൾ കിട്ടാൻ തുടങ്ങി. അപ്പോൾ, അത്രയും നാളുകൾ പൊടിയടിഞ്ഞുകിട ന്നിരുന്ന രണ്ടാമത്തെ തറിയും പ്രവർത്തിക്കാൻ ആരംഭിച്ചു.

അതിനുശേഷം, സമയം തീരെ പാഴാക്കാതെ ഭാര്യക്കും ഭർത്താവിനും ഓരോ തറിയിൽ കയറിയിരുന്ന് പകൽ മുഴുവനും തുണി നെയ്തു കൂട്ടാൻ കഴിഞ്ഞു. അങ്ങനെ, ദിവസം ചെല്ലുന്തോറും, വരുമാനമേറിയപ്പോൾ, അവരുടെ ദാരിദ്ര്യം പതുക്കെപ്പതുക്കെ പടിയിറങ്ങിപ്പോയി.

കൊച്ചുനാളിൽത്തന്നെ ഉരിക്കൊ നെയ്തുവേലയിൽ അസാമാന്യമായ നൈപുണ്യം നേടി. അവൾ വളരുന്തോറും നെയ്ത്തുപണിയിൽ അവൾ ക്കുള്ള മികവും തികവും ഏറിയേറിവന്നു.

പിന്നീട് കാലം കടന്നുപോയപ്പോൾ ഉരിക്കോയുടെ അച്ഛനും അമ്മയും തീരെ വൃദ്ധരായിത്തീർന്നു. അപ്പോൾ രണ്ടു നെയ്ത്തുതറികളുടേയും മുഴുവൻ ചുമതലയും ഉരിക്കൊയുടേതായിത്തീർന്നു. എങ്കിലും എന്ന ത്തേയുംപോലെ കിഴവനും കിഴവിയും നെയ്ത്തുപണിയിൽ മകളെ വേണ്ട തുപോലെ സഹായിച്ചുപോന്നു.

അവരൊന്നുചേർന്നു നെയ്തുണ്ടാക്കിയ വസ്ത്രങ്ങൾ നാടിന്റെ വിവിധഭാഗങ്ങളിലേക്കും വിദേശങ്ങളിലേക്കും ഒട്ടേറെ കച്ചവടക്കാർ വിൽപനയ്ക്കായി വാങ്ങിക്കൊണ്ടുപോയി. ഒടുവിൽ ആ നെയ്ത്തു കുടുംബം ഉന്നതിയുടെ കൊടുമുടിയിലെത്തി.

ഒരിക്കൽ കച്ചവടത്തിന് തുണി കരാറെടുക്കാൻ എത്തിയ വ്യാപാരി കളുടെ കൂട്ടത്തിൽ കനായ എന്നുപേരായ സുമുഖനായ ഒരു ചെറുപ്പ ക്കാരനുണ്ടായിരുന്നു. ഉരിക്കൊ നെയ്തെടുത്ത വസ്ത്രങ്ങൾ പതിവായി കനായയുടെ അച്ഛൻ നേരിട്ടുവന്ന് കച്ചവടത്തിനായി കരാറെടുക്കാറാണ് പതിവ്.

അത്തവണ തനിക്കുപകരം മകൻ കനായതന്നെ തുണിക്കച്ചവട ത്തിനുള്ള കരാറുകൾ ഉറപ്പിക്കാൻ പോകണമെന്നായി അച്ഛൻ. കച്ചവട ത്തിൽ വേണ്ടുവോളം പരിചയം നേടണമെങ്കിൽ, സ്വയം അതിലേർ പ്പെടണമെന്ന അഭിപ്രായക്കാരനായിരുന്നു കനായയുടെ അച്ഛൻ. കനായ യാണെങ്കിൽ, അക്കാര്യത്തിൽ നിശ്ശബ്ദം സമ്മതം മൂളുകയും ചെയ്തു. കാരണം, ഉരിക്കോവിനെ ഒരുനോക്കു കാണാനുമുള്ള മോഹം കനായ യുടെ ഉള്ളിൽ എന്നേ നാമ്പെടുത്തുകഴിഞ്ഞിരുന്നു. കച്ചവടത്തിനായി കൊണ്ടുവരുന്ന വസ്ത്രങ്ങൾക്ക് അത്രത്തോളം ചന്തമുണ്ടെങ്കിൽ അവ യൊക്കെയും നെയ്തെടുക്കുന്ന ഉരിക്കോയ്ക്ക് എത്രത്തോളം സൗന്ദര്യ മുണ്ടായിരിക്കണമെന്ന് എല്ലായ്പ്പോഴും അദ്ഭുതപ്പെടുകയായിരുന്നു കനായ. അതുകൊണ്ട്, അത്രയും നാളുകളായി അവളെക്കുറിച്ചൊരു ചിത്രം ഭാവനയിൽ തീർക്കുന്നതിനായി പാടുപെടുകയായിരുന്നു അയാൾ. അച്ഛന്റെ നിർദ്ദേശം തന്റെ ഇച്ഛയ്ക്കൊത്തതുതന്നെയെന്നു കരുതി കനായ അകമേ ആഹ്ലാദിച്ചു.

ഉരിക്കോയുടെ വീട്ടിലെത്തി കച്ചവടത്തിനുള്ള കരാറ് ഉറപ്പിക്കാൻ നേരത്ത്, നെയ്ത്തുക്കാരിയെ നേരിൽ കാണാനിടയായതും അവളെ വിവാഹം കഴിക്കണമെന്നായി കനായയുടെ അടുത്ത മോഹം. ഒട്ടും മടികൂടാതെ തന്റെ ആഗ്രഹം കനായ ഉരിക്കോയുടെ അച്ഛനോടു തുറന്നു പറയുകയും ചെയ്തു. കിഴവനും കിഴവിക്കും തൃപ്തിയായി. ഈ ലോക ത്തിൽനിന്ന് ഒടുവിൽ വിടപറയുംമുമ്പേ, ഉരിക്കോയുടെ ഭാവി കൂടുതൽ നിറപ്പകിട്ടുള്ളതാക്കിത്തീർക്കാനുള്ള അവരുടെ ഒടുക്കത്തെ സ്വപ്നവും ഏറെ താമസിയാതെ ഒരു യാഥാർത്ഥ്യമായിത്തീരാൻ പോവുന്നു.

നാളുകളേറെ ചെല്ലുന്നതിനുമുമ്പെത്തന്നെ വൃദ്ധദമ്പതികളുടെ വീട്ടു മുറ്റത്ത് മുളംകാലുകളിൽ കെട്ടിപ്പൊക്കിയ ഒരു വർണ്ണപ്പന്തലുയർന്നു. വിവാഹത്തിനുമുമ്പ് ചെയ്തുതീർക്കേണ്ടതായിട്ട് ഇനി ഒരേയൊരു

ചടങ്ങുമാത്രമേ ബാക്കിയുണ്ടായിരുന്നുള്ളൂ. വധുവിനു അണിയാനുള്ള ആഭരണങ്ങൾ ഒരുക്കുക.

പിറ്റേന്നാൾ നെയ്ത്തുമുറിയിലിരുന്ന് ജോലിയിൽ മുഴുകിയ കിഴവൻ, പാതി തുറന്ന ജനലിലൂടെ വെളിയിലേയ്ക്കു നോക്കിയപ്പോൾ ഒരു അതികായൻ തന്റെ വീട്ടിലേയ്ക്കുതന്നെ തുറിച്ചുനോക്കിക്കൊണ്ട് പാതവക്കത്തു നിൽക്കുന്നതുകണ്ടു. വാസ്തവത്തിൽ, അയാളെ മുമ്പൊരിക്കലും ആ പരിസരത്തെങ്ങും കാണാനിടയായിട്ടില്ല. അപ്പോൾ കിഴവൻ എഴുന്നേറ്റ് ജനൽ മുഴുക്കെ തുറന്ന് അപരിചിതനോട് അതി വിനയത്തോടെ ചോദിച്ചു:

"ആരാണ് നിങ്ങൾ? ഇതിനുമുമ്പ് ഒരിക്കൽപോലും നിങ്ങളെ ഇവിടെ യെവിടെയും കണ്ടിട്ടില്ലല്ലോ."

"നിന്റെ ഊഹം തികച്ചും ശരിയാണ്, കിഴട്ടുകിഴവാ. അതേടാ, എന്നെ തീർച്ചയായും നിനക്ക് നേരിട്ടറിയില്ല..." അപരിചിതൻ പരുഷ സ്വരത്തിൽ മറുപടി പറഞ്ഞു. താനെത്രയോ വിനയത്തോടെ കുശലാന്വേഷണത്തിനു മുതിർന്നിട്ടും അത്രയ്ക്ക് അപമര്യാദയായിട്ടൊരു മറുപടി കേട്ടപ്പോൾ കിഴവൻ വല്ലാതെ അമ്പരന്നുപോയി. അയാൾ പൊടുന്നനെ നിശ്ശബ്ദ നായപ്പോൾ അരിശംകൊണ്ട അപരിചിതൻ ഒച്ച കനപ്പിച്ചുകൊണ്ട് വീണ്ടും പറഞ്ഞു:

"...എങ്കിലും നിനക്കെന്നെ അറിയില്ലെന്നത് തൽക്കാലം അത്രത്തോളം കാര്യമാക്കേണ്ടതില്ല. കാരണം, നിന്നെയെനിക്ക് അസ്സലായിട്ടറിയാമല്ലോ. മാത്രമല്ല, ഏറെ താമസിക്കാതെത്തന്നെ ഞാനാരാണെന്ന് നിനക്കു മനസ്സിലാവുകയും ചെയ്യും. അതിനുപുറമേ, ഇപ്പോൾ നിനക്കല്ലാതെ, മറ്റാർക്കുംതന്നെ എന്നെ കാണാനും കഴിയില്ല."

അപ്പോൾ കിഴവൻ ഒരു നടുക്കത്തോടെ ചുറ്റിനും പകച്ചുനോക്കി. ആ അതികായൻ ആരായിരിക്കും? ആരെങ്കിലും അവരുടെ സംഭാഷണം ശ്രദ്ധിക്കുന്നുണ്ടോ? അയാളുടെ മനസ്സിലേറ്റ ഉലച്ചിൽ ഊഹിച്ചിട്ടെന്ന പോലെ അപരിചിതൻ ഉടൻതന്നെ ഒരു പിറുപിറുപ്പോളം താണ ഒച്ചയിൽ പറഞ്ഞു:

"തീരെ സംശയിക്കേണ്ട, കിഴവാ. ഇനി എത്രതന്നെ ഒച്ചവെച്ചു സംസാ രിച്ചാലും, ആർക്കുംതന്നെ എന്റെ ശബ്ദം കേൾക്കാൻ കഴിയില്ല. കിഴവൻ നിന്നനില്പിൽ എന്തെല്ലാമോ തന്നത്താൻ പുലമ്പുകയാണെന്നേ കാണുന്നവരൊക്കെ കരുതുകയുള്ളൂ. എന്റെ അസ്സൽ രൂപമൊന്നു കാണണ്ടെ, നിനക്ക്? നിന്റെ മകൾ കയറിയിരിക്കുന്ന നെയ്ത്തുതറിക്കു മാത്രമല്ല മറിമായം തീർക്കാൻ കഴിയുകയുള്ളൂ എന്ന് എനിക്കുമൊന്നു തെളിയിക്കേണ്ടേ? അതും, നിന്റെ കൺമുമ്പിൽവെച്ചുതന്നെ."

കിഴവൻ നോക്കിനിൽക്കെ, നിരത്തുവക്കത്തു നിന്നിരുന്ന അപരി ചിതൻ പാതമുഴുക്കെ നിറഞ്ഞുകവിയുന്ന ഒരു പടുകൂറ്റൻ രാക്ഷസനായി മാറി. രാക്ഷസന്റെ കൈവിരലുകളിലെ ഓരോ നഖവും ഒരു തൂമ്പയേ ക്കാളും വലിപ്പമുണ്ടായിരുന്നു.

രാക്ഷസന്റെ നേർക്ക് രണ്ടാമതൊന്നു നോക്കാൻപോലും ധൈര്യ മില്ലായിരുന്നു കിഴവന്. അയാൾ ഭയന്നുവിറച്ചുകൊണ്ട് ജനലിനരികിൽ ത്തന്നെ നിൽക്കുകയായിരുന്നു.

"എന്തായാലും മുമ്പു കണ്ടിട്ടില്ലെങ്കിലും എന്നെപ്പറ്റി നീ കേട്ടിട്ടു ണ്ടാവും. ഇപ്പോൾ നേരിൽ കാണാനിടയായല്ലോ." രാക്ഷസൻ അലറി ക്കൊണ്ടു പറഞ്ഞു:

"അതായത്...എനിക്കിപ്പോൾ മനസ്സിലായി...പലരിൽനിന്നും പല പ്പോഴായി കേൾക്കാനിടയിയ്ട്ടുണ്ട്...അമാനൊ രാക്ഷസൻ..."

"...അതെയതെ, നിന്റെ ഊഹം തീർച്ചയായും തെറ്റിയിട്ടില്ല. നീയിപ്പോൾ പറഞ്ഞ അമാനൊ രാക്ഷസൻതന്നെയാണ് ഞാൻ. ഏറെക്കാലമായി മലമുകളിലെ ഒരു ഗുഹയിലാണ് ഞാൻ താമസിക്കുന്നത്. എന്റെ അനിയത്തി മലാനിയോടൊപ്പം. അവളെക്കുറിച്ചും നീ കേട്ടിട്ടുണ്ടാവും."

"ഉവ്വ്...പക്ഷേ, ഇവിടെ...ഇപ്പോൾ? മലമുകളിൽനിന്നും ഒരിക്കലും ഈ ഗ്രാമപ്രദേശത്തേയ്ക്ക് വരാറില്ലല്ലോ..." അപ്പോഴയ്ക്കും ഭീതിയടക്കാനാ വാതെ കിഴവൻ പണിപ്പെട്ടു ചോദിച്ചു.

"നീ തന്നിഷ്ടത്തിനു കാട്ടിക്കൂട്ടുന്ന ഓരോരോ കാര്യങ്ങളും ഞാനറി യില്ലെന്നു കരുതിയോ? നിന്റെ മകൾ ഉരിക്കോയുടെ വിവാഹം തീരു മാനിച്ചുകഴിഞ്ഞൂ, അല്ലേ? തുണിക്കച്ചവടക്കാരനായ ആ യുവാവ് കനായ യാണ് അല്ലേ, വരൻ? അതായത്, ഉരിക്കൊ നെയ്തുണ്ടാക്കിയ വസ്ത്ര ങ്ങളുടെ പകിട്ടു കണ്ടിട്ട് കനായ വല്ലാതെ ഭ്രമിച്ചുപോയിപോലും. എന്നിട്ട വളെ നേരിൽക്കണ്ട് അവർ തമ്മിലുള്ള വിവാഹം തീരുമാനിച്ചുപോലും. ഈയ്യവസരത്തിൽ എനിക്ക് മലമുകളിൽനിന്നും ഈ ഗ്രാമത്തിലേയ്ക്കു എഴുന്നെള്ളാതിരിക്കാൻ കഴിയുമോ?"

"അതേ, കനായയുമായുള്ള ഉരിക്കോയുടെ വിവാഹം തീരുമാനിച്ചു കഴിഞ്ഞുവെന്നത് സത്യമാണ്..." കിഴവൻ ഒരുവിധത്തിൽ പറഞ്ഞു തീർത്തു.

"അതേപോലും...അക്കാര്യം സത്യമാണുപോലും...പക്ഷേ, അതു കൊണ്ടൊന്നും ഈ വിവാഹം നടക്കില്ല...പിന്നെ എന്റെ മുഖത്തുനോക്കി അങ്ങനെ പറയാൻ നിനക്ക് എങ്ങനെ ധൈര്യമുണ്ടായി? ഇരുകൂട്ടരും ചേർന്നു തീരുമാനിച്ചുറപ്പിച്ച ഈ വിവാഹം നീ കൊണ്ടാടുന്നത് എനി ക്കൊന്നു കാണണമല്ലോ. ആദ്യമായി, നീയിട്ട ഈ വർണ്ണപ്പന്തൽ ചവിട്ടി ത്തകർക്കും ഞാൻ. കാരണമറിയേണ്ടേ നിനക്ക്, മുതുക്കാ?"

"ഞാനെന്തു പറയാനാണ്, അമാനൊ അങ്ങുന്നേ?" നിസ്സഹായനായ കിഴവൻ ചോദിച്ചു.

"നീയറിയണം. എന്താണെന്നോ കാരണം? ഉരിക്കോവിനൊരു വിവാഹമുണ്ടെങ്കിൽ, അവളുടെ വരൻ നിന്റെ മുമ്പിൽ നിൽക്കുന്ന ഈ അമാനൊ മാത്രമായിരിക്കും."

"സാധ്യമല്ല..." എങ്ങുനിന്നോ ധൈര്യം വീണ്ടെടുത്ത് കിഴവൻ നിന്നി ടത്തുനിന്ന് ആക്രോശിച്ചു.

“ഞാനൊന്നു ഊതിയാൽ മതി, നീ മറിഞ്ഞുവീണ് അന്ത്യശ്വാസം വലിക്കും. സാദ്ധ്യമല്ലപോലും. അതുകൊണ്ടുമായില്ല, കിഴവാ. അവനറിയാതെത്തന്നെ കനായയെ എന്റെ അനിയത്തി മലാനിയുടെ വരനായി എന്നേ നിശ്ചയിച്ചുകഴിഞ്ഞതായിരുന്നു, ഞാൻ. പക്ഷേ, കിഴവനും കിഴവിയുംചേർന്ന് ഞാനറിയാതെ എന്റെ തീരുമാനങ്ങൾക്കൊക്കെയും ഇടങ്കോലിട്ടു. എന്നിട്ട് ഉരിക്കോയെ, കനായ എന്നിൽനിന്നും തട്ടിയെടുത്തു. അതോടൊപ്പംതന്നെ എന്റെ അനിയത്തിക്ക് കനായയേയും നഷ്ടപ്പെട്ടു. ഒരേസമയംതന്നെ എനിക്കു നേരിടേണ്ടിവന്നത് രണ്ടു നഷ്ടങ്ങളാണ്. ഇനിയും ഞാൻ അടങ്ങിയൊതുങ്ങിയിരിക്കുമെന്നാണോ, നിങ്ങൾ കരുതിയിരിക്കുന്നത്?” അമാനൊ കാതടയ്ക്കുന്ന ഒച്ചയിൽ അട്ടഹസിച്ചു.

“പക്ഷേ, സംഭവിച്ചതൊക്കെയും അങ്ങയ്ക്കറിവുള്ള കാര്യമാണല്ലോ, അമാനൊ അങ്ങുന്നേ. അങ്ങിപ്പോൾത്തന്നെ പറഞ്ഞതുപോലെ കനായയാണല്ലോ, അവളെ തേടിയിവിടെയെത്തിയത്. പിന്നീട് അവളെ വിവാഹം കഴിക്കണമെന്ന് നിർദ്ദേശിച്ചതും നിർബ്ബന്ധംപിടിച്ചതും കനായ തന്നെയായിരുന്നു. ഇക്കാര്യത്തിൽ ഞങ്ങൾ നിർദ്ദോഷികളും നിസ്സഹായരുമാണ്. മാത്രമല്ല, അങ്ങിപ്പോൾ പറഞ്ഞ പല കാര്യങ്ങളെക്കുറിച്ചും ഞങ്ങൾക്ക് യാതൊരു അറിവുമില്ല.”

“എന്തുതന്നെയായാലും, ഫലം ഒന്നുതന്നെ. കാരണം, നഷ്ടങ്ങളൊക്കെയും എനിക്കുമാത്രം.” അങ്ങനെ പറഞ്ഞതും, അമാനൊ ഒരിക്കൽക്കൂടി അത്യുച്ചത്തിൽ അട്ടഹസിച്ചു. എന്നിട്ട് സകല കരുത്തുമുപയോഗിച്ച് തറയിൽ ആഞ്ഞുചവിട്ടി.

“അങ്ങയ്ക്ക് ഉരിക്കോവിലും മലാനിക്ക് കനായയിലുമുള്ള താല്പര്യത്തെപ്പറ്റി ഞങ്ങൾക്ക് യാതൊന്നും അറിഞ്ഞുകൂട. പിന്നെ, രാക്ഷസരും മനുഷ്യരും തമ്മിൽ എങ്ങനെയാണ് വിവാഹം നടത്തുക?”

മുമ്പിൽ പേടിച്ചുവിറച്ചുകൊണ്ടു നിൽക്കുന്ന കിഴവനെ നോക്കി അമാനൊ വീണ്ടും ഒരു അട്ടഹാസംപോലെ പറഞ്ഞു:

“ചുരുക്കിപ്പറഞ്ഞാൽ, എനിക്ക് ഉരിക്കോവിനേയും എന്റെ അനിയത്തിക്ക് കനായയേയും നഷ്ടപ്പെടാൻ പോവുന്നു. ഈ രണ്ടു വൻനഷ്ടങ്ങൾക്ക് കാരണക്കാർ ആരൊക്കെയാണെന്നറിയാൻ ഇനിയും ഞാനെന്തിനു മിനക്കെടണം? പക്ഷേ, കയ്യുംകെട്ടിനിന്ന് ഈ നഷ്ടങ്ങൾ സഹിക്കാൻ ഞാൻ ഒട്ടും ഒരുക്കമല്ല. വിവാഹിതരാകുന്നത് മനുഷ്യരും രാക്ഷസരും തമ്മിലാണെന്ന കാര്യത്തെക്കുറിച്ചു ചിന്തിച്ച് ഞാൻ തീരെ വേവലാതിപ്പെടുന്നില്ല. അതുകൊണ്ട്, എനിക്കേറ്റ നഷ്ടങ്ങളൊക്കെയും ഉടൻതന്നെ നികത്തിയെടുക്കാൻ കഴിയുമോ എന്ന് ഞാനുമൊന്നു ശ്രമിച്ചു നോക്കട്ടെ. അതായത്, ഉരിക്കോവും കനായയും തമ്മിലുള്ള വിവാഹം ഞാൻ മുടക്കും. വേണ്ടിവന്നാൽ, ഞാനും എന്റെ അനിയത്തിയുംചേർന്ന് ഉരിക്കോവിനേയും കനായയേയും തട്ടിക്കൊണ്ടുപോവും. ഒരിക്കൽ അവർ രാക്ഷസൻമാരുടെ കയ്യിലകപ്പെട്ടുകഴിഞ്ഞാൽ പിന്നീടെന്തു

സംഭവിക്കുമെന്ന് ഞാൻ പ്രത്യേകം പറയേണ്ടതില്ലല്ലോ. അതുകൊണ്ട്, കരുതിയിരുന്നൊ."

അപ്പോൾ കിഴവൻ അമാനോവിനോടു കെഞ്ചി:

"അയ്യോ അരുത്...എന്റെ മകളോടും കനായയോടും കനിവു കാണിക്കണം. ഇന്നേയ്ക്ക് നാലാംദിവസമാണ് അവരുടെ വിവാഹം. തീർച്ചയായും അവരുടെ വിവാഹം മുടങ്ങാനിടയാവരുത്."

"നിന്റെ മകൾ! അവൾ നിന്റെ മകളൊന്നുമല്ലല്ലോ. വെറും വളർത്തുപുത്രിമാത്രമല്ലേ? ഏതോ ചീഞ്ഞളിഞ്ഞ തണ്ണിമത്തനകത്തുനിന്ന് എന്നോ കിട്ടാനിടയായ ഒരു അനാഥസന്തതിയല്ലേ, ഉരിക്കൊ?"

"അവൾ ഞങ്ങൾക്ക് ജീവനാണ്, അമാനൊ അങ്ങുന്നേ. അതുകൊണ്ട്, അവളെ ദ്രോഹിക്കരുത്."

"ഉരിക്കൊ നിങ്ങൾക്കെങ്ങനേയോ, അതുപോലെ എന്റെ അനിയത്തി എനിക്കും ജീവനാണ്, കിഴവാ. പിന്നെ, ഉരിക്കോവിനെ ഒരുവിധത്തിലും നഷ്ടപ്പെടാനും ഞാൻ തയ്യാറില്ല. അതുപോലെത്തന്നെ കനായയെ നഷ്ടപ്പെടാൻ എന്റെ അനിയത്തിയും ഒരുക്കമില്ല. ഇനിയഥവാ, ഈ രണ്ടിലും ഏതെങ്കിലുമൊന്നു സംഭവിക്കാനിടയുണ്ടെന്ന് എനിക്കു ബോദ്ധ്യപ്പെട്ടതും നിന്റെ വളർത്തുമകളേയും അവളുടെ ഭാവിവരനേയും കല്യാണത്തലേനാൾത്തന്നെ കൊന്നുകളയും ഞാൻ."

"അത്രത്തോളം ക്രൂരതയരുതേ, അമാനൊ അങ്ങുന്നേ. ഞങ്ങളുടെ മകളെ കാത്തുരക്ഷിക്കണേ."

പക്ഷേ, അന്നേരം കിഴവൻ ഏങ്ങലടിച്ചുകൊണ്ടു പറഞ്ഞ വാക്കുകളൊന്നും അമാനൊ രാക്ഷസൻ തീരെ ശ്രദ്ധിച്ചില്ല. വയസ്സൻ നോക്കിനിൽക്കെ, ഉടൽ ചുരുക്കി മുമ്പത്തെപ്പോലെയാക്കി, അമർത്തിച്ചവിട്ടി അമാനൊ ഒരു ചുഴലിക്കാറ്റുപോലെ അതിവേഗം മലയടിവാരത്തിലേയ്ക്കു പാഞ്ഞുപോയി. ഉരിക്കോയുടെ അച്ഛൻ വിഷണ്ണനായി ഏറെനേരം ആ ജനലിനരികിൽത്തന്നെ നിന്നുപോയി.

ഉണ്ടായ സംഭവങ്ങൾ ഭാര്യയോടും മകളോടും പറയാനുള്ള ഉൾക്കരുത്ത് കിഴവനില്ലായിരുന്നു. പക്ഷേ, അയാൾ ഉള്ളിലുറപ്പിച്ചു. അമാനൊ രാക്ഷസനെക്കുറിച്ച് ഒരു ഏകദേശവിവരം ഉരിക്കോവിനു കൊടുത്തേതീരൂ.

രണ്ടു നാളുകൾക്കുശേഷം, ഭാര്യയേയുംകൂട്ടി അങ്ങാടിയിലേയ്ക്ക് ആഭരണങ്ങൾ വാങ്ങിക്കൊണ്ടുവരുവാൻ പോകുമ്പോൾ, കിഴവൻ ശബ്ദമടക്കിക്കൊണ്ട് ഉരിക്കോവിനോടു പറഞ്ഞു:

"ഇപ്പോൾത്തന്നെ വാതിലടച്ചു തഴുതിട്ടോളൂ, മോളേ. യാതൊരു കാരണവശാലും നീ വാതിൽ തുറന്നുപോകാനിടയാവരുത്. അതായത്, അച്ഛനും അമ്മയും തിരികെ വരുന്നതുവരേയ്ക്കും."

"ശരിയച്ഛാ."

"നിന്നോടങ്ങിനെ പറയാൻ പ്രത്യേകമായൊരു കാരണംകൂടിയുണ്ട്, മോളേ. ഒരു തൂമ്പയേക്കാളും വലിപ്പമേറിയ നഖങ്ങളുള്ളൊരു കൂറ്റൻ

രാക്ഷസൻ ഈയ്യിടെയായി ഈ പരിസരത്തു വന്നുകൂടിയിട്ടുണ്ട്. ആ രാക്ഷസന്റെ പേര് അമാനോ എന്നാണ്. നമ്മുടെ വീടിന്റെ ജനലിന്റെ അപ്പുറത്തുവെച്ച് ഇന്ന് ഞാനവനെ കാണാനിടയായി. ആ രാക്ഷസന്റെ പ്രധാന പണിയെന്താണെന്നോ? വിവാഹനിശ്ചയം കഴിഞ്ഞ ചെറുപ്പക്കാരികളായ പെൺകുട്ടികളെ അവസരം കിട്ടിയതും തട്ടിക്കൊണ്ടുപോവുക. അതുകൊണ്ട്, മോള് കരുതിയിരിക്കണം." കിഴവൻ നിറകണ്ണുകളോടെ പറഞ്ഞു.

"ശരിയച്ഛാ. ആരുതന്നെ വന്നാലും ഞാൻ വാതിൽ തുറക്കുകയില്ല." ഉരിക്കൊ നിസ്സാരമട്ടിൽ പറഞ്ഞു.

കിഴവനും കിഴവിയും വീടുവിട്ടിറങ്ങേണ്ട താമസം, അമാനൊ രാക്ഷസൻ വന്ന് വാതിൽക്കൽ തട്ടി. പക്ഷേ, ഉരിക്കോയെ കബളിപ്പിക്കാനായി അമാനൊ എത്തിയത് അവളുടെ ഭാവിഭർത്താവായ കനായയുടെ വേഷത്തിലായിരുന്നു!

വാതിലിന്റെ നടുവിലെ ചെറുദ്വാരത്തിലൂടെ ഉരിക്കൊ നോക്കിയപ്പോൾ അവൾ കണ്ടത് കനായയെയായിരുന്നു! വാതിൽ തുറക്കരുതെന്ന് അവളുടെ അച്ഛൻ പറഞ്ഞേൽപ്പിച്ചിരുന്നത് അമാനോവിനെ ഉദ്ദേശിച്ചായിരുന്നല്ലോ. കനായ, ഉരിക്കോവിനെ കാണാൻ വരുമെന്ന പ്രതീക്ഷയും അവൾക്കോ, അവളുടെ അച്ഛനോ ഇല്ലായിരുന്നുതാനും.

അപ്പോൾ ഉരിക്കോയ്ക്ക് തന്നത്താനൊരു ന്യായീകരണം കണ്ടെത്താൻ കഴിഞ്ഞു. തീർച്ചയായും കനായ തനിക്ക് അന്യനല്ലല്ലോ. അന്നേയ്ക്കു മൂന്നാംദിവസം താൻ കനായയുടെ ഭാര്യയായിത്തീരുകയും ചെയ്യും. ഉരിക്കൊ ഉള്ളിൽ കരുതി. മാത്രമല്ല, കനായ തന്നോടൊപ്പമുണ്ടെങ്കിൽപ്പിന്നെ, അമാനോവിനെ ഒരിക്കലും ഭയപ്പെടേണ്ടതില്ല.

അവൾ ചിരിച്ചുകൊണ്ട് യാതൊരു സങ്കോചവുമില്ലാതെ കനായയ്ക്ക് വാതിൽ തുറന്നുകൊടുത്തു.

"നീ നെയ്തെടുത്ത പുത്തൻ തുണിത്തരങ്ങൾ വല്ലതുമുണ്ടോ എന്നു നോക്കാനായി വന്നതാണ് ഞാൻ, ഉരിക്കൊ." കനായ (വാസ്തവത്തിൽ അമാനൊ രാക്ഷസൻ) ഒരു ഒഴികഴിവെന്നോണം പറഞ്ഞു.

"പക്ഷേ, ഈയ്യിടെ നെയ്തെടുത്ത തുണികളൊക്കെയും വിറ്റഴിഞ്ഞല്ലോ."

"ഉരിക്കൊ, എന്നാൽ വേഗം പുറപ്പെടൂ."

"എവിടേയ്ക്ക്...?" ഉരിക്കൊ ചോദിച്ചു. എന്നിട്ട് സങ്കോചത്തോടെ പറഞ്ഞു: "...ഇന്നേരം അച്ഛനും അമ്മയും ആഭരണക്കടയിൽ പോയിരിക്കുകയാണ്."

"നിനക്കറിയാമോ, ഈ പരിസരത്തൊരു രാക്ഷസൻ വന്നുപാർക്കാൻ ആരംഭിച്ചിരിക്കുന്നു. അമാനൊ രാക്ഷസൻ. ഇന്നവൻ എന്റെയടുത്തു വന്നിരുന്നു. വിവാഹത്തിനുമുമ്പ് നിന്നെ തട്ടിക്കൊണ്ടുപോവുമെന്നു പറഞ്ഞ് അവനെന്നെ ഭീഷണിപ്പെടുത്തി. നിന്നെ അവനാണ് വിവാഹം കഴിക്കുന്നതെന്ന്. പിന്നെ അമാനോവിന്റെ മറ്റൊരു ആവശ്യം ഞാൻ

അവന്റെ അനിയത്തി മലാനിയെ വിവാഹം കഴിക്കണംപോലും. രണ്ടും അസാദ്ധ്യമാണെന്ന് ഞാനും പറഞ്ഞു."

"അമാനൊ രാക്ഷസനെക്കുറിച്ച് അച്ഛനും എന്നോട് ചില കാര്യങ്ങളൊക്കെ പറഞ്ഞു."

"മാത്രമല്ല, ഞാൻ നിന്നെ വിവാഹം കഴിച്ചാൽ എന്നെ കൊന്നുകളയുമെന്നു പറഞ്ഞു ഭീഷണിപ്പെടുത്തുകയും ചെയ്തു. അങ്ങനെ, വല്ലാതെ ക്രുദ്ധനായിട്ടാണ് അവൻ ഇറങ്ങിപ്പോയത്. പക്ഷേ, എനിക്ക് അമാനൊ രാക്ഷസനെ പേടിയാണെന്നാണോ, നീ കരുതിയിരിക്കുന്നത്?"

"നമ്മളിനിയെന്താണു ചെയ്യുക?" അവൾ വല്ലാത്ത ഭയപ്പാടോടെ ചോദിച്ചു.

"അമാനോവിനെ നിലയ്ക്കുനിറുത്താൻ നമുക്ക് തക്കതായൊരു പോംവഴി കണ്ടുപിടിക്കാം. ഇപ്പോൾത്തന്നെ നീയെന്നോടൊപ്പം വരിക."

അങ്ങനെ പറഞ്ഞതും കനായയുടെ കൃത്രിമവേഷത്തിൽ നിൽക്കുന്ന അമാനോവിന്റെ ചുണ്ടുകളിൽ ഒരു കുസൃതിച്ചിരി തെളിഞ്ഞു.

പരിഭ്രമിച്ചുനിൽക്കുന്ന ഉരിക്കോയെ നോക്കിക്കൊണ്ട് അയാൾ വീണ്ടും പറഞ്ഞു:

"തീരെ പേടിക്കേണ്ട. അൽപം നേരത്തേയ്ക്ക് ഇവിടെയടുത്തുള്ളൊരു തോട്ടത്തിൽ ചെന്നിരിക്കാം നമുക്ക്. നമ്മൾ മടങ്ങിയെത്തുമ്പോഴേയ്ക്കും നിന്റെ അച്ഛനും അമ്മയും തിരിച്ചെത്തുകയും ചെയ്യും. അമാനോവിനെ നേരിടാൻ ഇനിയും നമ്മളെന്തൊക്കെയാണു ചെയ്യേണ്ടതെന്നതിനെക്കുറിച്ച് ഇന്നുതന്നെ നമുക്ക് തക്കതായൊരു തീരുമാനമെടുക്കണം. വേണ്ടിവന്നാൽ, നമ്മൾത്തമ്മിലുള്ള വിവാഹം അല്പകാലത്തേയ്ക്കു നീട്ടിവെയ്ക്കേണ്ടിവരും."

"അമാനോ രാക്ഷസനെ ഇന്നു കാണാനിടയായെന്ന് അച്ഛനും എന്നോടു പറഞ്ഞിരുന്നല്ലോ. ശരിയാണ്. എനിക്കും അങ്ങനെത്തന്നെ തോന്നുന്നു. അതായത്, ഇന്നേരം വീട്ടിലിരിക്കുന്നത് കൂടുതൽ അപകടമാണ്. അതുകൊണ്ട്, നമ്മളിനി ഒട്ടും വൈകിക്കേണ്ട. ഇപ്പോൾത്തന്നെ നമുക്ക് തോട്ടത്തിലേയ്ക്കു പോകാം. തൽക്കാലത്തേയ്ക്ക് നമുക്ക് അവിടെയെവിടെയെങ്കിലും ഒളിച്ചിരിക്കാം."

"പിന്നെ, ആ തോട്ടത്തിൽ തേനിനേക്കാൾ മധുരമുള്ള, എണ്ണിയാൽ തീരാത്ത സപ്പോട്ടാപ്പഴങ്ങളുണ്ട്. നമുക്ക് രണ്ടുപേർക്കുംചേർന്ന് മരത്തിൽ നിന്നുതന്നെ പഴം പറിച്ചുതിന്നാം. വേഗം മരച്ചെരുപ്പെടുത്തിട്ട് എന്നോടൊപ്പം വരൂ."

"മരച്ചെരുപ്പിട്ടു നടക്കുമ്പോൾ അയൽപക്കത്തുള്ളവരൊക്കെയും ഞാൻ നടന്നകലുന്ന ഒച്ച കേൾക്കും. അപ്പോൾ അവരെത്തിനോക്കാതിരിക്കില്ല. അതുകൊണ്ട്, അവരെ നമുക്ക് എങ്ങനെയെങ്കിലും ഒഴിവാക്കിയേതീരൂ."

"എന്നാൽ വേണ്ട. വൈക്കോൽച്ചെരുപ്പിട്ടോളൂ. അപ്പോൾ തീരെ ഒച്ചയുണ്ടാവില്ല."

തന്നെ തട്ടിക്കൊണ്ടുപോകാനൊരുങ്ങുന്ന അമാനൊ രാക്ഷസനിൽ നിന്ന് തൽക്കാലത്തേയ്ക്കു രക്ഷപ്പെടാനായി അന്നേരം തോട്ടത്തിലേയ്ക്കു ഇറങ്ങിത്തിരിച്ചിക്കുന്നത് തന്റെ ഭാവിവരനായ കനായയോടൊപ്പമാണ് എന്നായിരുന്നല്ലോ, ഉരിക്കോവിന്റെ ധാരണ. അതുകൊണ്ട്, പതിയിരിക്കുന്ന അപകടത്തെക്കുറിച്ച് കിനാവിൽപോലും നിനയ്ക്കാത്ത ഉരിക്കൊ യാതൊരുവിധത്തിലുള്ള വിസമ്മതവും പ്രകടിപ്പിക്കാതെ അമാനൊയുടെ നിർദ്ദേശങ്ങൾ അപ്പാടെ സ്വീകരിച്ചു. ഉടനെ വൈക്കോൽച്ചെരുപ്പിട്ട് അവൾ പുറത്തു കടന്ന് വാതിലടച്ചു. പിന്നീട് തിടുക്കത്തിൽ നിരത്തിലേയ്ക്കിറങ്ങി കനായയുടെ വേഷം ധരിച്ച അമാനോവിനോടൊപ്പം അവൾ ബദ്ധപ്പെട്ട് സപ്പോട്ടാ തോട്ടത്തിലേയ്ക്കു നടന്നു.

തോട്ടത്തിൽ എത്തേണ്ട താമസം, അമാനൊ വെപ്രാളപ്പെട്ട് ഒരു സപ്പോട്ടാമരത്തിൽ കയറിയിരുന്ന് തന്നിഷ്ടത്തിന് പഴങ്ങളിലൊരെണ്ണം പറിച്ചുതിന്നു. എന്നിട്ട്, കീഴ്പ്പോട്ടു നോക്കിക്കൊണ്ടു പറഞ്ഞു:

“ഉരിക്കൊ, ഈ പഴത്തിനെന്തൊരു സ്വാദാണ്! ഇതാ ഒരെണ്ണം തിന്നുനോക്കൂ.”

അമാനൊ മറ്റൊരു പഴം പറിച്ച്, ചുവട്ടിലെ തുറസ്സായയിടത്തേയ്ക്ക് നിസ്സാരമട്ടിൽ ഇട്ടുകൊടുത്തു. ഉരിക്കൊ ഉത്സാഹത്തോടെ ആ പഴമെടുത്തു കടിച്ചപ്പോൾ, വല്ലാത്ത കയ്പ്!

അടുത്തനിമിഷം കയ്യിലുള്ള സപ്പോട്ടാപ്പഴം അവൾ പുൽപ്പരപ്പിലേയ്ക്കു വലിച്ചെറിഞ്ഞു. എന്നിട്ട് വായിലുള്ള പഴത്തുണ്ട് തുപ്പിത്തെറിപ്പിച്ചുകൊണ്ട് വല്ലാത്ത വിമ്മിഷ്ടത്തോടെ പറഞ്ഞു:

“എന്തൊരു കയ്പ്! തേൻപോലെ മധുരിക്കുന്ന പഴമാണെന്നു പറഞ്ഞിട്ട്? കയ്പേറിയ ഈ പഴം തിന്നാനാണോ എന്നെ നിങ്ങൾ ഈ മരത്തിന്റെ ചുവട്ടിലേയ്ക്കു കൂട്ടിക്കൊണ്ടുവന്നത്?”

“സത്യത്തിൽ, ഈ മരത്തിൽ കയറിയിരുന്നു തിന്നാൽമാത്രമേ പഴത്തിന് മധുരമുണ്ടാവുകയുള്ളൂ. മാത്രമല്ല, പഴം പറിച്ചു നിലത്തേയ്ക്കിട്ടാൽ ചതഞ്ഞു കേടുവരും. പൊടി പുരളുകയും ചെയ്യും.” അമാനൊ പറഞ്ഞു.

“എന്നാൽ പുൽത്തകിടിയിലേയ്ക്ക് പഴമിട്ടുതരാമായിരുന്നില്ലേ?” ഉരിക്കൊ അൽപം മുഷിച്ചിലോടെ ചോദിച്ചു.

“എന്നാലും പഴം കയ്ക്കും. അതുകൊണ്ട് നീയും മരത്തിലേയ്ക്കു കയറിവാ. നമുക്കു രണ്ടുപേർക്കുംചേർന്ന് ഇവിടെയിരുന്ന് ഇഷ്ടം പോലെ പഴം പറിച്ചുതിന്നാം.”

കനായയുടെ വേഷത്തിൽ മരക്കൊമ്പത്തു ഇരിക്കുന്ന അമാനോവിന്റെ വാക്കുകൾ വീണ്ടും ഉരിക്കൊ വിശ്വസിച്ചു. അവൾ പതുക്കെപ്പതുക്കെ ഒരുവിധത്തിൽ മരത്തിൽ കയറി. എന്നിട്ട് ഒരു പഴം പൊട്ടിച്ചു അമർത്തിക്കടിച്ചു. സഹിക്കാനാവാത്ത കയ്പ്!

“ഈ പഴം കൂടുതൽ കയ്ക്കുന്നു. മരത്തിൽ കയറിയിരുന്ന് പഴം പറിച്ചു തിന്നാൽ മധുരിക്കുമെന്നു പറഞ്ഞിട്ട്?” ഉരിക്കൊ പഴം വലിച്ചെറിഞ്ഞു കൊണ്ടു ചോദിച്ചു.

"കയ്പുള്ള പഴം എങ്ങനെ മധുരിക്കും, ഉരിക്കൊ...?" ആ അവസരത്തിനുവേണ്ടി കാത്തിരിക്കുകയായിരുന്ന അമാനൊ ഒരു അലർച്ചയുടെ ശബ്ദത്തിൽ ചോദിച്ചു. എന്നിട്ട് ഒച്ചയൊതുക്കിക്കൊണ്ട് കൃത്രിമമായ സൗമ്യതയോടെ പറഞ്ഞു: "...മരത്തിൽ ഞാനിരുന്നാൽപ്പിന്നെ, മധുരിക്കുന്ന പഴവും കയ്പുള്ളതായിത്തീരും."

"എനിക്കൊന്നും മനസ്സിലാവുന്നില്ല." ഉരിക്കൊ പറഞ്ഞുതീരുന്നതിനുമുമ്പെത്തന്നെ അമാനൊ രാക്ഷസൻ മരത്തിൽനിന്ന് പൊടുന്നനെ നിലത്തേയ്ക്കു കുതിച്ചുചാടി.

അമ്പരന്നിരിക്കുന്ന ഉരിക്കോവിന്റെ മുമ്പിൽ നിമിഷങ്ങൾക്കുള്ളിൽ കനായയുടെ വേഷം വെടിഞ്ഞ് അമാനൊ ആ വൃക്ഷത്തിനേക്കാൾ പൊക്കത്തിൽ രാക്ഷസനായി മാറി. പരപ്പേറിയ കൂറ്റൻ നഖങ്ങൾ കൂട്ടിയുരസ്സിക്കൊണ്ട്, മരത്തടികൾപോലത്തെ കൈകൾ നീട്ടി ഉരിക്കോവിനെ നോക്കി കണ്ണുകളുരുട്ടിമിഴിച്ചു. അമാനൊ രാക്ഷസന്റെ ആ ഭീകരരൂപം കണ്ടയുടനെ അവൾക്ക് ബോധം നശിച്ചു.

അബോധാവസ്ഥയിൽ മരക്കൊമ്പത്തു തലതാഴ്ത്തിയിരിക്കുന്ന ഉരിക്കോവിനെ നോക്കി അമാനൊ മുരണ്ടു:

"ഇനിയും ഒട്ടേറെ കാര്യങ്ങളുണ്ട് നിനക്കു മനസ്സിലാക്കാനായിട്ട്. ആദ്യം കനായയും എന്റെ അനിയത്തി മലാനിയും തമ്മിലുള്ള വിവാഹം. എന്നിട്ട് നീയും ഞാനും തമ്മിലുള്ള കല്യാണം." അങ്ങനെ പുലമ്പിയതും അമാനൊ ചുറ്റിനും കുലുങ്ങുമാറ് അത്യുച്ചത്തിൽ പൊട്ടിച്ചിരിച്ചു.

പിന്നീട് ഒട്ടും വൈകിയില്ല, അമാനൊ നിന്നനിൽപിൽ കൈ നീട്ടി കാട്ടുവള്ളികൾ പറിച്ചെടുത്ത് ഉരിക്കോവിനെ അതേയിരുപ്പിൽത്തന്നെ മരത്തോടുചേർത്തു കെട്ടിയിട്ടു. എന്നിട്ട് അവളുടെ വൈക്കോൽ ചെരുപ്പുകൾ കൈവശമാക്കി.

ഒരു കൊടുങ്കാറ്റുപോലെ അമാനൊ, ഉരിക്കോവിന്റെ വീട്ടിലേയ്ക്കു തിരിച്ചു. കാരണം, കനായയെ അകപ്പെടുത്താനുള്ള വലവീശലിന്റെ ഒരു ഭാഗമായി തന്റെ അനിയത്തി മലാനിയോട് ഉരിക്കോവിന്റെ വീട്ടിലെത്താൻ അമാനൊ അവളോടു നേരത്തെത്തന്നെ പറഞ്ഞേല്പ്പിച്ചിരുന്നു. അതനുസരിച്ച്, അമാനോവിന്റെ അനിയത്തി അവളുടെ ജ്യേഷ്ഠനേയും കാത്ത് അവിടെ നിൽപുണ്ടായിരുന്നു.

തടിച്ചുമലച്ച ചുണ്ടിൽ നിറയെ ചിരിയുമായി അമാനൊ, രാക്ഷസകുമാരിയോടു പറഞ്ഞു:

"ഉരിക്കോവിനെ തഞ്ചത്തിൽ സപ്പോട്ടാമരത്തിൽ കെട്ടിയിട്ടുകഴിഞ്ഞു. ഇതാ അവളുടെ വൈക്കോൽചെരുപ്പുകൾ. ഈ ചെരുപ്പുകൾ ധരിച്ച് ഉരിക്കോവിന്റെ വേഷത്തിൽ നീ വീടിനകത്തേയ്ക്കു കടക്കണം. എന്നിട്ട് തികഞ്ഞ തന്മയത്തത്തോടെ നീ അവളെപ്പോലെ അഭിനയിക്കണം. ആർക്കും സംശയത്തിനിടയാക്കാതെ തറിയിലിരുന്ന് തുണിനെയ്യണം. പിന്നീട് വിവാഹപ്പന്തലിൽ വധു ചമഞ്ഞിറങ്ങുന്നത് എന്റെ അനിയത്തിയായിരിക്കും. ഉടനടി നീയും കനായയും തമ്മിലുള്ള വിവാഹം."

അപ്പോൾ കോന്ത്രൻപല്ലുകൾ മുഴുക്കെ കാട്ടി, നീണ്ടുപരന്ന നഖങ്ങൾ കൂട്ടിയുരസ്സി, ചേട്ടനും അനിയത്തിയും പരസ്പരം നോക്കിനിന്നു അട്ടഹസിച്ചു ചിരിക്കുകയായിരുന്നു. പൊടുന്നനെ, നിന്നനിൽപിൽ രാക്ഷസ യുവതി ഉരിക്കൊ ആയി രൂപംമാറി!

ഉരിക്കോവിന്റെ അച്ഛനും അമ്മയും അപ്പോഴും തിരിച്ചെത്തിയിരുന്നില്ല. വീടിന്റെ വാതിൽ തള്ളിത്തുറന്ന് അമാനോവും മലാനിയും എളുപ്പത്തിൽ അകത്തുകടന്നു. പിന്നീട് ഒട്ടും താമസമുണ്ടായില്ല. ഉരിക്കോവിന്റെ രൂപം പൂണ്ട രാക്ഷസകുമാരി തറിയിൽ കയറിയിരുന്ന് തിടുക്കത്തിൽ വസ്ത്രം നെയ്യാൻ തുടങ്ങി!

"ഇനി ഉരിക്കോവിന്റെ വരൻ കനായ പല്ലക്കുംകൊണ്ട് ഇവിടെ വന്നു ചേരും. പിന്നെ വധു ചമഞ്ഞ നീ, വിവാഹത്തിനുശേഷം പല്ലക്കിലേറി വരനോടൊപ്പം അവന്റെ വീട്ടിലെത്തും. അല്പനേരം ഉരിക്കൊ ആയി നീ അത്രയ്ക്ക് തന്മയത്വത്തോടേ അഭിനയിക്കണം. പിന്നെ നിന്റെ അസ്സൽ രൂപം നീ കനായയ്ക്കു കാട്ടിക്കൊടുക്കണം. നിന്റെ വിവാഹശേഷം ഞാൻ ഒരിക്കൽകൂടി കനായയുടെ വേഷത്തിൽച്ചെന്ന് ഉരിക്കോവിനെ സപ്പോട്ടാ മരത്തിൽനിന്നു അഴിച്ച് കാട്ടിലേയ്ക്കു കൊണ്ടുപോകും. അവിടെവെച്ച് ഞാനവളെ അബോധാവസ്ഥയിൽത്തന്നെ കല്ല്യാണം കഴിക്കും. എന്നിട്ട് അൽപനേരം കനായയായി അഭിനയിച്ചതിനുശേഷം അവളുടെ മുമ്പിൽ പെട്ടെന്ന് എന്റെ തനിസ്വരൂപം പ്രദർശിപ്പിക്കും. അങ്ങനെ കനായയേയും ഉരിക്കോവിനേയും ഉടനെ നമുക്കൊരു പാഠം പഠിപ്പിക്കണം." ഇനിയും പൂർത്തീകരിക്കേണ്ടതായ കുതന്ത്രവേലകൾ മുഴുവനും അനിയത്തിയെ വേണ്ടരീതിയിൽ പറഞ്ഞേൽപിച്ചതിനുശേഷം അമാനൊ രാക്ഷസൻ വീടുവിട്ടിറങ്ങി.

കിഴവനും കിഴവിയും അങ്ങാടിയിൽനിന്നും തിരികെവന്നു. വീട്ടിലെത്തിയതും കിഴവന് അളവില്ലാത്ത ആശ്വാസമാണ് അനുഭവപ്പെട്ടത്. കാരണം, മകൾ വീട്ടിൽത്തന്നെയുണ്ട്. ഉരിക്കൊ (രാക്ഷസകുമാരി) അപ്പോൾ വൈക്കോൽച്ചെരുപ്പുകൾ ധരിച്ചാണ് നെയ്ത്തുമുറിയിൽനിന്ന് തിടുക്കത്തിൽ പുറത്തുവന്ന് വാതിൽ തുറന്നത്. അവൾ തറിയിലിരുന്ന് എത്രയെത്ര തുണിത്തരങ്ങളാണ് നെയ്തുകൂട്ടിയിരിക്കുന്നത്! കിഴവനപ്പോൾ ഉറപ്പായി. അമാനൊ രാക്ഷസൻ ഉരിക്കോവിനെ അകപ്പെടുത്താനായി ഇനിയുമെത്തിയിട്ടില്ല. ഇനിയൊട്ടെത്തുകയുമില്ല.

പക്ഷേ, സമയം നീങ്ങിയതോടെ, കിഴവന്റേയും കിഴവിയുടേയും മനസ്സിൽ പല സംശയങ്ങളും പത്തി വിരിക്കാൻ തുടങ്ങി. കാരണം, മകൾ നെയ്തുകൂട്ടുന്ന വസ്ത്രങ്ങൾക്കൊന്നിനും പതിവുപോലത്തെ മികവും തികവുമില്ലായിരുന്നു. അപ്പോൾ അവർ അദ്ഭുതപ്പെട്ടു. അവൾക്കെന്തുപറ്റി? എവിടെപ്പോയി, ഉരിക്കൊ കൈത്തറിയിൽ തീർക്കാറുള്ള ആ മറിമായം?"

മാത്രമല്ല, നേരം നീങ്ങുന്തോറും അവളുടെ ശബ്ദം തീരെ പരുക്കനായി മാറുകയായിരുന്നു. അവൾ സംസാരിച്ചപ്പോൾ പലപ്പോഴും തൊണ്ടയ്ക്കകത്ത് പോക്കാച്ചിത്തവളകൾ കയറിയിരുന്ന് കൂട്ടത്തോടെ

അമറുകയാണെന്നു തോന്നി. അവൾ അത്രത്തോളം മാറിപ്പോവാനുള്ള കാരണമെന്ത്?

പിന്നീട് അത്താഴത്തിനിരുന്നപ്പോൾ അവൾ ഇരുകൈകളെക്കൊണ്ടും അത്യാർത്തിയോടെ വാരിവലിച്ചുതിന്നു. എന്നിട്ട് ഒച്ചയോടെ ചവച്ചിറക്കി. വായ്ക്കകത്തുനിന്നും കൈവിരലുകൾക്കിടയിലൂടെയും ഭക്ഷണത്തിന്റെ കനത്ത ശകലങ്ങൾ ചിതറിത്തെറിച്ചു.

മുമ്പൊരിക്കലും ഉരിക്കൊ അത്തരത്തിൽ പെരുമാറിയിട്ടില്ല. ചില മണിക്കൂറുകൾകൊണ്ടുമാത്രം എങ്ങനെയാണ് ഉരിക്കൊ ഇങ്ങനെയൊക്കെ ആയിത്തീർന്നത്? ഇനി തന്റെ വിവാഹം അടുത്തുകഴിഞ്ഞല്ലോ എന്ന പരിഭ്രമവും വേവലാതിയുമായിരിക്കുമോ അവളിൽ ഇത്രയേറെ മാറ്റങ്ങൾക്കുള്ള കാരണം?

പക്ഷേ, യാതൊന്നും ഉരിയാടാനാവാതെ കിഴവനും കിഴവിയും പരസ്പരം നോക്കിയിരിക്കുകയായിരുന്നു.

രാത്രിയിൽ അവർ കിടന്നുകഴിഞ്ഞപ്പോൾ മച്ചിലിരിക്കുന്ന ഒരു ഗൗളി ഉച്ചത്തിൽ ചിലച്ചുകൊണ്ട് കിഴവനോടു പറഞ്ഞു:

“നിങ്ങളെന്തൊരു മടയനാണ്! അടുത്ത മുറിയിൽ കിടന്നുറങ്ങുന്നത് ആരാണെന്നൊന്നു പോയിനോക്കൂ.”

കിഴവനും കിഴവിയും പിടഞ്ഞെണീറ്റ് തൊട്ടടുത്ത മുറിയിലേയ്ക്കോടി. അവിടത്തെ കാഴ്ച കണ്ട് അവർ നടുങ്ങിപ്പോയി. ഉരിക്കോവിന്റെ കിടയ്ക്കയിൽ, കോന്ത്രൻപല്ലുകളും നഖങ്ങളുംനീട്ടി ഒരു രാക്ഷസകുമാരി കൂർക്കം വലിച്ചുകൊണ്ടുറങ്ങുന്നു! അവൾക്ക് അമാനോവിന്റെ മുഖച്ഛായയുണ്ടായിരുന്നു!

കിഴവനും കിഴവിയും ഉച്ചത്തിൽ നിലവിളിച്ചുകൊണ്ട് സ്വരക്ഷയ്ക്കായി നിരത്തിലേക്കോടി. അപ്പോൾ അയൽപക്കമെല്ലാം ഉണർന്ന് അവരുടെ വീട്ടുപടിക്കലേയ്ക്കോടിയെത്തി.

ഉരിക്കോവിന്റെ കള്ളവേഷമിട്ട് വിവാഹപ്പന്തലിൽ അവളുടെ സ്ഥാനം കയ്യേറാമെന്നു വ്യാമോഹിച്ച് വീട്ടിൽ കയറിക്കൂടിയ രാക്ഷസകുമാരിക്ക് അപ്പോൾ ഉറപ്പായി. ഇനിയുമിവിടെ നിന്നാൽ രക്ഷയില്ല. ഉടനടി അവൾ ശരീരം ചുരുക്കി ജനൽക്കീറുകൾ തള്ളിത്തുറന്ന് പുറത്തേയ്ക്കു ചാടിയിറങ്ങി ഇരുട്ടിലൂടെ ഓടിയകന്നു. പിന്നീട് ദൂരത്തുള്ള മലഞ്ചെരിവിൽ ചെന്നൊളിച്ചു.

എവിടെ ഉരിക്കൊ? ആ ചോദ്യത്തിനുമുമ്പിൽ കിഴവനും കിഴവിയും അമ്പരപ്പോടെ നിന്നു.

അപ്പോൾ മച്ചിലിരുന്നിരുന്ന അതേ ഗൗളി വീണ്ടും ഉച്ചത്തിൽ ചിലച്ചുകൊണ്ടു പറഞ്ഞു:

“ഉരിക്കോവിനെ കൊണ്ടുപോയി തോട്ടത്തിലുള്ള സപ്പോട്ടാ മരത്തിൽ കെട്ടിയിട്ടിട്ടുണ്ട്, അമാനൊ രാക്ഷസൻ. ഉടൻ ചെന്ന് അവളെ കെട്ടഴിച്ചുവിടൂ. അല്ലെങ്കിൽ അമാനൊ ഒരിക്കൽകൂടി പകരംവീട്ടാൻ ശ്രമിക്കും.

അവളേയും കൊണ്ട് അകലത്തുള്ള മലഞ്ചെരിവിലേയ്ക്കു പോകും. പിന്നീട് കനായയുടെ വേഷത്തിൽ അവളെ വിവാഹം കഴിച്ച് അവിടത്തെ ഗുഹയ്ക്കുള്ളിൽ താമസമാക്കും. ഇപ്പോൾത്തന്നെ ഇവിടെ നിന്നും രക്ഷപ്പെട്ടു ഓടിപ്പോയ മലാനിയുടെ സഹായത്തോടെ."

അടുത്ത നിമിഷം, കിഴവനും കിഴവിയും അയൽവാസികളും ചേർന്ന് തോട്ടത്തിലേക്കോടി. ബോധം നശിച്ച് അപ്പോഴും മരത്തിൽ കിടന്നിരുന്ന ഉരിക്കോവിനെ അവർ കെട്ടഴിച്ച് ഒരുവിധത്തിൽ നിലത്തിറക്കി. പിന്നെ അവരെല്ലാംചേർന്ന് സപ്പോട്ടാപ്പഴം പറിച്ചെടുത്ത് അവശയായ അവൾക്കു ഭക്ഷിക്കാൻ കൊടുത്തു. അപ്പോൾ വിസമ്മതഭാവത്തിൽ അവൾ തലയാട്ടി. എന്നിട്ട് പറഞ്ഞു:

"വല്ലാത്ത കയ്പാണീ പഴത്തിന്. എനിക്കുവേണ്ട."

"കയ്പോ? ഈ പഴത്തിന് തേനിനേക്കാൾ മധുരമാണ്, മോളേ. തിന്നു നോക്ക്." കിഴവി പറഞ്ഞു. എന്നിട്ട് പഴത്തിന്റെ ഒരു ചുള പറിച്ചെടുത്ത് കിഴവി അവളുടെ വായിൽ കൊടുത്തു. ആ പഴം തിന്നപ്പോൾ അവൾക്കു തോന്നി. അതേ. തേനിനേക്കാൾ മധുരമേറിയ പഴംതന്നെ.

അപ്പോൾ ഉരിക്കൊ ഓർത്തു. അമാനൊ സപ്പോട്ടാമരത്തിൽ ഇരുന്നാൽ മാത്രമേ മധുരിക്കുന്ന പഴത്തിന് കൈപ്പുസ്വാദ് അനുഭവപ്പെടുകയുള്ളൂ.

പിന്നീട് ഉരിക്കോവിനെ മഞ്ചലിൽ കിടത്തി അവർ വീട്ടിലെത്തിച്ചു. അപ്പോൾ മച്ചിലിരുന്നുചിലച്ചുകൊണ്ട് ഗൗളി പറഞ്ഞു:

"രണ്ടു നാളുകൾകൂടി കഴിയട്ടെ, നിനക്കും കനായയ്ക്കും കെങ്കേമമായ കല്ല്യാണം, എന്റെ തങ്കിമത്തൻസുന്ദരി. നിനക്കിതാ സർവ്വമംഗളങ്ങളും നേരുന്നു, ഉരിക്കൊ."

അപ്പോൾ പരവശയായ ഉരിക്കൊ പുഞ്ചിരിതൂകി തലയും താഴ്ത്തിയിരിക്കുകയായിരുന്നു.

■

കൽക്കരിരാജകുമാരൻ

ജപ്പാനിലെ വടക്കൻ ക്യൂയ്ഷു സംസ്ഥാനത്തിലെ ഇന്നറിയപ്പെടുന്ന ഓയ്ത്ത താലൂക്കിന്റെ പുരാതനമായ പേര് ഹിഗൊ എന്നായിരുന്നു. അവിടത്തെ മലഞ്ചെരിവിലാണ് ചെറുപ്പക്കാരനായ കൊഗോരൊ താമസിച്ചിരുന്നത്. കൊഗോരൊ ജന്മനാ ദരിദ്രനായിരുന്നു. അയാൾക്ക് അച്ഛനും അമ്മയും ഉണ്ടായിരുന്നില്ല.

കുടിലിൽ ഇരുന്ന് കൽക്കരിപ്പൊടി നനച്ചു കുഴച്ചുരുട്ടി ഉണക്കി വിൽക്കുകയായിരുന്നു കൊഗോരോവിന്റെ തൊഴിൽ. അയാളുടെ കുടിലിൽ, കരിയുണ്ടകൾ വാങ്ങാനെത്തുന്ന നാട്ടുകാരെ കൊഗോരൊ ഒരിക്കൽ പോലും കബളിപ്പിക്കാനിടയായിട്ടില്ല. എണ്ണത്തിലായാലും തൂക്കത്തിലായാലും. മാത്രമല്ല, കരി വാങ്ങാനെത്തുന്ന പതിവുകാർക്കൊക്കെയും മൂന്നുനാലു കരിയുണ്ടകൾ സൗജന്യമായി കൊടുക്കുന്നതിൽ അയാൾ ഒട്ടും പിശുക്കു കാണിക്കാറുമില്ല.

കൽക്കരിക്കച്ചവടത്തിൽ ഏർപ്പെട്ടുകഴിഞ്ഞുകൂടിയിരുന്ന സുമുഖനായ കൊഗോരൊ ആ നാട്ടിലാകെ അറിയപ്പെട്ടിരുന്നത് കൽക്കരിരാജകുമാരൻ എന്ന ഓമനപ്പേരിലായിരുന്നു.

രാവും പകലും കൊഗോരോവിന്റെ കുടിലിനകത്ത് അന്നന്നു ഉരുട്ടി ഉണക്കിയെടുത്ത കൽക്കരിയുണ്ടകളുടെ ഒരു കൂമ്പാരംതന്നെ ഉയർന്നു നിൽക്കുന്നുണ്ടായിരിക്കും. കരിയുണ്ടകളില്ലെന്ന് ഒഴികഴിവു പറഞ്ഞ് നിരാശരാക്കി ആരേയും വെറുംകയ്യോടെ കൊഗോരൊ തിരിച്ചയയ്ക്കാറില്ല. അയാൾ കരി കൊടുത്തില്ലെങ്കിൽപ്പിന്നെ അവരുടെ അടുപ്പ് എരിയുകയില്ലെന്ന് അയാൾക്ക് നല്ലതുപോലെ അറിയാമായിരുന്നു.

കാരണമെന്തെന്നറിഞ്ഞില്ല, ഭാഗ്യക്കേടിന് അന്നത്തെ കരിവില്പന ഏറെ മോശമായിരുന്നു. പതിവുകാർ എത്തിയില്ലെന്നു മാത്രമല്ല, വന്നവർത്തന്നെ പാതി കരിപോലും വാങ്ങാൻ മടികാണിച്ചു. കൊഗോരോവിനപ്പോൾ അദ്ഭുതമടക്കാനായില്ല. വില്പനയിൽ ഇപ്രകാരമൊരു വീഴ്ചയോ? അന്നുവരേയ്ക്കും തനിക്ക് അത്തരത്തിലൊരു അനുഭവമുണ്ടായിട്ടില്ലല്ലോ.

പിറ്റേന്നാളും തലേന്നാളത്തെ അനുഭവംതന്നെ ആവർത്തിക്കുകയാണുണ്ടായത്. കൊഗോരോവിന്റെ കുടിലിനകത്ത് പതിവുള്ളതിനേക്കാൾ ഇരട്ടി വലിപ്പത്തിലുള്ളൊരു കൂറ്റൻ കരിക്കൂമ്പാരമുയർന്നു. കൈവശമുള്ള

കൽക്കരിയുണ്ടകൾ ഇനി എങ്ങനെ വിറ്റഴിക്കുമെന്നറിയാതെ കൊഗോരൊ വല്ലാതെ കുഴങ്ങിവശായി.

അന്ന് രാത്രിയിൽ കിടക്കാൻ നേരത്ത് കൊഗോരൊ ഒരു തീരുമാനമെടുത്തു. തീരെ പ്രതീക്ഷിക്കാതെ കച്ചവടത്തിൽ ഇടിവു സംഭവിച്ചതുകൊണ്ട്, അടുത്ത ദിവസം കരിപ്പൊടി നനച്ച് ഉരുളകളാക്കുന്നില്ല. ആ കൂറ്റൻ കരിക്കൂമ്പാരത്തിന്റെ പകുതിയെങ്കിലും വിറ്റഴിക്കാനായില്ലെ ങ്കിൽ പ്പിന്നെ, കൂടുതൽ കരിയുണ്ടകൾ നിർമ്മിച്ച് കുടിലിനകത്തു കൂട്ടിയിട്ടിട്ട് എന്താണ് പ്രയോജനം?

അങ്ങനെ, വെറും രണ്ടു നാളുകൾക്കുള്ളിൽ തന്റെ കച്ചവടത്തിലേർപ്പെട്ട വീഴ്ചയെക്കുറിച്ചുമാത്രം ചിന്തിച്ച് കൊഗോരൊ വിവരിക്കാനാവാത്ത മനസ്താപത്തോടെ പതുക്കെപ്പതുക്കെ ഉറക്കത്തിലേക്കു താണുപോവാൻ തുടങ്ങി.

പിന്നീട് പാതിയുറക്കത്തിൽ കൊഗോരോവിനു തോന്നി. തന്റെ കുടിലിന്റെ വൈക്കോൽവാതിൽ പതുക്കെ തള്ളിനീക്കി ആരോ അകത്തേക്കു കടന്നുവന്നിരിക്കുന്നു. തന്റെ കുടിലിനകത്ത് കൽക്കരിയുണ്ടകളുടെ വൻകൂമ്പാരമുണ്ടെന്നു അറിഞ്ഞ് ഇനി ആരെങ്കിലും അതിൽ നിന്നല്പം മോഷ്ടിക്കാനായി വന്നിരിക്കുകയാണോ?

പക്ഷേ, മനസ്സിൽ ആ ചോദ്യം ഉയർന്നുകഴിഞ്ഞതും അയാൾക്ക് അതിനുള്ള ഉത്തരവും കിട്ടിക്കഴിഞ്ഞിരുന്നു. തീർച്ചയായും അല്ല. അകത്തേക്കു പ്രവേശിച്ചിരിക്കുന്നത് ഒരു മോഷ്ടാവല്ല. കാരണം, രാത്രിയിൽ അയാളുടെ കുടിൽ തേടിവന്ന ആ അതിഥിയെ പിന്നത്തെ നോട്ടത്തിൽത്തന്നെ കൊഗോരൊവിനു തിരിച്ചറിയാൻ കഴിഞ്ഞു. എന്തൊരദ്ഭുതം! മിന്നിത്തിളങ്ങുന്ന തങ്കവസ്ത്രം ധരിച്ച ഒരു മാലാഖ!

കരിക്കൂമ്പാരത്തിനരികിൽ വന്നുനിന്ന് മാലാഖ കൊഗോരോവിന്റെ നേരെനോക്കി ഒരു കുസൃതിച്ചിരി ചിരിച്ചു. എന്നിട്ട് നിസ്സാരമട്ടിൽ അയാളോടു ചോദിച്ചു:

“കൽക്കരിരാജകുമാരൻ വല്ലത്തൊരു വിഷമത്തിൽപെട്ടിരിക്കുകയാണല്ലേ? അതായത്, കഴിഞ്ഞ രണ്ടു ദിവസങ്ങളായി നിന്റെ കൽക്കരിയുണ്ടകൾ വിറ്റഴിയുന്നില്ലല്ലോ. നിന്റെ സങ്കടം തീർച്ചയായും എനിക്കു മനസ്സിലാക്കാം, കൊഗോരൊ. അതുകൊണ്ട് രാജകുമാരാ, ഈ കരിയുണ്ടകൾ മുഴുവനും എനിക്കു തരുമോ നീ?”

“ഓ, തീർച്ചയായും തരാം...” കൊഗോരോവും നിസ്സാരമട്ടിൽത്തന്നെയാണ് മറുപടി പറഞ്ഞത്. “...പക്ഷേ, ചരക്കിന് തക്കതായ വില തരുമല്ലോ, അല്ലേ? നാട്ടുകാരെല്ലാംചേർന്ന് എനിക്കു കനിഞ്ഞിട്ടുതന്ന കൽക്കരിരാജകുമാരൻ എന്നൊരു ഓമനപ്പേരുണ്ടെങ്കിലും ഞാൻ പരമദരിദ്രനായൊരു കച്ചവടക്കാരനാണ്. അതുകൊണ്ട്, ദിവസന്തോറും കൽക്കരിയുണ്ടകൾ വിറ്റുകിട്ടിയ വരുമാനംകൊണ്ടുവേണം നിത്യവൃത്തിക്ക്. അതൊക്കെ പോകട്ടെ. ഈ കൽക്കരിയുണ്ടകൾക്കൊണ്ട് മാലാഖമാർക്ക്

എന്താണ് പ്രയോജനം? സത്യത്തിൽ, നിങ്ങളൊക്കെയും സ്വർഗ്ഗത്തിൽ എത്രയോ സമ്പൽസമൃദ്ധിയോടെ പാർക്കുന്നവരല്ലേ?"

"അതേ, എന്നാലും ഈ കൽക്കരിയുണ്ടകളെക്കൊണ്ട് എനിക്ക് ഒഴിച്ചുകൂടാനാവാത്ത ചില അത്യാവശ്യങ്ങളുണ്ട്. പക്ഷേ, നിനക്ക് വില തരാനായി ഇപ്പോൾ എന്റെ കൈവശം പണം ഒന്നുംതന്നെയില്ല, രാജ കുമാരാ. ഇനിയുണ്ടാവുമെന്നും തോന്നുന്നില്ല, കൊഗോരൊ. അതുകൊണ്ട്, ഈ കരിയുണ്ടകൾ മുഴുവനും നീയെനിക്ക് സൗജന്യമായിട്ടു തന്നേ മതി യാവൂ."

മാലാഖയിൽനിന്ന് അപ്രകാരമൊരു അഭ്യർത്ഥന കൊഗോരോ തീരെ പ്രതീക്ഷിച്ചില്ലായിരുന്നു. ഏതാനും നിമിഷങ്ങൾ നിശ്ശബ്ദനായിരുന്ന് അയാൾ തന്നത്താനെന്നോണം പറഞ്ഞു:

"ശരി. അങ്ങനെയെങ്കിൽ, അങ്ങനെ. മാലാഖയ്ക്ക് സൗജന്യമായി കരിയുണ്ടകൾ തരാൻ എനിക്ക് അതിയായ സന്തോഷമേയുള്ളൂ. പക്ഷേ..."

"എന്താണ് പെട്ടെന്നു നിറുത്തിക്കളഞ്ഞത്?" അങ്ങനെ ചോദിച്ചപ്പോൾ മാലാഖയുടെ ശബ്ദത്തിൽ വല്ലായ്മ കലർന്നിരുന്നു.

"...അതായത്, ഞാൻ പറയാൻ ഉദ്ദേശിച്ചത്, ഇവിടെ കൂട്ടിയിട്ടിരിക്കുന്ന കരിയുണ്ടകൾ മുഴുവനും, ഈ രാത്രിയിൽ മാലാഖയെ ഏല്പിച്ചുകഴി ഞ്ഞാൽ, നാളെ ആവശ്യക്കാർ പെട്ടെന്ന് കരി വാങ്ങാൻ വന്നാൽപ്പിന്നെ ഞാനെന്തു ചെയ്യും? ഇന്നുവരേയ്ക്കും എന്റെ കുടിലിൽനിന്ന് ആരുംതന്നെ കരി കിട്ടിയില്ലെന്ന പരാതിയുമായി വെറുംകയ്യോടെ ഒരിക്കലും തിരികെ പോകാനിടയായിട്ടില്ല. ഇനി പോകാനും പാടില്ലല്ലോ. അതുകൊണ്ട്, ഈ പ്രശ്നത്തിന് മാലാഖതന്നെ ഒരു പോംവഴി കണ്ടുപിടിച്ചാൽ മതി. അതനു സരിച്ച് ഞാൻ പ്രവർത്തിക്കാം." കൊഗോരൊ നിസ്സഹായനായി പറഞ്ഞു.

അപ്പോൾ അല്പനേരം എന്തോ ചിന്തിച്ചുകൊണ്ടു നിന്നതിനു ശേഷം മാലാഖ പറഞ്ഞു:

"അതെ, നീയിപ്പോൾ പറഞ്ഞത് വളരെയേറെ അർത്ഥവത്തായൊരു കാര്യമാണ്, കൊഗോരൊ. ഞാനിപ്പോൾത്തന്നെ കരിയുണ്ടകൾ മുഴുവനും എടുത്തുകൊണ്ടുപോയിട്ട്, നിന്റെ പതിവുകാർക്ക് യാതൊരു വിധത്തിലുള്ള അസൗകര്യവുമേർപ്പെടരുത്. എന്നാൽ നമുക്കൊരു കാര്യം ചെയ്യാം. അതാ യത്, ഇപ്പോൾ നീയെനിക്ക് പകുതി കരിയുണ്ടകൾമാത്രം തന്നാൽ മതി യാകും. ബാക്കി പകുതി ഞാൻ നാളെയെടുത്തുകൊണ്ടുപൊയ്ക്കോളാം. അപ്പോൾപ്പിന്നെ, നിന്റെ പതിവുകാർക്കാർക്കുംതന്നെ യാതൊരുവിധ ത്തിലുള്ള നിരാശയ്ക്കുമിടമില്ലല്ലോ."

"വളരെ സന്തോഷം." കൊഗോരോയും ആശ്വാസത്തോടെ പറഞ്ഞു. എന്നിട്ട് മാലാഖയെത്തന്നെ നോക്കിക്കൊണ്ടു കിടന്നു.

ഉടനെ തങ്കവസ്ത്രത്തിനകത്തുനിന്ന് മാലാഖ കടുംചുവപ്പുനിറമു ള്ളൊരു പട്ടുസഞ്ചി പുറത്തെടുത്തു. കരിയുണ്ടകൾ പൊതിഞ്ഞു കെട്ടി കൊണ്ടുപോകാനുള്ള സകല ഒരുക്കത്തോടെത്തന്നെയാണ് സ്വർഗ്ഗത്തിൽ നിന്നും മാലാഖയെത്തിയിരിക്കുന്നത്. കൊഗോരൊ കരുതി.

പിന്നീട് സമയം തീരെ പാഴാക്കാതെ സഞ്ചിയുടെ നാടയഴിച്ച് മാലാഖ, കുത്തനെ നിലകൊള്ളുന്ന കൂമ്പാരത്തിലെ കരിയുണ്ടകളിൽ നിന്ന് ഏറെ ശ്രദ്ധയോടെ നേർപ്പകുതി പെറുക്കിയെടുത്ത് പട്ടുസഞ്ചിയിൽ നിറച്ചു. അതോടൊപ്പംതന്നെ തിടുക്കത്തിൽ സഞ്ചിയുടെ വായ്ക്കെട്ടി കൊഗോരോവിന് ഒരു പുഞ്ചിരി സമ്മാനിച്ച് ഒരക്ഷരംപോലും ഉരിയാടാതെ മാലാഖ കുടിലിൽനിന്നിറങ്ങിപ്പോയി. അടക്കാനാവാത്ത അദ്ഭുതത്തോടെ കൊഗോരൊ ആ രംഗം നോക്കിക്കൊണ്ടുകിടക്കുകയായിരുന്നു.

ഞെട്ടിയുണർന്നെഴുന്നേറ്റ് വാതിൽക്കലേയ്ക്കു നോക്കിയപ്പോൾ, കൊഗോരൊ അതിശയിച്ചിരുന്നുപോയി. കാരണം, കരിയുണ്ടകളുടെ കൂമ്പാരം പാതി വെട്ടിമാറ്റിയതുപോലെ നിലകൊള്ളുന്നു! മയക്കമായിരുന്നെങ്കിലും അത്രനേരവും താൻ കാണാനിടയായത്, വെറുമൊരു സ്വപ്നമല്ലായിരുന്നു.

പിറ്റേന്ന് പതിവുപോലെ എഴുന്നേറ്റ് കൊഗോരൊ മുറ്റത്തിരുന്ന് കൽക്കരിപ്പൊടി നനച്ചുരുട്ടി ഉണക്കി ഉരുളകൾ തീർത്ത് കുടിലിനകത്തെ പാതി കൂമ്പാരത്തോടു ചേർത്തു കൂട്ടിയിട്ടു. അന്നത്തെ കരിവില്പനയും തീരെ മോശമായിരുന്നു.

പിന്നീട് രാത്രിയിൽ ഒട്ടുമുറങ്ങാനാവാതെ കൊഗോരൊ കരി ക്കൂമ്പാരത്തിന് കാവലിരുന്നു. ചുവന്ന സഞ്ചിയുമായി മാലാഖ വരികയാണെങ്കിൽ തനിക്ക്, സ്വപ്നത്തിലൂടെയല്ല, നേരിട്ടുതന്നെ സംസാരിക്കണം. പക്ഷേ, അർദ്ധരാത്രിയായപ്പോൾ അയാൾ സ്വയമറിയാതെ മയങ്ങിപ്പോയി.

അപ്പോൾ, കുടിലിന്റെ വൈക്കോൽവാതിൽ തീരെ ഒച്ചയില്ലാതെ എടുത്തു നീക്കിവെച്ച്, മാലാഖ പതുക്കെ അകത്തേയ്ക്കു കടന്നുവരുന്നത് കൊഗോരൊ കണ്ടു.

കുസൃതി പുരണ്ട ഒരു പുഞ്ചിരിയോടെ മാലാഖ കൊഗോരോവിനോടു പറഞ്ഞു:

“നിന്റെ പാർപ്പിടത്തിലേയ്ക്ക് ഞാൻ വീണ്ടുമിതാ വന്നിരിക്കുന്നു, കൽക്കരിരാജകുമാരാ. ഇന്നലെ നീയെനിക്കു തന്ന വാക്കനുസരിച്ച് ഈ കൂമ്പാരത്തിൽനിന്ന് പകുതി കരിയുണ്ടകൾ ഒരിക്കൽകൂടി ഞാനെടുത്തു കൊണ്ടുപോകുന്നു. മാത്രമല്ല, എന്റെ ആവശ്യങ്ങളൊക്കെയും ഇതോടെ അവസാനിച്ചിരിക്കുന്നു. ഇനി കൽക്കരിയുണ്ടകൾക്കുവേണ്ടി തീർച്ചയായും നിന്നെ ഞാൻ ബുദ്ധിമുട്ടിക്കുന്നതല്ല.”

“വളരെ സന്തോഷം.” കൊഗോരൊ പറഞ്ഞു.

ഉടനെ, തലേന്നാളത്തെപ്പോലെത്തന്നെ കടുംചുവപ്പുനിറമുള്ള മറ്റൊരു പട്ടുസഞ്ചിയിൽ കരിക്കൂമ്പാരത്തിന്റെ നേർപ്പകുതി പെറുക്കിയെടുത്തു നിറച്ച്, കൊഗോരോവിനെ ഒന്നു നോക്കാൻപോലും ഒരുമ്പെടാതെ മാലാഖ പെട്ടെന്ന് കുടിലിൽനിന്നും ഇറങ്ങിപ്പോയി.

ഏതാനും നിമിഷങ്ങൾക്കുശേഷം പൊടുന്നനെ കണ്ണുകൾ തുറന്നു നോക്കിയപ്പോൾ, കൊഗോരൊ കണ്ടത്, പകുതി നഷ്ടപ്പെട്ട കൽക്കരിക്കൂമ്പാരമായിരുന്നു.

ഇനിയും കരിയുണ്ടകൾക്കായി മാലാഖ തന്റെ പാർപ്പിടത്തിലേക്കു വരാനിടയില്ലെന്ന് കൊഗോരോവിനറിയാമായിരുന്നു. എന്നിട്ടും, അടുത്ത രാത്രിയിലും എന്തുകൊണ്ടെന്നറിഞ്ഞില്ല, കൊഗോരൊ ഉറക്കമിളച്ച് കരിയുണ്ടകൾക്കു കാവലിരുന്നു. എങ്കിലും, അർദ്ധരാത്രിയായിട്ടും, മാലാഖ പ്രത്യക്ഷപ്പെട്ടില്ല. പക്ഷേ, നേരം പുലരാറായപ്പോഴേക്കും എത്രതന്നെ നിയന്ത്രിച്ചിട്ടും അയാൾക്ക് അൽപസമയം മയങ്ങാതിരിക്കാൻ കഴിഞ്ഞില്ല.

കൊഗോരോവിന്റെ കണ്ണുകൾ അടയേണ്ട താമസം, ഒരു കുസൃതി ച്ചിരിയോടെ മാലാഖ വീണ്ടും കുടിലിന്റെ വൈക്കോൽവാതിൽ തള്ളി നീക്കി അയാളുടെ മുമ്പിൽ പ്രത്യക്ഷപ്പെട്ടു. എന്നിട്ട് പതിഞ്ഞ ശബ്ദത്തിൽ ചിരിച്ചുകൊണ്ടു പറഞ്ഞു:

"എന്നെ കയ്യോടെ പിടിക്കാനായി നീ ഉറക്കമൊഴിച്ച് ഇത്രനേരവും കാത്തിരിക്കുകയായിരുന്നുവല്ലേ, കൊഗോരോ? പക്ഷേ, ഇന്ന് ഞാൻ വന്നിരിക്കുന്നത് നിന്റെ കൽക്കരിയുണ്ടകൾ കൈവശപ്പെടുത്തി സഞ്ചിയിൽ നിറച്ചുകൊണ്ടുപോവാനല്ല. പക്ഷേ, ഒരു പ്രത്യേക കാര്യം അറിയിക്കാനാണ്. നേരം പുലർന്ന് നീ മുറ്റത്തിരുന്ന് വെള്ളം ചേർത്ത് കൽക്കരിപ്പൊടി കുഴച്ചുകൊണ്ടിരിക്കുമ്പോൾ, ഇനിയും പല അദ്ഭുതങ്ങളും സംഭവിക്കും."

പൊടുന്നനെ മാലാഖയെ കാണാതായി. ഉടനെ മയക്കത്തിൽ നിന്നുണർന്നപ്പോൾ, കൊഗോരൊ കണ്ടു. കരിയുണ്ടകളുടെ കൂമ്പാരത്തിന് യാതൊരു മാറ്റവുമില്ല.

പക്ഷേ, ഇനിയുമെന്തെല്ലാം മഹാദ്ഭുതങ്ങളാണ് സംഭവിക്കാൻ പോവുന്നത്? കൊഗോരോവിന്റെ മനസ്സിനകത്ത് വേവലാതിയും അസ്വസ്ഥതയും പെരുകാൻ തുടങ്ങി. എന്തായാലും പിറ്റേന്നാൾ നേരം വെളുക്കുന്നതു വരേയ്ക്കും കാത്തിരിക്കുകതന്നെ. അയാൾ കരുതി.

നേരം പുലർന്നപ്പോൾ, കൊഗോരൊ പതിവുപോലേ മുറ്റത്തിരുന്ന് കൽക്കരിപ്പൊടി നനച്ചു കുഴയ്ക്കുകയായിരുന്നു. അപ്പോഴാണ് മാലാഖയുടെ പ്രവചനമനുസരിച്ച് അദ്ഭുതങ്ങളിലൊരെണ്ണം സംഭവിച്ചത്...

ചെമ്മൺനിരത്തിന്റെ വക്കത്ത് നാലുപേർ ചുമക്കുന്ന, പൂമാല കളെക്കൊണ്ട് അലങ്കരിച്ച ഒരു പല്ലക്കു വന്നുനിൽക്കുന്നത് കൊഗോരൊ കണ്ടു. പല്ലക്ക് നിലത്തിറക്കിയപ്പോൾ, അതിനകത്തുനിന്ന് നാടുവാഴിയുടെ അതിസുന്ദരിയായ മകളിറങ്ങി അയാളുടെ നേരെ നടന്നടുക്കുന്നതാണ് കൊഗോരൊ പിന്നീടു കണ്ടത്!

കരിപുരണ്ട കൈകൾ ഉടുതുണിയിൽത്തന്നെ അമർത്തിത്തുടച്ച് കൊഗോരൊ പൊടുന്നനെ എഴുന്നേറ്റുനിന്നു. എന്നിട്ട് പരിഭ്രമത്തോടെ നാലടി നടന്ന് രാജകുമാരിയുടെ മുമ്പിൽ മുട്ടുകുത്തിനിന്നു.

"എന്താണാവോ ഈ ദരിദ്രന്റെ കുടിലിൽ...?" കൊഗോരൊ അതിവിനയത്തോടെ ചോദിച്ചു."...അതും അതിരാവിലെത്തന്നെ..."

"നിങ്ങൾത്തന്നെയല്ലേ, കൽക്കരിരാജകുമാരൻ? അതായത്, കൽക്കരിക്കച്ചവടം നടത്തുന്ന കൊഗോരൊ?"

"അതേ, കൊഗോരൊ ഞാൻതന്നെയാണ്. നാട്ടുകാർ തമാശയ്ക്കായി എന്നെ കൽക്കരിരാജകുമാരൻ എന്നു വിളിക്കാറുണ്ട്." കൂടുതൽ പരിഭ്രാന്ത നായി കൊഗോരൊ പറഞ്ഞു.

അപ്പോൾ രാജകുമാരി അയാളെ അല്പസമയം നോക്കിക്കൊണ്ടു നിന്നു. എന്നിട്ട് ഒരു പുഞ്ചിരിയോടെ പറഞ്ഞു:

"ഒട്ടുംതന്നെ പരിഭ്രമിക്കേണ്ട. തങ്കവസ്ത്രം ധരിച്ച ഒരു മാലാഖ ഇന്നലെ രാത്രി എനിക്ക് സ്വപ്നത്തിൽ ദർശനം തന്നിരുന്നു. മാലാഖ എന്നോട് എന്താണു പറഞ്ഞതെന്നറിയാമോ?"

"മാലാഖ പറഞ്ഞതെന്താണാവോ?" അദ്ഭുതം കലർന്ന സ്വരത്തിൽ കൊഗോരൊ ചോദിച്ചു.

"കൽക്കരിപ്പൊടി നനച്ചുരുട്ടി ഉണക്കി കച്ചവടം ചെയ്യുന്ന ചെറുപ്പക്കാരനായ കൊഗോരോവിന്റെ വീട്ടിൽ പിറ്റേന്നാൾ പുലർച്ചയ്ക്കു തന്നെ യാതൊരു മടിയും കൂടാതെ പോകണം. സുമുഖനായ അയാളെ നാട്ടുകാർ വിളിക്കുന്നത് കൽക്കരിരാജകുമാരൻ എന്നാണ്. പിന്നീട് ഞാൻ കൊഗോരോവിന്റെ ഭാര്യയാകണം. അങ്ങനെ, ഒരു രാജകുമാരി തന്നെ യാവട്ടെ, രാജകുമാരന്റെ ജീവിതപങ്കാളി. മാലാഖയുടെ വാക്കുകൾ അനുസരിക്കാനാണ് ഞാനിപ്പോൾ വന്നിരിക്കുന്നത്. ഞാനിനി കൊട്ടാരത്തിലേക്കു തിരികെപോകുന്നില്ല."

സ്വന്തം കാതുകളെ വിശ്വസിക്കാനായില്ല കൊഗോരോവിന്. എങ്കിലും അയാൾ പറഞ്ഞു:

"ക്ഷമിക്കണം. ഞാനൊരു പരമദരിദ്രനാണ്. രണ്ടുനേരവും വയറു നിറയെ ആഹാരം കഴിക്കാൻപോലും വകയില്ലാത്തവനാണ് ഞാൻ. രാജകുമാരിക്കായി ആഹാരം പാകംചെയ്യാൻ ഒരുമണി അരിപോലും സത്യത്തിൽ ഇന്നേരം ഇവിടെയില്ല. അതുകൊണ്ട്, ഇന്നാട്ടിലെ രാജകുമാരിയുടെ ഭർത്താവാകാനുള്ള യോഗ്യത എനിക്കുണ്ടെന്നു തോന്നുന്നില്ല. മാത്രമല്ല, ഈ കുടിലിൽ താമസിക്കുകയെന്ന ചിന്തതന്നെ മനസ്സിൽനിന്നും നീക്കി രാജകുമാരി കൊട്ടാരത്തിലേക്കു തിരികെപ്പോകണമെന്നാണ് എനിക്കു പറയാനുള്ളത്."

"ഇനിയും ഞാൻ കൊട്ടാരത്തിലേക്കുതന്നെ തിരികെച്ചെന്നാൽ, അത് എനിക്ക് നിർദ്ദേശങ്ങൾ തന്ന മാലാഖയോടു കാണിക്കുന്ന അനുസരണക്കേടായിരിക്കും. പിന്നെ ഞാനിവിടെ താമസിക്കുന്നതിനെക്കുറിച്ച് തീരെ വേവലാതിപ്പെടേണ്ടതില്ല. ഇനിമുതൽ ഞാൻതന്നെ ഈ വീട്ടിൽ ആഹാരം പാകംചെയ്തോളാം. ഇതാ, ഈ രണ്ടു നാണയങ്ങളും കൊണ്ടുപോയി അരിയും മറ്റു സാധനങ്ങളുമൊക്കെ വാങ്ങിക്കൊണ്ടുവരൂ, വേഗം. ഞാനിവിടെത്തന്നെ കാത്തുനിൽക്കാം." രാജകുമാരി രണ്ടു സ്വർണ്ണനാണയങ്ങൾ കൊഗോരോവിനെ ഏൽപിച്ചു.

രാജകുമാരിയുടെ അത്രയ്ക്ക് ലളിതമായ പെരുമാറ്റം കാണാനിടയായപ്പോൾ, കൊഗോരോവിനു തോന്നി... വില തരാതെ തന്റെ കരിയുണ്ടകൾ

അപ്പാടെ കൈവശമാക്കി ചുവന്ന പട്ടുസഞ്ചികളിൽ നിറച്ചെടുത്തുകൊണ്ടു പോയെങ്കിലും, മാലാഖ കനിഞ്ഞ് അയാളെ പൂർണമായും അനുഗ്രഹിച്ചിരിക്കുന്നു. കാരണം, തനിക്ക് സ്വപ്നത്തിൽ ദർശനംതന്ന അതേ മാലാഖയുടെ നിർദ്ദേശപ്രകാരം, കൊഗോരയെന്ന ദരിദ്രനായ കൽക്കരിക്കച്ചവടക്കാരനെ തേടിയെത്തിയിരിക്കുന്നത് അന്നാട്ടിലെ രാജകുമാരിയാണ്! അയാളുടെ ഭാര്യയായിത്തീരാൻ!

പിന്നീട് നിരത്തിലേക്കിറങ്ങി ചന്തയിലേക്ക് തിടുക്കത്തിൽ നടക്കുമ്പോൾ, കൊഗോരൊ തീരുമാനിച്ചു. തിരികെ വരുമ്പോൾ തക്കതായൊരു സമ്മാനം കൊണ്ടുവന്നുകൊടുത്ത് തീർച്ചയായും രാജകുമാരിയെ അദ്ഭുതപ്പെടുത്തണം.

നടക്കുന്നതിന്നിടയിൽ, പാതവക്കത്തെ തടാകത്തിലേയ്ക്കു ചാഞ്ഞു നിൽക്കുന്ന മരക്കൊമ്പത്തിരുന്ന് കൊക്കുകൾ ഉരുമ്മുന്ന രണ്ടു പച്ച തത്തകളെ കൊഗോരൊ കാണാനിടയായി. ഇനി സംശയിക്കേണ്ട. രാജകുമാരിക്ക് സമ്മാനമായി സമർപ്പിക്കാൻ ഏറ്റവും ഉത്തമം ആ തത്തകൾ ത്തന്നെ. കൊഗോരൊ മനസ്സിൽ കരുതി.

എങ്കിലും മരക്കൊമ്പത്ത് മതിമറന്നിരിക്കുന്ന ആ പച്ചതത്തകളുടെ ജോഡിയെ എങ്ങനെയാണ് കൈവശമാക്കുക?

തത്തകളെ പിടിക്കാൻ ഒരേയൊരു ഉപായമേയുള്ളൂ. ഉടനെ രണ്ടു കിളികളേയും എറിഞ്ഞുവീഴ്ത്തണം. കൊഗോരൊ മനസ്സിലുറപ്പിച്ചു. തന്റെ ഏറ് തത്തകളുടെ കാലിൽ മാത്രമേ ഏൽക്കാൻ പാടുള്ളൂ. വെള്ളത്തിൽ വീണ കിളികൾ രണ്ടിനേയും, നീന്തിച്ചെന്ന് തഞ്ചത്തിൽ കൈക്കലാക്കണം. തത്തകളെ പിടിക്കാൻ കൊഗോരൊ കണ്ടെത്തിയ ഏറ്റവും എളുപ്പമായ മാർഗ്ഗമായിരുന്നു അത്!

പക്ഷേ, എന്തുകൊണ്ടെറിഞ്ഞിട്ടാണ് തത്തകളെ വെള്ളത്തിൽ വീഴ്ത്തുക? തീർച്ചയായും കല്ലുകൊണ്ടെറിഞ്ഞുകൂട. ഏറു പിഴച്ച് വല്ല മർമ്മത്തും കല്ലു തട്ടാനിടയായാൽപ്പിന്നെ, തത്തകൾക്ക് വല്ലാതെ പരുക്കേറ്റാലോ? അല്ലെങ്കിൽ കനത്ത ഏറുകൊണ്ട പക്ഷി, വെള്ളത്തിൽ വീഴുന്ന തിനുപകരം നിലത്തേയ്ക്കു തെന്നിവീണ് പിടഞ്ഞുചത്തുപോയാലോ? തീർച്ചയായും അപ്രകാരം സംഭവിക്കാൻ പാടില്ല.

ഒടുവിൽ, കൊഗോരൊ തക്കതായൊരു പോംവഴി കണ്ടെത്തി. തന്റെ കൈവശമുള്ള സ്വർണ്ണനാണയങ്ങളെക്കൊണ്ട് തീരെ ലഘുവായ തോതിൽ തത്തകളുടെ കാലിലെറിഞ്ഞ് അവയെ വെള്ളത്തിൽ വീഴ്ത്തി എളുപ്പത്തിൽ പിടിക്കാം. ഒരൊറ്റ ഏറിന് നാണയം തത്തയുടെ വിരലുകൾക്കിടയിൽ പെട്ടെന്നു കുരുങ്ങും. പറന്നുപൊങ്ങാൻ ഒരുമ്പെടുന്ന തത്ത പൊടുന്നനെ തടാകത്തിൽ വീഴും. മിച്ചമുള്ള നാണയംകൊണ്ടെറിഞ്ഞ് രണ്ടാമത്തെ തത്തയേയും വെള്ളത്തിൽ വീഴ്ത്താം. പിന്നീടു നീന്തിച്ചെന്ന് തത്തകളെ പിടിച്ചതിനുശേഷം, സ്വർണ്ണനാണയങ്ങൾ രണ്ടും, തത്തകളുടെ വിരലുകൾക്കിടയിൽനിന്ന് തനിക്കു വീണ്ടെടുക്കാം. അങ്ങനെ തത്തകളുടെ ജീവന് യാതൊരുവിധത്തിലുള്ള അപായവും സംഭവിക്കാതെ

അവയെ തനിക്ക് ഏതെങ്കിലും രീതിയിലുള്ള അദ്ധ്വാനമോ കഷ്ടപ്പാടോ ഇല്ലാതെ കൈക്കലാക്കാം.

ഉടനടി അങ്ങാടിയിൽനിന്നൊരു തത്തക്കൂടും വാങ്ങണം. ഉത്സാഹഭരിതനായ കൊഗോരൊ തീരുമാനിച്ചു. എന്നിട്ട്, താൻ പിടിച്ച തത്തകളെ ആ കൂട്ടിലിട്ട് രാജകുമാരിക്കു സമ്മാനിക്കണം. അങ്ങനെ തന്റെ ജീവിത പങ്കാളിയെ ആദ്യത്തെ ദിവസംതന്നെ അദ്ഭുതപ്പെടുത്തണം.

പിന്നീട് മറ്റൊന്നും ചിന്തിക്കാൻ മുതിർന്നില്ല, കൊഗോരൊ. കൈവശമുള്ള സ്വർണ്ണനാണയങ്ങളിലൊന്നു ശ്രദ്ധിച്ചെടുത്ത്, ഒരു തത്തയുടെ നേരെ ഉന്നംവെച്ച് അയാൾ മെല്ലെയെറിഞ്ഞു. സ്വർണ്ണത്തുട്ട് തത്തയ്ക്കു തട്ടിയില്ലെന്നു മാത്രമല്ല, ആ നാണയം വെള്ളത്തിൽ വീണ് തടാകത്തിന്റെ ആഴത്തിലേയ്ക്കു താണുപോവുകയും ചെയ്തു.

ഒട്ടും നിരാശനാവാതെ കൊഗോരൊ വീണ്ടും ഉന്നംവെച്ച് രണ്ടാമത്തെ സ്വർണ്ണനാണയവും തത്തയുടെ നേരെയെറിഞ്ഞു. പക്ഷേ, ആ നാണയവും ലക്ഷ്യം പിഴച്ച് വെള്ളത്തിൽ വീണു താണുപോവുകയാണുണ്ടായത്. അപ്പോഴയ്ക്കും വല്ലാതെ വിരണ്ടുകഴിഞ്ഞ പച്ചതത്തകൾ രണ്ടും ഉടനെ മരക്കൊമ്പത്തുനിന്ന് പറന്നുപോയി എങ്ങോ മറയുകയും ചെയ്തു. അങ്ങനെ, രാജകുമാരിക്ക് സമ്മാനിക്കാനായി തത്തകളെ പിടിക്കാനുള്ള തന്റെ ഉദ്യമത്തിൽ കൊഗോരൊ പൂർണമായും തോറ്റുപോയി.

വെറുംകയ്യോടെ, ചുണ്ടുകളിൽ ഒരിളിഭ്യച്ചിരിയോടെ കുടിലിൽ തിരിച്ചെത്തിയ കൊഗോരോവിനെ നോക്കി അരിശംമൂത്ത രാജകുമാരി ചോദിച്ചു:

"എവിടെ, അരിയും മറ്റും?"

രാജകുമാരിക്കു സമ്മാനിക്കാനായി പച്ചതത്തകളെ പിടിക്കാൻ നാണയങ്ങളെറിഞ്ഞ് വെള്ളത്തിൽ നഷ്ടപ്പെട്ടതും പിന്നീട് പക്ഷികൾ രണ്ടും പറന്നുപോയതും കൊഗോരൊ ഒരു വീരസാഹസികനെപ്പോലെ വിവരിച്ചു. എന്നിട്ട് ഒരു വിഡ്ഢിയെപ്പോലെ പൊട്ടിച്ചിരിച്ചു.

അപ്പോൾ രാജകുമാരിയുടെ കണ്ണുകൾ കലങ്ങുന്നതും മുഖം ചുവക്കുന്നതും കൊഗോരൊ കണ്ടു.

രാജകുമാരി വീണ്ടും പരുഷസ്വരത്തിൽ പറഞ്ഞു:

"ഞാൻ തന്നത് വെറും സാധാരണ നാണയങ്ങളാണെന്നു കരുതിയോ നിങ്ങൾ, തത്തകളുടെ നേർക്ക് വലിച്ചെറിയാൻ? രണ്ടും അസ്സൽ സ്വർണ്ണനാണയങ്ങളായിരുന്നു. നിങ്ങൾ വെള്ളത്തിലേയ്ക്കു എറിഞ്ഞുകളഞ്ഞ ആ സ്വർണ്ണനാണയങ്ങൾക്ക് വിലമതിക്കാനാവില്ല. ഇനി ഒരു നിമിഷംപോലും ഞാനിവിടെ നിൽക്കില്ല. കൊട്ടാരത്തിലേക്കുതന്നെ തിരിച്ചുപോവുകയാണ്. വെള്ളത്തിലേക്കു എറിഞ്ഞുകളഞ്ഞ ആ സ്വർണ്ണനാണയങ്ങൾ നിങ്ങൾത്തന്നെ മുങ്ങിത്തപ്പിയെടുക്കണം. നാളെ പുലർച്ചയ്ക്ക് ഞാൻ വീണ്ടും ഇവിടെയെത്തും. അപ്പോൾ ആ നാണയങ്ങൾ എനിക്ക് നിങ്ങളുടെ ഉള്ളംകയ്യിൽ കാണണം."

യാതൊന്നും പറയാനാവാതെ കൊഗോരൊ വല്ലാത്ത അമ്പരപ്പോടെ

നോക്കിക്കൊണ്ടു നിന്നപ്പോൾ, രാജകുമാരി മുഷിച്ചിലോടെ പല്ലക്കിലേറി കൊട്ടാരത്തിലേക്കു തിരികെപ്പോയി.

രാജകുമാരി അത്തരത്തിൽ പിണങ്ങിപ്പിരിയാനുള്ള കാരണം അപ്പോഴും കൊഗോരോവിന് വ്യക്തമല്ലായിരുന്നു. നാണയംകൊണ്ടുള്ള തന്റെ നനുത്ത ഏറ് കാലിലേറ്റ് തത്തകൾ രണ്ടും വെള്ളത്തിൽ വീണിരുന്നുവെങ്കിൽ...തത്തകളുടെ കാൽവിരലുകളിൽ കുരുങ്ങിയ ആ രണ്ടു സ്വർണ്ണനാണയങ്ങളും താൻ ഉടനടി വീണ്ടെടുത്തിരുന്നുവെങ്കിൽ... ഒടുവിൽ, ആ രണ്ട് തത്തകളേയും ഒരു കൂട്ടിലിട്ട് താൻ കൊണ്ടുവന്നിരുന്നെങ്കിൽ... എങ്കിൽ, കൂട്ടിലിട്ട ആ തത്തകളെ രാജകുമാരി ഇരുകൈകളും നീട്ടി സ്വന്തമാക്കുമായിരുന്നു. എങ്കിലും കാലക്കേടിന് അപ്രകാരമൊന്നും സംഭവിച്ചില്ലെന്നുവെച്ച്? തീർച്ചയായും തനിക്ക് യാതൊരു പിഴവും പറ്റിയിട്ടില്ല എന്നുതന്നെയായിരുന്നു അപ്പോഴും അയാളുടെ ഉറച്ച വിശ്വാസം.

പിന്നീടൊരു നിമിഷംപോലും താമസിച്ചില്ല. വല്ലാതെ ഉള്ളു നൊന്ത കൊഗോരൊ തടാകത്തിന്റെ വക്കത്തേക്കോടി. വെള്ളത്തിനടിയിൽനിന്ന് സ്വർണ്ണനാണയങ്ങൾ എങ്ങനെയെങ്കിലും വീണ്ടെടുക്കണമെന്ന ഒരേയൊരു ചിന്തയേ അപ്പോൾ അയാൾക്കുണ്ടായിരുന്നുള്ളൂ.

തടാകത്തിന്റെ വക്കത്തെത്തിയതും കൊഗോരൊ ഇളംനീലനിറമുള്ള വെള്ളത്തിലേക്കെടുത്തുചാടി. പിന്നെ, നേരെ തടാകത്തിന്റെ അടിത്തട്ടിലേക്കു ഊളിയിട്ടു...

നിലകിട്ടാത്ത വെള്ളത്തിൽ ശ്വാസം മുട്ടാൻ തുടങ്ങിയപ്പോൾ, കൊഗോരൊ ജലപ്പരപ്പിലേയ്ക്കു പൊങ്ങിവന്ന് വീണ്ടും മുങ്ങി. പക്ഷേ, പലവട്ടം മുങ്ങിയിട്ടും ആഴത്തിന്റെ ആധിക്യം കാരണം, അയാൾക്ക് സ്വർണ്ണനാണയങ്ങൾ തപ്പിയെടുക്കുന്നതുപോയിട്ട് തടാകത്തിന്റെ അടിത്തട്ടു തൊടാൻപോലും കഴിഞ്ഞില്ല. അപ്പോഴയ്ക്കും അതിരുകവിഞ്ഞ ആയാസംകൊണ്ട് കൊഗോരൊ വല്ലാതെ അവശനായിത്തീർന്നു.

ഒടുവിൽ കൊഗോരൊ മനസ്സില്ലാമനസ്സോടെ വീട്ടിലേയ്ക്കു തിരിച്ചു. നിരാശനായി വെറുംകയ്യോടെ.

നനഞ്ഞുവിറച്ച കൊഗോരൊ തളർച്ചയോടെ കുടിലിനകത്തേയ്ക്കു കടന്ന് ഇരിക്കക്കുത്തനെ വീഴുകയായിരുന്നു. പിന്നെ അയാൾ തളർച്ചയോടെ തറയിലേയ്ക്കു ചാഞ്ഞു. അവസാനം, തോൽവിയും നിരാശയും താങ്ങാനാവാതെ അതേ കിടപ്പിൽത്തന്നെ അയാൾ തന്നത്താനറിയാതെ നീണ്ട ഉറക്കത്തിലാണ്ടുപോയി.

കൽക്കരിയുണ്ടകൾ വാങ്ങാനായി വന്നവർക്കെല്ലാം അന്നാദ്യമായി വെറുംകയ്യോടെ അവരവരുടെ വീടുകളിലേയ്ക്കു തിരികെപോകേണ്ടിവന്നു.

പക്ഷേ, രാത്രിയേറെച്ചെന്നിട്ടും കൊഗോരൊ ഉണർന്നെഴുന്നേറ്റില്ല. അയാളുടെ കുടിലിനകത്ത് ആരും വിളക്കു കത്തിച്ചില്ല. വിളക്കു കൊളുത്തേണ്ടവൾ പുലർച്ചയ്ക്കുതന്നെ പിണങ്ങിപോയതല്ലേ?

അപ്പോൾ ഉറക്കത്തിൽ കൊഗോരോവിനു കാണാൻ കഴിഞ്ഞു. കുടിലിന്റെ വൈക്കോൽവാതിൽ തിടുക്കത്തിൽ തള്ളിനീക്കി മലർക്കെ

തുറന്ന്, ചുണ്ടുകളിൽ ചെറുപുഞ്ചിരിയോടെ തങ്കവസ്ത്രം ധരിച്ച മാലാഖ യതാ അകത്തേയ്ക്കു കടന്നുവരുന്നു! മാലാഖയെ കണ്ടപ്പോൾ, സ്വയം നിയന്ത്രിക്കാനാവാതെ കൊഗോരൊ കിടന്നകിടപ്പിൽ തേങ്ങിത്തേങ്ങി ക്കരയാൻ തുടങ്ങി...

"നീയ്യെന്തിനു കരയുന്നൂ, കൊഗോരൊ...? ചിരിച്ചുകൊണ്ടുതന്നെ മാലാഖ ചോദിച്ചു. "...നീയൊരു തെറ്റോ കുറ്റമോ ചെയ്യാനിടയായിട്ടില്ലല്ലോ. മാത്രമല്ല, നീ നിന്റെ കർത്തവ്യങ്ങൾ ആത്മാർത്ഥമായി നിറവേറ്റാൻ ശ്രമിക്കുകയും ചെയ്തു. പക്ഷേ, തീർച്ചയായും, ഫലപ്രാപ്തി നിന്റെ കയ്യിലല്ലല്ലോ, കൊഗോരൊ. അതുകൊണ്ടുതന്നെ ഇന്ന് നീ ആഗ്രഹിച്ച ഫലം കിട്ടിയില്ലെന്നു കരുതി എന്തിന് വെറുതെ വേവലാതിപ്പെടുന്നു? ഇനിയും വൈകിയിട്ടില്ല, എന്റെ പ്രിയപ്പെട്ട രാജകുമാരാ. കരിയുണ്ടകൾ വാങ്ങാനായി ഇന്ന് നിന്റെ കുടിലിൽ വന്നവരൊക്കെയും വെറുംകയ്യോടെ തിരികെപ്പോവുകയാണുണ്ടായത്. ഇതിനുമുമ്പ് എപ്പോഴെങ്കിലും ഇത്തര ത്തിൽ സംഭവിക്കാനിടയായിട്ടുണ്ടോ?"

മാലാഖ അപ്പോഴും യാതൊരു അനക്കവുമില്ലാതെ വെറുംനിലത്തു കിടക്കുന്ന കൊഗോരോവിനെ നോക്കി ചിരിച്ചുകൊണ്ടു നിൽക്കുകയായി രുന്നു. അപ്പോൾ അയാൾ നിറകണ്ണുകളോടെ ചോദിച്ചു:

"പക്ഷേ, ഇനി ഞാനെന്താണ് ചെയ്യുക? പുലർച്ചയ്ക്ക് രാജകുമാരി തിരികെയെത്തി സ്വർണ്ണനാണയങ്ങൾ എവിടെയെന്നു ചോദിച്ചാൽപ്പിന്നെ ഞാനെന്തു മറുപടി പറയും?"

"നിനക്കു പറയാനുള്ള മറുപടി തീർച്ചയായും എന്റെ കൈവശമുണ്ട്, കൊഗോരൊ. നേരം വെളുക്കുന്നതിനുമുമ്പെ എഴുന്നേറ്റ് നീ നിന്റെ കുടി ലിനു പുറകിൽ ചെന്നുനോക്കണം. എന്നിട്ടവിടെ ആഴത്തിൽ കുഴിക്കണം."

നിന്നിടത്തുനിന്ന് നിമിഷങ്ങൾക്കുശേഷം മാലാഖ മറഞ്ഞതും കൊഗോരൊ തട്ടിപ്പിടഞ്ഞെണീറ്റു. കുടിലിനകത്ത് ആരുംതന്നെയില്ലാ യിരുന്നു. നേരിയ ഇരുട്ടിലേയ്ക്കു തിരുകിവെച്ച ഒരു ചെറുകുന്നുപോലെ യതാ കരിയുണ്ടക്കൂമ്പാരം കൺമുമ്പിൽ നിലകൊള്ളുന്നു.

പിന്നീട് കൊഗോരോവിനു ഉറങ്ങാനേ കഴിഞ്ഞില്ല.

ഒരുവിധത്തിൽ നേരം വെളുപ്പിച്ച് കൊഗോരൊ മമ്മട്ടിയെടുത്ത് തിടു ക്കത്തിൽ കുടിലിന്റെ പുറകിലേയ്ക്കോടി. അവിടത്തെ കാഴ്ച കണ്ട് അയാൾ വിശ്വസിക്കാനാവാതെ നിന്നുപോയി. ആഴമറിയാത്ത തടാക ത്തിൽ തലേന്നാൾ അയാൾ മുങ്ങിത്തപ്പി കൈക്കലാക്കാൻ പാടുപെട്ട് ഒടു വിൽ വെറുംകയ്യോടെ തിരിച്ചുവരാനിടയാക്കിയ ആ രണ്ടു സ്വർണ്ണ നാണയങ്ങളും ഉണക്കപ്പുല്ലുകൾക്കിടയിൽ കിടന്ന് ആദ്യകിരണങ്ങളേറ്റു വെട്ടിത്തിളങ്ങുന്നു!

സ്വർണ്ണനാണയങ്ങൾ തിടുക്കത്തിൽ പെറുക്കിയെടുത്ത് തന്റെ കീമോണൊയ്ക്കകത്ത് സൂക്ഷിച്ചുവെച്ച് അയാൾ സകല കരുത്തുമുപ യോഗിച്ച് ആയിടം അതിവേഗം കിളച്ചുമറിക്കാൻ തുടങ്ങി. മണ്ണിനടിയിൽ തനിക്കായി കാത്തിരിക്കുന്നതെന്താണ്?

ഏറെനേരം കിളയ്ക്കേണ്ടിവന്നില്ല, കൊഗോരോവിന്. അതാ മറ്റൊരു അത്ഭുതം! ഉലർന്ന മണ്ണിനകത്തുനിന്ന് കടുംചുവപ്പുനിറമുള്ള തുണിയുടെ തിളക്കമാർന്ന ഒരു ശകലം മേൽപ്പരപ്പിലേക്കു എത്തിനോക്കുന്നു! അപ്പോൾ യാതൊന്നും ഉരിയാടാനാവാതെ, ആ ചുവന്ന തുണിയുടെ അറ്റം പിടിച്ചയാൾ ഊക്കോടെ മേലോട്ടു വലിച്ചു. കയ്യിൽ കിട്ടിയത് വായ്ക്കെട്ടിയ ഒരു ഭാരിച്ച സഞ്ചിയായിരുന്നു!

അടുത്ത നിമിഷം കൊഗോരൊവിന് ആ സഞ്ചി തിരിച്ചറിയാൻ കഴിഞ്ഞു. സ്വപ്നത്തിൽ കുടിലിനകത്തേയ്ക്കു കടന്നുവന്ന് കൽക്കരിയുണ്ടകൾ പെറുക്കിയെടുത്തുനിറച്ച് മാലാഖ കൊണ്ടുപോയത് ആ ചുവന്ന സഞ്ചിയിലായിരുന്നു! ആ സഞ്ചി അന്നേരം തന്റെ തൊടിയുടെ മണ്ണിനകത്തു വരാനിടയായതെങ്ങനെ? ഇതും മാലാഖയുടെ സന്മനസ്സുതന്നെ. കൊഗോരൊ ഉള്ളിൽ കരുതി.

സമയം ഒട്ടുംതന്നെ പാഴാക്കാതെ കൊഗോരൊ സഞ്ചി തുറന്നുനോക്കി. വീണ്ടും അയാൾക്കു വിശ്വസിക്കാനായില്ല. സഞ്ചിക്കകത്തുണ്ടായിരുന്നത് കരിയുണ്ടകളല്ലായിരുന്നു. പകരം സഞ്ചി നിറയെ ആയിരക്കണക്കിന് സ്വർണ്ണനാണയങ്ങളും പലതരം രത്നങ്ങളും നിറച്ചിരിക്കുന്നു! അവ ഇളംവെയിൽനാളങ്ങളേറ്റു മിന്നിത്തിളങ്ങി.

അപ്പോഴാണ് കൊഗോരൊ പൊടുന്നനെ ഓർക്കാനിടയായത്. പിറ്റേന്നാൾ, ഇനിയുമൊരു ചുവന്ന സഞ്ചിയിൽ കരിയുണ്ടകൾ നിറച്ചുകൊണ്ടുപോയിരുന്നല്ലോ, മാലാഖ.

പിന്നീടൊട്ടും താമസിച്ചില്ല. മമ്മട്ടി കയ്യിലെടുത്ത് കൊഗോരൊ വീണ്ടും നിലയ്ക്കാതെ കിളച്ച് ആയിടത്തെ മണ്ണ് മുഴുവനും കീഴ്മേൽ മറിച്ചു. ഒടുവിൽ, ആയിരക്കണക്കിന് സ്വർണ്ണനാണയങ്ങളും പലതരം രത്നങ്ങളും നിറച്ച മറ്റൊരു ചുവന്ന സഞ്ചികൂടി അയാൾ മണ്ണിനടിയിൽ നിന്നും വെളിയിലേയ്ക്കു വലിച്ചെടുത്തു. യാതൊരു വിലയും തരാതെ മാലാഖ രണ്ടുദിവസംകൊണ്ട് അയാളിൽനിന്നും ഈടാക്കിയ കരിയുണ്ടകളൊക്കെയും വിലമതിക്കാനാവാത്ത ഒരു വൻസമ്പത്തായി ഉടൻതന്നെ അയാൾക്കു തിരികെ കൊടുത്തിരിക്കുന്നു. മാത്രമല്ല, എല്ലാംകൊണ്ടും മാലാഖ തന്നെയിതാ ഒരു യഥാർത്ഥ രാജകുമാരനാക്കിയിരിക്കുന്നു! വൻസമ്പത്തു നൽകിയും ഭാര്യയായി ഒരു രാജകുമാരിയെ തന്റെ കുടിലിലേക്കു നിയോഗിച്ചയച്ചും.

പിന്നെ കൊഗോരൊ കാത്തുനിന്നില്ല. സഞ്ചികൾ രണ്ടും തോളത്തേറ്റി കുടിലിന്റെ മുറ്റത്തു കൊണ്ടുവന്നുവെച്ചു. എന്നിട്ട്, പല്ലക്കിലേറിയെത്തുന്ന രാജകുമാരിയുടെ വരവുംകാത്ത് അയാൾ അവിടെത്തന്നെ നിന്നു. തടാകത്തിൽ നഷ്ടപ്പെടാനിടയായ സ്വർണ്ണനാണയങ്ങൾ രണ്ടും തനിക്കു വീണ്ടെടുക്കാൻ കഴിഞ്ഞതുകൊണ്ട് രാജകുമാരിയുടെ പിണക്കമൊക്കെയും ഇന്നത്തോടെ തീരും. അയാൾ കരുതി.

ഇളവെയിൽനാളങ്ങൾ കൂടുതൽ പരന്നപ്പോൾ, നാലുപേർ ചുമക്കുന്ന പല്ലക്കിൽ രാജകുമാരി കൊഗോരോവിന്റെ കുടിലിന്റെ മുറ്റത്തു വന്നിറങ്ങി.

ഉടനെ കീമോണോയ്ക്കകത്തുനിന്ന് രണ്ടു സ്വർണ്ണനാണയങ്ങളുമെടുത്ത് കൊഗോരൊ തന്റെ ഉള്ളംകയ്യിൽ വെച്ച് രാജകുമാരിയുടെ നേരെ നീട്ടി.

ചുണ്ടത്തൊരു കുസൃതിച്ചിരിയോടെ നിസ്സാരമട്ടിൽ നിന്നിരുന്ന രാജകുമാരി അപ്പോൾ പറഞ്ഞു:

"ഈ നാണയങ്ങൾ രണ്ടും ഞാൻ നിങ്ങൾക്കു തന്നതാണ്. അതുകൊണ്ട് നിങ്ങളുടെ കൈവശംതന്നെയിരിക്കട്ടെ. നാണയങ്ങൾ തടാകത്തിൽനിന്നു മുങ്ങിത്തപ്പിയെടുക്കണമെന്ന് ഞാൻ വാശിപിടിച്ചത് നിങ്ങളുടെ കഴിവിനെയൊന്നു പരീക്ഷിക്കാനായിരുന്നു. ഇന്നുമുതൽ ഞാൻ താമസിക്കുന്നത് ഇവിടെയാണ്. നിങ്ങളുടെ ഭാര്യയായി. ഏറെ താമസിക്കാതെത്തന്നെ ഇവിടെ നമുക്കൊരു കൊച്ചുകൊട്ടാരം പണിയണം."

"ഈ രണ്ടു ചുവന്ന സഞ്ചികൾ നിറയെ വിലമതിക്കാനാവാത്ത സ്വർണ്ണനാണയങ്ങളും പലതരം രത്നങ്ങളുമാണ്. നമ്മുടെ മാലാഖ കനിഞ്ഞുതന്നതാണ്, ഇതൊക്കെയും. സ്വർണ്ണനാണയങ്ങളും രത്നങ്ങളും എന്നിൽനിന്നുമുള്ള സമ്മാനമായി രാജകുമാരി സ്വീകരിക്കണം. പറന്നുപോകാനിടയായ പച്ചതത്തകൾക്കു പകരമായി."

ചുണ്ടിൽ ഒരിളംപുഞ്ചിരിയോടെ രാജകുമാരിയും കൊഗോരോ രാജകുമാരനും സ്വർണ്ണനാണയങ്ങൾ നിറച്ച സഞ്ചികളുമേന്തി കുടിലിനകത്തേയ്ക്കു കടന്നു. അപ്പോൾ, ആകാശത്തുനിന്ന് തങ്കവസ്ത്രമണിഞ്ഞ മാലാഖ അവരുടെമേൽ കൂടകൾ നിറയെ പല നിറങ്ങളിലുള്ള പൂവിതളുകൾ വിതറുകയായിരുന്നു.

■

സ്വർണ്ണതിരിക്കല്ല്

ഒരു ഉൾനാടൻഗ്രാമത്തിൽ രണ്ടു സഹോദരൻമാർ താമസിച്ചിരുന്നു. മൂത്ത വന്റെ പേര് ഹിരോയി എന്നും ഇളയവന്റെ പേര് അവോയി എന്നുമായിരുന്നു.

അവരുടെ അച്ഛന്റെ കൃഷിഭൂമി ഇരുവരും തുല്യമായി പങ്കിട്ടെങ്കിലും പിന്നീട് കരിഞ്ചന്തയിൽ ചരക്കുവിറ്റ് കൗശലക്കാരനും ദുരാഗ്രഹിയുമായ ജ്യേഷ്ഠൻ ഹിരോയി ചുരുങ്ങിയ കാലംകൊണ്ട് വൻതോതിലുള്ള സ്വത്തു സമ്പത്തുകളുടെ ഉടമയായിത്തീർന്നു. വിശാലഹൃദയനും സൽഗുണ സമ്പന്നനുമായ അനുജൻ അവോയി, ഓഹരിയിൽ തനിക്കു കിട്ടാനിട യായ ഒരുതുണ്ട് നിലത്തിൽ അത്യദ്ധ്വാനം ചെയ്ത് നെല്ലു വിളയിച്ച് പട്ടിണിയുംപാടുമായി ഒരുവിധത്തിൽ കഴിഞ്ഞുകൂടി. തന്റെ ഇരുണ്ട ഭാവിക്ക് എന്നെങ്കിലും ഒരു പരിഹാരം കണ്ടെത്താനാവുമോ? അവോയി പലപ്പോഴും തന്നത്താൻ ചോദിക്കാറുണ്ട്. അപ്പോഴൊക്കെയും അയാൾക്ക് ഉത്തരവും കിട്ടാറുണ്ട്. തന്റെ സകല പ്രശ്നങ്ങൾക്കുമുള്ള പരിഹാരം ഏറെ അകല ത്തല്ല. അതുകൊണ്ട്, ക്ഷമയോടെ, മനഃസമാധാനത്തോടെ കാത്തിരി ക്കുക...

പുതുവർഷം പിറന്ന ദിവസം. ആ ശുഭദിനത്തിൽ പതിവുപോലെ ധാരാളം അരിയുണ്ടകൾ പാകംചെയ്ത് ദേവതകൾക്കു സമർപ്പിക്കേണ്ട താണ്. മാത്രമല്ല, അടുത്ത രണ്ടു നാളുകൾക്കുള്ളിൽ, വീട്ടുകാർക്കും വരാനിരിക്കുന്ന വിരുന്നുകാർക്കുമെല്ലാം യാതൊരു പിശുക്കുമില്ലാതെ അരിയുണ്ടകൾ പാകംചെയ്തു കരുതിവെക്കുകയും വേണം. പക്ഷേ, എല്ലാറ്റിനുംകൂടി അന്ന് അവോയിയുടെ വീട്ടിൽ ഒരുമണി അരിപോലു മില്ലായിരുന്നു. അതുകൊണ്ട്, തികഞ്ഞ ആർഭാടത്തോടെ തന്റെ ജ്യേഷ്ഠൻ താമസിക്കുന്ന ദൂരത്തുള്ള മാളികയിൽച്ചെന്ന് അയാളുടെ പക്കൽനിന്ന് അരച്ചാക്ക് അരിയെങ്കിലും കടമായി ചോദിച്ചുവാങ്ങാൻ, വേറെ പോംവഴി യില്ലാതെ അനുജൻ തീരുമാനിച്ചു.

ജ്യേഷ്ഠന്റെ വീട്ടിലെത്തി, അവോയി തന്റെ കഷ്ടപ്പാടുകൾ നിറകണ്ണു കളോടെ നിരത്തിവെച്ച്, മൂത്ത സഹോദരനെ കാണാനെത്തിയ ഉദ്ദേശത്തെ പ്പറ്റി അറിയിച്ചു:

"ഇന്ന് വർഷപ്പിറപ്പല്ലേ? അരിയുണ്ടകൾ പാകംചെയ്ത് ദേവതകൾക്കു സമർപ്പിക്കണം. മാത്രമല്ല, വീട്ടിലെ ചെലവിനും വിരുന്നുകാർക്കുമായി

അരിയുണ്ടകൾ പാകംചെയ്യാനായി അരച്ചാക്ക് അരിയെങ്കിലും ചേട്ടൻ എനിക്ക് കടമായിട്ടുതരണം."

അവോയി പറഞ്ഞവസാനിപ്പിച്ചതും ഹിരോയി കോപമടക്കാനാവാതെ കലിതുള്ളുകയായിരുന്നു. സ്വന്തം അനുജന് കടമായിട്ടെങ്കിലും അല്പം അരി കൊടുത്തില്ലെന്നു മാത്രമല്ല, അയാൾ അട്ടഹസിക്കുന്ന ഒച്ചയിൽ അവോയിയെ നിർദ്ദയം ശകാരിക്കുകയും ചെയ്തു:

"കടന്നുപോടാ നാണംകെട്ടവനേ, എന്റെ മുന്നിൽനിന്ന്. നിന്നെപ്പോലെത്തന്നെ ഒരു തുണ്ട് നിലം മാത്രമല്ലേ, അന്ന് എനിക്കും കിട്ടിയത്, അച്ഛന്റെ സ്വത്തിന്റെ ഓഹരിയായിട്ട്? എന്നിട്ടിന്ന് ഞാനെവിടെ, നീയെവിടെ? ഇനിയും ഈ വീട്ടുമുറ്റത്ത് കാലു കുത്തിയാലുണ്ടല്ലോ, എന്റെ നായ്ക്കളിലൊന്നിനെ അഴിച്ചുവിട്ട് വിരട്ടിയോടിക്കും, ഞാൻ. അങ്ങനെ സംഭവിക്കുന്നതിനു മുമ്പെത്തന്നെ ഇവിടം വിട്ടുപോവുന്നതാണ് എല്ലാം കൊണ്ടും നിനക്ക് നല്ലത്. മാത്രമല്ല, ഇനിയെപ്പോഴെങ്കിലും അരി കടം വേണമെന്നു കെഞ്ചിക്കൊണ്ട് ഈ വീടിന്റെ പടി ചവിട്ടിയാലുണ്ടല്ലോ, നിന്റെ കാലുരണ്ടും തല്ലിയൊടിക്കും ഞാൻ. ഈ താക്കീത് ഒടുക്കത്തേതാണ്."

നിരാശനായ അവോയി പിന്നീടൊന്നും പറയാൻ മുതിരാതെ വീട്ടിലേക്കു തിരിച്ചു.

വഴിക്കുവെച്ച് അയാൾ ഒരു പടുകിഴവനെ കണ്ടുമുട്ടി. വയസ്സന് മുട്ടോളമെത്തുന്ന വെളുത്തുനീണ്ട താടിയും നരച്ചുതഴച്ച ചുരുളൻമുടിയുമുണ്ടായിരുന്നു.

"നീയെവിടേക്കു പോകുന്നു, മോനേ?" വയസ്സൻ വാത്സല്യം തുളുമ്പുന്ന ശബ്ദത്തിൽ ചോദിച്ചു.

"ഇതെന്തു ചോദ്യമാണ്? എന്റെ വീട്ടിലേക്ക്. അല്ലാതെ, ഇനി വേറെയെവിടേക്കു പോകാനാ, ഞാൻ?" തന്നത്താനറിയാതെ അല്പം മുഷിച്ചിലോടെയായിരുന്നു അവോയി അപ്രകാരം സംസാരിച്ചത്. പാവം, വയസ്സനോട് താൻ ആ രീതിയിൽ സംസാരിക്കാനിടയായല്ലോ എന്നു ഓർത്തപ്പോൾ, അവോയിക്ക് ഉടനെ വല്ലാത്ത വിഷമം തോന്നി.

"കോപിക്കാതെ മോനേ..." അവോയി തന്നോട് അപ്രകാരം പെരുമാറിയതിൽ യാതൊരുവിധത്തിലുള്ള പരിഭവവും പ്രകടിപ്പിക്കാതെ വയസ്സൻ ചിരിച്ചുകൊണ്ടു പറഞ്ഞു. എന്നിട്ടു തുടർന്നു: "...ഇന്ന് വർഷപ്പിറപ്പല്ലേ, മോനേ? യാതൊരുവിധത്തിലുള്ള വേവലാതികളുമില്ലാതെ പുതു വർഷം കൊണ്ടാടേണ്ട ദിവസമല്ലേ, ഇന്ന്? പിന്നെ, എന്തെല്ലാം മനഃപ്രയാസങ്ങളുണ്ടെങ്കിലും എന്നോടു തുറന്നുപറയാമല്ലോ, നിനക്ക്. ഒരുപക്ഷേ, ഏതെങ്കിലുംവിധത്തിലുള്ള സഹായം നിനക്കായി ചെയ്യാനായാലോ, എനിക്ക്."

"എന്നിൽനിന്നും മര്യാദകെട്ട രീതിയിലുള്ളൊരു പെരുമാറ്റമുണ്ടായതിന് എന്നോടു ക്ഷമിക്കുക. നിങ്ങൾക്കറിയാമോ, പുതുവർഷം പിറക്കുന്ന ഇന്നേദിവസം പട്ടിണികൊണ്ട് നട്ടംതിരിയാൻ വിധിക്കപ്പെട്ടവനാണ്

ഞാനെന്ന്? കാരണം, എന്റെ വീട്ടിൽ ഒരുമണി അരിപോലുമില്ല. എത്രയോ പണക്കാരനായ എന്റെ ചേട്ടന്റെ വീട്ടിൽച്ചെന്ന്, എനിക്ക് അല്പം അരി കടംതരാനായി ഞാനെന്തുമാത്രം കെഞ്ചിയെന്നോ? ചേട്ടൻ എനിക്ക് അരി തന്നില്ലെന്നു മാത്രമല്ല, ക്രുദ്ധനായി നായയെ കെട്ടഴിച്ചുവിടുമെന്നു പറഞ്ഞ് എന്നെ ഭീഷണിപ്പെടുത്തി. പിന്നീട് എന്നെ തുരത്തിവിട്ടു." അവോയി പണിപ്പെട്ട് ഒരു നെടുവീർപ്പോടെ പറഞ്ഞുതീർത്തു.

അപ്പോൾ കിഴവൻ അവോയിയെ നോക്കിക്കൊണ്ട് അല്പനേരം മൗനമവലംബിച്ചു നിന്നു. എന്നിട്ട്, ചുണ്ടത്തൊരു കുസൃതിച്ചിരിയോടെ തന്റെ മാറാപ്പിനകത്തുനിന്ന് ഒരു വലിയ റൊട്ടിയെടുത്ത് അവോയിയുടെ നേർക്കു നീട്ടിക്കൊണ്ട് കിഴവൻ പറഞ്ഞു:

"നീ ഒട്ടും വിഷമിക്കേണ്ട, മോനേ. ഇതാ, ഇപ്പോൾത്തന്നെ ഈ റൊട്ടി വീട്ടിലേയ്ക്കു കൊണ്ടുപോയ്ക്കോളൂ. എന്നിട്ട് എല്ലാവരുംചേർന്ന് ഇഷ്ടത്തിനു തിന്ന് വിശപ്പടക്കിക്കോളൂ."

"പക്ഷേ, ഞാൻ ഭക്ഷിക്കുന്നതിനുമുമ്പ് അരിയുണ്ടകൾ പാകം ചെയ്ത് ദേവതകൾക്കു സമർപ്പിച്ചേതീരൂ. കാരണം, ഇന്ന് പുതുവർഷം പിറക്കുന്ന ദിവസമാണെന്നോർമ്മയില്ലേ? അതുകൊണ്ട്, ദേവതകൾക്കു സമർപ്പിക്കാതെ ഞാനും എന്റെ കുടുംബവും എങ്ങനെ ആഹാരം കഴിക്കാൻ മുതിരും?" കിഴവൻ തന്റെ നേർക്കു നീട്ടിപ്പിടിച്ചിരിക്കുന്ന റൊട്ടി സ്വീകരിക്കുന്നതിൽ വിസമ്മതം പ്രകടിപ്പിച്ചുകൊണ്ട് അവോയി ഇടറുന്ന തൊണ്ടയോടെ പറഞ്ഞു.

വയസ്സൻ അപ്പോൾ എന്തൊക്കെയോ ചിന്തിച്ചുകൊണ്ട് നിശ്ശബ്ദനായി നിൽക്കുകയായിരുന്നു. എന്നിട്ട് വീണ്ടും പുഞ്ചിരിതൂകിക്കൊണ്ട്, നീട്ടിപ്പിടിച്ച തന്റെ കൈ പിൻവലിക്കാതെ പറഞ്ഞു:

"ഓ, അതാണോ കാര്യം? എന്നാൽ ഇപ്പോൾത്തന്നെ ഈ റൊട്ടി കൊണ്ടുപോയി നീ അടുത്തുള്ള ദേവാലയത്തിൽ ഏൽപിക്കുക. അതായത്, അവിടെ നീയൊരു പട്ടിണിക്കോലത്തെ കണ്ടുമുട്ടും. നിന്റെ പക്കലുള്ള റൊട്ടി തനിക്കു കിട്ടണമെന്ന് അവൻ വാശിപിടിക്കും. ആരംഭത്തിൽ ഒരിക്കലും അവന്റെ ഇച്ഛയ്ക്ക് നീ വഴങ്ങാനിടയാവരുത്. ഒടുവിൽ, ഈ റൊട്ടിക്കു പകരമായി നിനക്ക് എന്തുവേണമെന്ന് ചോദിച്ചാൽ, കോവിലിനകത്ത് ആരും ഉപയോഗിക്കാതെ, എത്രയോ കാലമായി പൊടിയടിഞ്ഞു കിടക്കുന്ന ആ പഴയ സ്വർണ്ണതിരിക്കല്ല് വേണമെന്നു പറയുക. പിന്നെ, അത് കൈവശപ്പെടുത്താതെ നീ ഒരിക്കലും ദേവാലയം വിട്ടുപോകരുത്. ആ തിരിക്കല്ലു കിട്ടിയതും നിന്റെ കഷ്ടപ്പാടുകളൊക്കെയും തീരും."

അവോയി റൊട്ടിയുമായി ദേവാലയത്തിലേയ്ക്കു നടന്നു.

കോവിലിന്റെ നടയ്ക്കൽ പടർന്നുപന്തലിച്ച മുന്തിരിവള്ളികൾക്കിടയിൽ ഉടലാകെ എല്ലുംകോലുമായൊരു ചെറുപ്പക്കാരൻ തലകീഴായി തൂങ്ങിക്കിടക്കുന്നത് അവോയിക്കു കാണാൻ കഴിഞ്ഞു. പക്ഷേ, ഭക്തജനങ്ങളാരുംതന്നെ ആ കോലത്തെ ശ്രദ്ധിച്ചതുപോലുമില്ല. നേരത്തെ, വയസ്സൻ വിവരിച്ച പട്ടിണിക്കോലംത്തന്നെയായിരിക്കണം അത്. ആ

രംഗമപ്പാടെ വീക്ഷിച്ചുകൊണ്ട് അമ്പരന്നുനിന്നിരുന്ന അവോയിയോട് ചെറുപ്പക്കാരൻ അവശനായി ചോദിച്ചു:

"നിനക്ക് എന്നെ കാണാൻ കഴിയുന്നുണ്ടോ?"

അപ്പോഴും അവോയിയുടെ അമ്പരപ്പു വിട്ടുപോയിരുന്നില്ല. ഒടുവിൽ അയാൾ ചോദിച്ചു.

"എന്തുകൊണ്ടില്ല?"

"എന്തൊരദ്ഭുതം!" ഉടലാകെ ഇറുകെ ചുറ്റിപ്പിണഞ്ഞിരിക്കുന്ന ആ മുന്തിരിവള്ളികളിൽനിന്നു രക്ഷപ്പെടാനായി, ആ കുരുക്കുകൾക്കുള്ളിൽ കിടന്ന് ചെറുപ്പക്കാരൻ അൽപനേരം കിണഞ്ഞു പിടഞ്ഞെങ്കിലും യാതൊരു ഫലവുണ്ടായില്ല.

"നിനക്കെന്റെ കഥ കേൾക്കേണ്ടേ..." ഉടനെ അവോയിയെ ദയനീയമായൊന്നു നോക്കി, ചെറുപ്പക്കാരൻ ക്ഷീണസ്വരത്തിൽ പറഞ്ഞു. "...എന്റെ പേര് കുബോയി എന്നാണ്. വാസ്തവത്തിൽ, ഇതിലേ കടന്നുപോവുന്ന ഓരോ ഭക്തനോടും ഞാൻ ചോദിക്കാറുണ്ട്. എന്നെ കാണാനാകുന്നുണ്ടോ എന്ന്. പക്ഷേ, എന്നെയൊന്നു നോക്കാൻപോലും മിനക്കെടാതെ അവരൊക്കെയും കടന്നുപാകാറാണ് പതിവ്. അപ്പോഴൊക്കെയും എനിക്കു ഊഹിക്കാൻ കഴിഞ്ഞു. അതേ, ഞാൻ അവർക്ക് തീരെ അദൃശ്യനാണ്. ഈ മുന്തിരിവള്ളികളിൽ കുടുങ്ങി തലകീഴായി തൂങ്ങിക്കിടക്കുന്ന എന്നെ ഒടുവിൽ നിനക്കുമാത്രമേ കാണാൻ കഴിഞ്ഞുള്ളൂ. എത്രയോ നൂറ്റാണ്ടുകളായി ഞാൻ ഈ അവസ്ഥയിൽ അകപ്പെട്ടു കിടക്കാൻ തുടങ്ങിയിട്ട്! മാത്രമല്ല, ഇക്കാലമത്രയും ഞാൻ പട്ടിണിയായിരുന്നു. സ്വർഗ്ഗദേവന്റെ ശാപത്തിന്റെ ഫലം..."

അപ്പോഴേക്കും അവോയിയുടെ അമ്പരപ്പ് പൂർണമായും വിട്ടുമാറിയിരുന്നു. ഉടനടി അയാൾ കിഴവന്റെ വാക്കുകളോർത്തു. ഇനിയും തനിക്കു ചെയ്യാനുള്ളത്, അല്പംനേരത്തെ വയസ്സൻ തന്നെ ഏല്പിച്ച റൊട്ടിക്കു പകരമായി, ദേവാലയത്തിൽ നൂറ്റാണ്ടുകളായി പൊടിയടിഞ്ഞുകിടക്കുന്ന ആ സ്വർണ്ണതിരിക്കല്ല് കൈക്കലാക്കുകയാണ്. പക്ഷേ, എങ്ങനെയാണു തുടങ്ങേണ്ടതെന്ന് അവോയിക്കു അറിയില്ലായിരുന്നു. നിസ്സഹായനായി, തന്റെ മുമ്പിൽ മുന്തിരിവള്ളികളിൽ തളർന്നുകിടക്കുന്ന എല്ലും കോലുമായ കുബോയിയോട് അയാളപ്പോൾ ചോദിച്ചു:

"അല്ല, എന്തിന് ഇത്രയ്ക്കൊക്കെ കഷ്ടപ്പെടേണ്ടിവന്നു? എന്തുകൊണ്ടാണ് ഇങ്ങനെയൊക്കെ സംഭവിക്കാനിടയായത്?"

"അതായത്, എല്ലാറ്റിനും കാരണം, ഈ കോവിലിൽ എത്രയോ കാലമായി ആരും ഉപയോഗിക്കാതെ കിടക്കുന്ന, മാന്ത്രികശക്തിയുള്ള ആ സ്വർണ്ണതിരിക്കല്ലാതെ മറ്റൊന്നുംതന്നെയല്ല. അതേ, അന്നും ഇന്നത്തെപ്പോലെ ഒരു വർഷപ്പിറപ്പായിരുന്നു. ആരുമറിയാതെ ആ തിരിക്കല്ലുപയോഗിച്ച് ഞാൻ സൂത്രത്തിൽ കൂട നിറയെ അരിയുണ്ടകൾ കൈക്കലാക്കിയെന്നു പറഞ്ഞാൽ മതിയല്ലോ. കോവിലിലെ ദേവതകൾക്ക് അർപ്പിക്കാനൊരുമ്പെടാതെ, അവരെ വണങ്ങാനെത്തുന്ന ഭക്തജനങ്ങൾക്ക്

പ്രസാദമായി കൊടുക്കാനൊരുങ്ങാതെ, അത്രയേറെ അരിയുണ്ടകൾ ഒളിപ്പിച്ചുവെച്ച്, ഞാൻ ആരും കാണാതെ പലപ്പോഴായി ഒറ്റയ്ക്കു തിന്നു തീർത്തു. പിറ്റേന്നാൾ, ഞാൻ ഈ മുന്തിരിപ്പടർപ്പിന്റെ ചുവട്ടിലൂടെ നടന്നു പോവുകയായിരുന്നു. പൊടുന്നനെ അതിന്റെ വള്ളികളെല്ലാംചേർന്ന് എന്റെ കാലുകളിൽ ചുറ്റിപ്പിണഞ്ഞു. ഒടുവിൽ ഉടലാകെ കെട്ടിവരിഞ്ഞ്, തല കീഴായി തൂക്കിയിട്ടു. മാത്രമല്ല, ഇതിലേ കടന്നുപോവുന്ന ആയിരക്കണക്കിന് ഭക്തർക്കെല്ലാംതന്നെ ഞാൻ അദൃശ്യനായിത്തീർന്നു. അതിനുശേഷം, ഇന്നുവരേയ്ക്കും എനിക്ക് യാതൊരു മോചനവും കിട്ടിയില്ലെന്നു മാത്രമല്ല, മുഴുപ്പട്ടിണി കിടക്കേണ്ടതായും വന്നുകൂടി. ആ സ്വർണ്ണ തിരിക്കല്ല്, കോവിലിന്റെ അകത്ത് ഏതോവൊരു കോണിൽ പൊടിയടിഞ്ഞു കിടക്കുയാണിപ്പോൾ."

അപ്പോൾ അവോയിക്ക് മുമ്പത്തേക്കാളേറെ ഉറപ്പായി. അതേ, തീർച്ചയായും, ആ സ്വർണ്ണതിരിക്കല്ല് തനിക്കിന്നു കൈക്കലാക്കാം.

"വർഷപ്പിറപ്പിന്റെയന്നു മാത്രമേ ഈ ദേവാലയത്തിന്റെ സൂക്ഷിപ്പുകാരനായ സ്വർഗ്ഗദേവൻ ഇവിടെയെത്താറുള്ളൂ. അന്ന് വൈകുന്നേരം കോവിലിലെത്തിയ സ്വർഗ്ഗദേവനാണ് പിന്നീട് അക്കാര്യം എന്നോടു പറഞ്ഞത്. ഞാൻ മുന്തിരിവള്ളികളിൽ അകപ്പെട്ട് തലകീഴായി കിടക്കാനിടയായതിന്റെ കാരണം." ദേവൻ എന്നോട് ഇങ്ങനെയാണ് പറഞ്ഞത്.

'കുബോയി, ഇന്നലെ, അതായത്, വർഷപ്പിറപ്പിന്റന്ന് നീ അറിഞ്ഞും കൊണ്ട് കാണിച്ചുപോയ അവിവേകത്തിന് നിനക്കു കിട്ടിയ ശിക്ഷയാണിത്. പക്ഷേ, നീ ചെയ്ത കുറ്റത്തിന്റെ ഗൗരവം കണക്കിലെടുത്താൽ, എത്രയോ നിസ്സാരമായ ശിക്ഷയാണിത് എന്നേ എനിക്കു പറയാനുള്ളൂ. എന്താണെന്നോ, നീ ചെയ്യാനിടയായ അത്രയ്ക്ക് ഗുരുതരമായ ആ കുറ്റം? കോവിലിലെ സ്വർണ്ണതിരിക്കല്ല് ദുരുപയോഗപ്പെടുത്തി. ആ തിരിക്കല്ല് ഉപയോഗിച്ചു കൈക്കലാക്കാനിടയായ അരിയുണ്ടകൾ മുഴുവനും പലപ്പോഴായി തന്നത്താൻ തിന്നുതീർത്തത്. ആ അരിയുണ്ടകൾ കോവിലിലെ ദേവതകൾക്കു അർപ്പിച്ചതിനുശേഷം, പിന്നീട് പ്രസാദമായി ഇവിടെയെത്തുന്ന ഭക്തർക്കു കൊടുത്തതിനുശേഷം മാത്രമേ, അതു ഭക്ഷിക്കാൻ നിനക്ക് യോഗ്യതയുള്ളൂ എന്ന കാര്യം നിനക്കു അറിയാത്തതല്ലല്ലോ. എന്നിട്ടും നീ അക്കാര്യം മറന്നു പ്രവർത്തിച്ചു. ഇനി ഏറെക്കാലം ഈ അവസ്ഥയിൽത്തന്നെ കഴിയുകയല്ലാതെ മറ്റു യാതൊരു പോംവഴിയും നിനക്കില്ലതന്നെ. പിന്നീട് ഇതിലേ കടന്നുപോകുന്ന ആർക്കും തന്നെ നിന്നെ കാണാൻ കഴിയില്ല. ഇനി നിന്നെ ഒരു ഭക്തൻ എന്നു കാണാനിടവരുന്നുവോ, അന്ന് മുന്തിരിവള്ളികൾ തീർത്ത ഈ കുരുക്കുകളിൽനിന്നും സ്വതന്ത്രനായിത്തീരും, നീ.'

ഭാഗ്യവശാൽ നിനക്കെന്നെ ഇന്നു കാണാൻ കഴിഞ്ഞു. അതുകൊണ്ട്, സ്വർഗ്ഗദേവന്റെ നിശ്ചയത്തിനൊത്ത്, ഉടൻതന്നെ നീയെന്നെ സ്വതന്ത്രനാക്കുക. പകരം, ഈ കോവിലിൽനിന്ന് നിനക്ക് വേണ്ടതെന്തും കൊണ്ടുവന്നുതരാൻ ഞാനൊരുക്കമാണ്."

അപ്പോൾ, ആ കിഴവന്റെ വാക്കുകൾ ഒരിക്കൽക്കൂടി ഓർത്തു, അവോയി. കുബോയിയെ അനുസരിക്കാൻ താൻ തീരെ ഒരുക്കമില്ലെന്ന ഭാവത്തിൽ ഒരക്ഷരംപോലും ഉരിയാടാൻ ഒരുമ്പെടാതെ അയാൾ അതേ നിൽപ്പിൽത്തന്നെ നിലകൊണ്ടു. അപ്പോൾ നിറകണ്ണുകളോടെ കുബോയി കെഞ്ചുന്ന സ്വരത്തിൽ പറഞ്ഞു:

"നീയെന്നെ അനുസരിക്കുകയാണെങ്കിൽ, നീ ആവശ്യപ്പെടുന്നതെന്തും കൊണ്ടുവന്ന് നിനക്കു തരാൻ ഞാൻ തയ്യാറാണ്. ഈ കുരുക്കിൽനിന്നും ഉടനെ എന്നെ മോചിപ്പിക്കൂ. എന്നിട്ട് എനിക്കെന്തെങ്കിലും ഭക്ഷിക്കാൻ തരൂ."

പിന്നീട് ഒട്ടും താമസിച്ചില്ല. അവോയി കെട്ടുപിണഞ്ഞുകിടന്നിരുന്ന മുന്തിരിവള്ളികളുടെ കുരുക്കുകളഴിച്ചു വേർപ്പെടുത്തി കുബോയിയെ അതിശ്രദ്ധയോടെ നിലത്തിറക്കി. അപ്പോഴാണ് കുബോയി അയാളുടെ കൈവശമുള്ള ആ വലിയ റൊട്ടി കാണാനിടയായത്. ആ ഭക്ഷണ പദാർത്ഥം ഒരു നോക്കു കണ്ടതും കുബോയിക്ക് തീരെ ഇരിക്കപ്പൊറുതിയില്ലാതായി.

"നേരത്തെ പറഞ്ഞില്ലേ, എത്രയോ നൂറ്റാണ്ടുകളായി ഞാൻ പട്ടിണിയാണെന്ന്. എനിക്ക് വിശപ്പു സഹിക്കാനാവുന്നില്ല. ആ റൊട്ടിയെനിക്കു തരൂ." കുബോയി ഇരുകൈകളും നീട്ടിക്കൊണ്ട് ഒരു യാചകനെപ്പോലെ അവോയിയുടെ മുമ്പിൽ നിന്നു.

"തീർച്ചയായും റൊട്ടി ഞാൻ തരാം. പക്ഷേ, എല്ലാ ദേവതകളും പങ്കിട്ടു ഭക്ഷിക്കണം." അവോയി അപേക്ഷിച്ചു.

"ശരി. പകരത്തിന് നിനക്ക് ഞാൻ ഒരുവട്ടി നിറയെ സ്വർണ്ണനാണയങ്ങൾ തരാം. എന്നെ വിശ്വസിക്കൂ."

അപ്പോൾ അവോയി, ഒരിക്കൽക്കൂടി, തനിക്ക് റൊട്ടി തന്ന ആ കിഴവന്റെ വാക്കുകൾ ഓർത്തു. കിഴവൻ നിർദ്ദേശിച്ചതനുസരിച്ച് പ്രവർത്തിക്കുകതന്നെ. അവോയി ഉള്ളിലുറപ്പിച്ചു.

"തീർച്ചയായും എനിക്ക് സ്വർണ്ണനാണയങ്ങൾ വേണ്ടതന്നെ..." അവോയി അതിവിനയത്തോടെ പറഞ്ഞു. "...ഇപ്പോൾത്തന്നെ നീയെന്നോടു പറഞ്ഞില്ലേ, കോവിലിലെ പുരാതനസ്വത്തായ, മാന്ത്രികശക്തിയുള്ള ആ ആ സ്വർണ്ണതിരിക്കല്ലിനെക്കുറിച്ച്. അല്പം നേരത്തെ വഴിക്കുവെച്ച് ഈ റൊട്ടി എനിക്കു തരാനിടയായ കിഴവൻ അതേ തിരിക്കല്ലിനെപ്പറ്റി എന്നോടു പറഞ്ഞിരുന്നു. കോവിലിന്റെ ഏതോ മൂലയിൽ, ആരും തന്നെ ഉപയോഗിക്കാതെ പൊടിയടിഞ്ഞുകിടക്കുന്ന ആ പഴയ തിരിക്കല്ല്, ഈ റൊട്ടിക്കു പകരം, നീയെനിക്ക് ഉടനടി കൊണ്ടുവന്നുതന്നാൽ മതിയാകും."

"തീർച്ചയായും അങ്ങനെത്തന്നെയാവട്ടെ. പക്ഷേ, ആ റൊട്ടി ഇപ്പോൾത്തന്നെ എനിക്കു തരൂ. ഉടൻതന്നെ ആ തിരിക്കല്ലെടുത്തു കൊണ്ടുവന്ന് നിനക്കു തരാം." വിറകൊള്ളുന്ന വലതുകൈ നീട്ടിപ്പിടിച്ചു നിന്ന് കുബോയി പറഞ്ഞു.

കുബോയി സമ്മതിച്ചതും തന്റെ കൈവശമുള്ള റൊട്ടി അവോയി അവനു കൊടുത്തു. നിന്നനിൽപ്പിൽത്തന്നെ കുബോയി കൺമുമ്പിൽ നിന്നു മറഞ്ഞു. ഏതാനും നിമിഷങ്ങൾക്കുള്ളിൽ പൊടിപുരണ്ട ഒരു വലിയ തിരിക്കല്ല് ചുമന്നുകൊണ്ട് കുബോയി വീണ്ടും അവോയിയുടെ മുമ്പിൽ പ്രത്യക്ഷപ്പെട്ടു.

പൊടി തട്ടിയെടുത്തപ്പോൾ, ആ തിരിക്കല്ല് പകൽവെളിച്ചത്തിൽ വെട്ടിത്തിളങ്ങാൻ തുടങ്ങി. അതേ, കിഴവൻ വിവരിച്ച സ്വർണ്ണതിരിക്കല്ലു തന്നെ. അവോയിക്കു വിശ്വാസമായി. ആ തിരിക്കല്ല് ഏതെല്ലാംവിധത്തിൽ പ്രയോജനപ്പെടുത്തണമെന്ന് കുബോയിതന്നെ അവോയിക്കു പഠിപ്പിച്ചുകൊടുത്തു. എന്നിട്ട് ഒരു മുന്നറിയിപ്പെന്നോണം പറഞ്ഞു:

“വേണ്ടതുപോലെ കറക്കിയതിനുശേഷം എന്തൊക്കെത്തന്നെ ആവശ്യപ്പെട്ടാലും ഈ തിരിക്കല്ല് നിനക്ക് നിമിഷങ്ങൾക്കുള്ളിൽ തരും. പക്ഷേ, ഈ തിരിക്കല്ല് ആരും മോഷ്ടിക്കാൻ ഇടയാകാതെ സൂക്ഷിച്ചേ തീരൂ. ഇനിയഥവാ അത് ആരെങ്കിലും മോഷ്ടിച്ചുകൊണ്ടുപോകാനിടയായാൽപ്പിന്നെ, അന്നത്തോടെ അയാളുടെ ജീവിതം അവസാനിക്കും. അതുകൊണ്ട്, തിരിക്കല്ല് ആരുടേയും കയ്യിൽപ്പെടാതെ സൂക്ഷിക്കണം.”

മറ്റാരുടേയും കയ്യിൽ അകപ്പെടാതെ ആ തിരിക്കല്ല് താൻ കാത്തുസൂക്ഷിക്കുമെന്ന് അവോയി, കുബോയിക്ക് വാക്കു കൊടുത്തു. എന്നിട്ട് തിരിക്കല്ലു ചുമന്നുകൊണ്ട് അയാൾ വീട്ടിലേയ്ക്കു തിരിച്ചു. ഒരു കീറത്തടുക്കിൽ തിരിക്കല്ലു വെച്ചതിനുശേഷം, അതിന്റെ കനത്ത സ്വർണ്ണപ്പിടിയിലമർത്തി തിരിച്ചുകൊണ്ട് അയാൾ ഉച്ചത്തിൽ ആജ്ഞാപിച്ചു:

“ഒഴുകിവരട്ടെ അരിയുണ്ടകൾ...ഒട്ടേറെ അരിയുണ്ടകൾ ഒഴുകിയൊഴുകിവന്ന് ഈ തടുക്കിൽ നിറയട്ടെ...!”

അവോയി പറഞ്ഞുതീരേണ്ട താമസം ആ തിരിക്കല്ലിൽനിന്നും ചൂടോടെ എണ്ണമില്ലാത്ത അരിയുണ്ടകൾ നിലയ്ക്കാതെ പ്രവഹിക്കാൻ തുടങ്ങി. അതിശയമടക്കാനാവാതെ അയാളുടെ കണ്ണുകൾ വികസിച്ചുവന്നു. അപ്പോൾ അയാളുടെ ഉത്സാഹം ഏറിയേറിവരികയായിരുന്നു. ഇനിയും തനിക്ക് വേണ്ടതെല്ലാംതന്നെ തിരിക്കല്ലിനോടു ആവശ്യപ്പെടാം.

ക്രമേണ, അരിയുണ്ടകളുടെ പ്രവാഹം നിലച്ചതും മാറാത്ത വിസ്മയത്തോടെ അവോയിയുടെ അടുത്ത ആജ്ഞ:

“...ഈ കുടിലുമാറി ഒരു കൊട്ടാരമാവട്ടെ...!”

അടുത്ത നിമിഷം ആ കുടിൽ നിന്നയിടത്ത് അതിമനോഹരമായൊരു കൊട്ടാരമുയർന്നു.

ഉടനെത്തന്നെ ഒന്നിനുപുറകെ മറ്റൊന്നായി പല വസ്തുക്കളും തന്റെ മുമ്പിൽ അണിനിരത്താൻ അവോയി തിരിക്കല്ലിനോടു ആവശ്യപ്പെട്ടു. അവയെല്ലാംതന്നെ ഏതാനും നിമിഷങ്ങൾക്കുള്ളിൽ തിരിക്കല്ലിൽ നിന്നും നിലയ്ക്കാതെ പുറത്തേയ്ക്കൊഴുകി.

പിന്നീട് അവോയിയുടെ കൊട്ടാരത്തിലെത്തിയ അയൽവാസികൾക്കും അടുത്ത ഗ്രാമവാസികൾക്കും മറ്റുള്ളവർക്കുമെല്ലാംതന്നെ അവരുടെ

ഇച്ഛയ്ക്കൊത്ത വസ്തുക്കളൊക്കെയും നൽകാൻ അയാൾ സ്വർണ്ണ തിരിക്കല്ലിനോടു ആജ്ഞാപിച്ച്, അവയൊക്കെയും മുറ്റത്തും നിരത്തിലെല്ലായിടത്തും കൂമ്പാരം കൂട്ടിയിട്ടു. തുടരെത്തുടരെ അവിടെയെല്ലാം തിങ്ങിക്കൂടിയ ജനക്കൂട്ടം തലച്ചുമടുകളുമേന്തി ആഹ്ലാദഭരിതരായി അവരവരുടെ പാർപ്പിടങ്ങളിലേയ്ക്കു തിരികെപ്പോയി.

അവോയിയുടെ പക്കലുള്ള എന്തുമേതും എപ്പോഴും നൽകാൻ കഴിവുള്ള, മാന്ത്രികശേഷിയുള്ള ആ സ്വർണ്ണതിരിക്കല്ലിനെക്കുറിച്ചുള്ള രസകരമായ വാർത്ത ക്രമേണ അയാളുടെ ജ്യേഷ്ഠൻ ഹിരോയിയുടെ കാതിലും വന്നുവീണു. അസൂയയും ദുരാശയുംകൊണ്ട് ഹിരോയിക്ക് അപ്പോൾ ഇരിക്കപ്പൊറുതിയില്ലാതായി. വിലമതിക്കാനാവാത്ത ആ സ്വത്ത് തന്റെ അനുജനിൽനിന്ന് ഏതുവിധത്തിലും കൈവശപ്പെടുത്താനായി ജ്യേഷ്ഠന്റെ പിന്നീടുള്ള ഉദ്യമം മുഴുവനും.

അവോയിയുടെ വീട്ടിൽനിന്ന് തിരിക്കല്ല് മോഷ്ടിക്കുകയല്ലാതെ മറ്റു വഴിയൊന്നുമില്ല. ഹിരോയി ഉള്ളിലുറപ്പിച്ചു. ഒരു രാത്രി അയാൾ കാവൽക്കാരുടെ കണ്ണുവെട്ടിച്ചു പാത്തും പതുങ്ങിയും ഒരുവിധത്തിൽ അവോയിയുടെ കൊട്ടാരംപോലത്തെ വീടിനകത്തേയ്ക്കു കടന്നുകൂടി. എന്നിട്ട്, തിരിക്കല്ലു സൂക്ഷിച്ചുവെച്ച കലവറയിൽ അയാൾ സ്വരക്ഷയ്ക്കായി ഏറെനേരം ഒളിച്ചിരുന്നു. പിന്നീട് തക്കവും തരവും നോക്കി അയാൾ പതുക്കെ മൂലയ്ക്കൽ വെച്ചിരുന്ന തിരിക്കല്ലിനരികിലേയ്ക്കു നീങ്ങി.

തിരിക്കല്ലിന്റെ ചുവട്ടിൽ ധാരാളം അരിയുണ്ടകൾ ചിതറിക്കിടന്നിരുന്നു. ഉടനെ അയാളുടെ നാക്കത്ത് വെള്ളമൂറി. ആദ്യമായി ഹിരോയി ചെയ്തത് ഒരു തുണിത്തുണ്ടിൽ കുറെ അരിയുണ്ടകൾ പൊതിഞ്ഞെടുക്കുകയായിരുന്നു. പിന്നീട് ഭാരിച്ച തിരിക്കല്ല് തലയിൽ ചുമന്ന് അയാൾ തിടുക്കത്തിൽ കടൽതീരത്തിലേയ്ക്കു ഓടിപ്പോയി. ഒരു ചെറുതോണിയിൽ കയറിയിരുന്ന് അയാൾ അകലത്തുള്ള മറ്റൊരു ദ്വീപിനെ ലക്ഷ്യമാക്കി അതിവേഗം തുഴഞ്ഞുനീങ്ങി. അവിടെയെത്തിയതും തന്റെ എണ്ണിയാൽ തീരാത്ത ആവശ്യങ്ങളപ്പാടെ, മാന്ത്രികശേഷിയുള്ള ആ തിരിക്കല്ലിന്റെ മുമ്പിൽ നിരത്തിവെയ്ക്കാൻ തിടുക്കമായി അയാൾക്ക്.

അല്പദൂരം തോണി തുഴഞ്ഞപ്പോഴയ്ക്കും ഹിരോയി ആകെ തളർന്നുപോയി. ഒപ്പംതന്നെ അയാൾക്ക് അത്യധികം വിശപ്പും ദാഹവും അനുഭവപ്പെട്ടു. പൊതിഞ്ഞെടുത്ത് കൈവശം കരുതിയ അരിയുണ്ടകളെപ്പറ്റി അപ്പോഴാണ് അയാൾക്ക് ഓർമ്മവന്നത്.

പൊതിയഴിച്ച് സ്വാദുയർത്തുന്ന മണമുയരുന്ന അരിയുണ്ടകൾ തിടുക്കത്തിൽ വാരിയെടുത്ത് അയാൾ അത്യാർത്തിയോടെ ഭക്ഷിക്കാൻ ആരംഭിച്ചു. പാതിവയർ നിറഞ്ഞപ്പോഴാണ്, പെട്ടെന്നയാൾക്കു തോന്നിയത്. അരിയുണ്ടകളിൽ ഉപ്പു പോരാ. ഉടനെ തോണിക്കകത്ത് ഉപ്പു വരുത്തണം.

ഹിരോയി അപ്പോൾ തന്നത്താൻ പറഞ്ഞു:

"ഉപ്പെന്നല്ല, ഈ ലോകത്തുള്ള എന്തുമേതും കൈക്കലാക്കാനുള്ളൊരു വസ്തുവിന്റെ ഉടമസ്ഥനാണല്ലോ ഞാനിന്ന്. എന്റെ പക്കലുള്ള, മാന്ത്രികശക്തിയുള്ള ഈ സ്വർണ്ണതിരിക്കല്ല്."

പിന്നീടൊട്ടും താമസിച്ചില്ല. തോണിയിൽവെച്ച തിരിക്കല്ലിന്റെ പിടിയിലമർത്തി കറക്കിക്കൊണ്ട് ഹിരോയി ആജ്ഞാപിച്ചു:

"ഉപ്പു ഒഴുകിവരട്ടെ...!"

പൊടുന്നനെ തിരിക്കല്ലിനകത്തുനിന്നും ഉറവകൾപോലെ ഉപ്പു പ്രവഹിക്കാൻ തുടങ്ങി. അല്പസമയം അദ്ഭുതം സഹിക്കാനാവാതെ നോക്കിയിരുന്ന് അയാൾ അരിയുണ്ടകളിൽ ഉപ്പു ചേർത്ത് വീണ്ടും ആർത്തിയോടെ തിന്നാൻ ആരംഭിച്ചു.

അരിയുണ്ടകൾ തന്നിഷ്ടത്തിന് ഭക്ഷിച്ച് ഒടുവിൽ വിശപ്പടങ്ങിയപ്പോഴാണ്, അല്പം പരിഭ്രമത്തോടെ ഹിരോയി ശ്രദ്ധിക്കാനിടയായത്... ഉപ്പിന്റെ ഒഴുക്കു തുടരുന്നു!

"മതി! ഇനി ശുദ്ധജലം വരട്ടെ...!"

പക്ഷേ, ആ തിരിക്കല്ലിൽനിന്ന് അപ്പോഴും തുടർച്ചയായി പുറത്തേയ്ക്കു വമിച്ചത് ഉപ്പുതന്നെയായിരുന്നു. വല്ലാതെ പരിഭ്രാന്തനായിത്തീർന്ന ഹിരോയി, പൊടുന്നനെ തിരിക്കല്ലിന്റെ പിടിയിലമർത്തിപ്പിടിച്ച് തിരിച്ചും മറിച്ചും ചുഴറ്റാൻ തുടങ്ങി. അതോടൊപ്പംതന്നെ അയാൾ ഉച്ചത്തിൽ ഉത്തരവിടുന്നുമുണ്ടായിരുന്നു:

"മതി മതി! നിറുത്തൂ!"

പക്ഷേ, ഉപ്പിന്റെ ആ നിലയ്ക്കാത്ത പ്രവാഹം തുടർന്നു. തിരിക്കല്ല് നാട്ടിയ തുണിത്തുണ്ടിൽ കുന്നിൻനിരകളെപ്പോലെ ഉപ്പിന്റെ കൂമ്പാരങ്ങളുയർന്നു. പിന്നീട് ഉപ്പിൻതരികൾ തോണിയിലേക്കു പൊഴിയാൻ തുടങ്ങിയപ്പോൾ, അയാളുടെ ഉച്ചത്തിലുള്ള ശബ്ദം ഒരു കരച്ചിലായി മാറിക്കഴിഞ്ഞിരുന്നു.

"നിറുത്തൂ...നിറുത്തൂ..."

തിരിക്കല്ലിന്റെ പ്രവർത്തനം തടയാനുള്ള ഹിരോയിയുടെ ഉദ്യമങ്ങളെല്ലാംതന്നെ തീരെ നിഷ്ഫലമായിത്തീർന്നു. ഒഴുകിക്കൂടിയ ഉപ്പിൻനിരകൾ ക്രമേണ തമ്മിലുരുമ്മി തോണിയുടെ വക്കോളമെത്തി. പിന്നീട് പതുക്കെപ്പതുക്കെ അയാളുടെ തുറിച്ച കണ്ണുകൾക്കു മുമ്പിൽ വഞ്ചി കവിഞ്ഞ്, ഉപ്പ് സമുദ്രത്തിൽ വീഴാൻ തുടങ്ങി. ഒടുവിൽ ഉപ്പു നിറഞ്ഞ ആ തോണിയോടൊപ്പം ഹിരോയിയും തിരിക്കല്ലും നടുക്കടലിൽ താണു...

ആഴിയുടെ അടിത്തട്ടിൽ പൂണ്ടുകിടക്കുന്ന ആ സ്വർണ്ണതിരിക്ക ല്ലിൽനിന്ന് ഇന്നും ഉപ്പു ഒഴുകിക്കൊണ്ടിരിക്കുന്നുവെന്നാണ് പരക്കെയുള്ള വിശ്വാസം. അതുകൊണ്ടാണുപോലും കടൽവെള്ളത്തിൽ എന്നെന്നേയ്ക്കുമായി ഉപ്പുരസം നിലനിൽക്കുന്നത്.

■

മൂന്നു മുത്തുമണികൾ

ഗ്രാമത്തിലെ ദേവാലയത്തിലെ പൂജാരിയുടെ പേര് ഓമി എന്നായിരുന്നു. അദ്ദേഹത്തിന് നൂറു വയസ്സിലേറെ പ്രായമുണ്ടായിരുന്നു. എത്ര അന്വേഷിച്ചിട്ടും ഏറെക്കാലമായി, തന്റെ പിൻഗാമിയുടെ സ്ഥാനമേറ്റെടുക്കാൻ യോഗ്യതയുള്ള ഒരു ചെറുപ്പക്കാരനെ കണ്ടെത്താൻ വയസ്സൻ പൂജാരിക്ക് കഴിഞ്ഞില്ല. അതുകൊണ്ട്, അദ്ദേഹം വല്ലാതെ നിരാശനായി നാളുകൾ നീക്കുകയായിരുന്നു.

ഒടുവിൽ, ഓമി ഒരു തീരുമാനത്തിൽ എത്തിച്ചേർന്നു. ഒരു പിൻഗാമിയെ നേരിട്ടു കണ്ടുപിടിക്കുന്നതിനു പകരം, തനിക്കൊരു സഹായിയെ തേടിക്കണ്ടെത്താൻ ശ്രമിക്കുക. അതായത്, ദേവാലയത്തിലെ പൂജയൊഴികെയുള്ള എല്ലാ പണികളും അപ്പപ്പോൾ ചെയ്തുതീർക്കാനായി ഒരു ചെറുപ്പക്കാരനെ ഏർപ്പാടാക്കുക. തന്റെ കീഴിൽ ഏറെ വർഷങ്ങളിലെ നിലയ്ക്കാത്ത പരിശീലനത്തിനുശേഷം അവനെ മെല്ലെ മെല്ലെ തന്റെ പിൻഗാമിയുടെ പദവിയിലേക്കു ഉയർത്തുക. എന്നിട്ട് എന്നന്നേക്കുമായി തന്റെ ചുതലകളിൽനിന്നു വിരമിക്കുക.

പിന്നീട് തീരെ താമസിച്ചില്ല. ഓമി സ്വന്തം ഗ്രാമത്തിലേക്ക് യാത്ര തിരിച്ചു. തന്റെ അകന്ന ബന്ധത്തിൽപ്പെട്ട താഗ എന്നു പേരായ ഒരു ചെറുപ്പക്കാരനെ ദേവാലയത്തിലെ പല നിത്യച്ചടങ്ങുകളും നിർവ്വഹിക്കാനായി തെരഞ്ഞെടുത്തു. മാത്രമല്ല, മടക്കയാത്രയിൽ അവനെ തന്നോടൊപ്പം കൊണ്ടുവന്നു.

കാട്ടിൽ പോയി വിറകു വെട്ടിക്കൊണ്ടുവരുന്ന ജോലിയായിരുന്നു താഗയ്ക്ക് ഓമി ഏല്പിച്ച ചുമതലകളിലൊന്ന്. ആഴ്ചയിലൊരിക്കൽ കാട്ടിലേക്ക് വിറകിനായി പോവുന്നത് അവന്റെ പതിവായിത്തീർന്നു. തന്നെ ഏല്പിച്ച ജോലികളൊക്കെയും താഗ യാതൊരുവിധത്തിലുള്ള അലസതയോ മുഷിച്ചിലോ കൂടാതെ ചെയ്തുതീർത്തിരുന്നു. മാത്രമല്ല, തികഞ്ഞ ഭവ്യതയോടെയായിരുന്നു ഓമിയുടെ നിർദ്ദേശങ്ങളൊക്കെയും താഗ നിറവേറ്റിയിരുന്നത്. അതുകൊണ്ട്, അവന്റെ കഴിവുകളിലും പ്രവൃത്തികളിലുമെല്ലാംതന്നെ ഓമി പൊതുവെ സംതൃപ്തനായിരുന്നുതാനും. നാളുകൾ നീങ്ങിയപ്പോൾ, മുമ്പത്തേക്കാളേറെ ഭാരിച്ച പല ചുമതലകളും ഓമി, താഗയെ ഏല്പിക്കാൻ തുടങ്ങി.

ഒരിക്കൽ കാട്ടിൽവെച്ച് താഗ ഏറെ പ്രായംചെന്നൊരു സ്ത്രീയെ പരിചയപ്പെടാനിടയായി. സ്വാദിഷ്ഠങ്ങളായ പലതരം പഴങ്ങൾ നിറച്ചൊരു വൻകൂട അവർ തലയിൽ ചുമന്നിരുന്നു. പഴക്കൂട അവന്റെ മുന്നിലിറക്കിവെച്ച്, വാത്സല്യം തുളുമ്പുന്ന സ്വരത്തിൽ കിഴവി പറഞ്ഞു:

“മതിയാവോളം തിന്നോ, മോനേ. ഈ പഴങ്ങളൊക്കെയും നിനക്കുവേണ്ടി ഞാൻ പ്രത്യേകം പറിച്ചെടുത്തതാണ്.”

അടക്കാനാവാത്ത ആഹ്ലാദത്തോടെ താഗ തന്നിഷ്ടത്തിന് പല പഴങ്ങളുമെടുത്തു തിന്നാൻ ആരംഭിച്ചപ്പോൾ, അവന്റെ തൊട്ടരികിൽ കുത്തിയിരുന്ന് കിഴവി വീണ്ടും പറഞ്ഞു:

“എന്നെ നിനക്കറിയില്ല. നിന്നെ ഞാൻ മുമ്പു കണ്ടിട്ടില്ലെങ്കിലും എനിക്ക് നിന്നെ നന്നായിട്ടറിയാം. പിന്നെ, വയസ്സൻ പൂജാരി ഓമിയുടെ ഒരു അകന്ന ബന്ധുവാണ്, ഞാൻ. അക്കാരണത്താൽ എല്ലാംകൊണ്ടും എനിക്ക് നിന്റെ മുത്തശ്ശിയുടെ സ്ഥാനമാണ്. പിന്നെ, ഇപ്പോൾത്തന്നെ നീ എന്നോടൊപ്പം എന്റെ വീട്ടിലേക്കു വരുന്നോ? അവിടെ നിനക്കല്പം വിശ്രമിക്കാം. സ്വാദുള്ള ആഹാരം കഴിച്ചതിനുശേഷം വിറകിൻകെട്ടും ചുമന്ന് നിനക്കു തിരികെപ്പോകാം.”

കൊടുംകാട്ടിൽവെച്ച് സ്വന്തം മുത്തശ്ശിയെ കാണാനിടയാവുക. ആ മുത്തശ്ശി തനിക്ക് ഒട്ടേറെ പഴങ്ങൾ തിന്നാൻ തരിക. പിന്നെ, വീട്ടിലേയ്ക്കു ക്ഷണിക്കുക. അതും വിശ്രമിക്കാനും സ്വാദേറിയ ആഹാരം കഴിക്കാനും. ഉടനെ അവരോടൊപ്പം വീട്ടിൽ പോകാൻതന്നെ താഗ തീരു മാനിച്ചു.

പുത്തൻ മുത്തശ്ശി അവനുവേണ്ടി വിഭവസമൃദ്ധമായ സദ്യയൊരുക്കി. മുത്തശ്ശിയോടൊപ്പമിരുന്ന് അവൻ വയറു നിറയെ ഭക്ഷണം കഴിച്ചു.

വിറകിൻകെട്ടുമായി താഗ ദേവാലയത്തിൽ തിരിച്ചെത്തിയപ്പോഴയ്ക്കും വളരെയേറെ വൈകിയിരുന്നു. ഭാരിച്ച ചുമടു ഇറക്കിവെയ്ക്കാൻ അവനെ സഹായിച്ചതിനുശേഷം, അല്പം സങ്കോചത്തോടെയെങ്കിലും, ഓമി അവനോട് സൗമ്യസ്വരത്തിൽ ചോദിച്ചു:

“എന്തുകൊണ്ടാണ് മോനേ, പതിവിൽക്കവിഞ്ഞ് ഇന്ന് നീയിത്രയും വൈകാനിടയായത്?”

അപ്പോൾ അവൻ അളവറ്റ അഭിമാനത്തോടെ പറഞ്ഞു:

“കാട്ടിൽവെച്ച് ഇന്ന് ഞാനെന്റെ മുത്തശ്ശിയെ കാണാനിടയായി. അവർ എനിക്ക് ധാരാളം പഴങ്ങൾ തിന്നാൻ തന്നു. പിന്നെ അവരെന്നെ സ്വന്തം വീട്ടിലേക്കു കൂട്ടിക്കൊണ്ടുപോയി. എന്നിട്ട് വിഭവസമൃദ്ധമായ സദ്യയൊരുക്കി വയറു നിറയെ ഭക്ഷണം തന്നു. പക്ഷേ, ഇങ്ങനെയൊരു മുത്തശ്ശി, ഞാൻ വിറകു കൊണ്ടുവരാൻ പോവാറുള്ള കാട്ടിലെ വീട്ടിൽ താമസിക്കുന്ന വിവരം ഇതുവരേയ്ക്കും അങ്ങ് എന്നോടു പറഞ്ഞിട്ടില്ലല്ലോ.” പറഞ്ഞെത്തിയപ്പോൾ, താഗയുടെ ശബ്ദത്തിൽ പരിഭവം കലർന്നിരുന്നു.

അതേസമയം, അവന്റെ അപ്രകാരമുള്ള വാക്കുകൾ കേട്ട് ഓമി അടക്കാനാവാത്ത അദ്ഭുതത്തോടെ നോക്കിക്കൊണ്ടു നിൽക്കുകയായിരുന്നു. അല്പനേരത്തെ മൗനത്തിനുശേഷം, അദ്ദേഹം ചോദിച്ചു:

“കാട്ടിൽവെച്ച് നിന്റെ മുത്തശ്ശിയെ കണ്ടെന്നോ? പക്ഷേ, ഇന്ന് നീ കാണാനിടയായത് നിന്റെ മുത്തശ്ശിതന്നെയാണെന്ന് തീർച്ചയാണോ, മോനേ?”

“അതേ.”

“പക്ഷേ, അങ്ങനെയൊരു മുത്തശ്ശി നിനക്കുള്ളതായിട്ട് എനിക്ക് യാതൊരു അറിവുമില്ലല്ലോ. അതും ഒരു കൊടുംകാട്ടിലെ വീട്ടിൽ സ്ഥിരമായി താമസിക്കുന്ന മുത്തശ്ശി. അതും ഒറ്റയ്ക്ക്.”

“അകന്ന ബന്ധത്തിലുള്ളൊരു മുത്തശ്ശിയാണ് എന്നാണ് അവരെന്നോടു പറഞ്ഞത്. അതുകൊണ്ട്, ഞാനവരെ പൂർണമായും വിശ്വസിക്കുകയും ചെയ്തു.” അല്പം കർക്കശമായിരുന്നു താഗയുടെ ശബ്ദവും മുഖത്തെ ഭാവവും.

“അതൊരു കള്ളമാണ്, മോനേ. കാരണം, നീയൊഴികെ, ഇവിടെ എനിക്ക് ആരുംതന്നെയില്ല, ബന്ധുക്കളായിട്ട്.” ഓമി ഉറപ്പിച്ചുപറഞ്ഞു. ഉടനെ അദ്ദേഹം എന്തോ ഓർത്തുകൊണ്ട് നിശ്ശബ്ദനാവുകയും ചെയ്തു. അതിനുശേഷം കാട്ടിൽവെച്ച് താഗ കണ്ടുമുട്ടാനിടയായ ആ സ്ത്രീയെക്കുറിച്ച് ഓമി അപ്പോഴൊന്നും പറഞ്ഞില്ല. ഒരുപക്ഷേ, താഗയ്ക്ക് ഇഷ്ടപ്പെട്ടില്ലെങ്കിലോ. അവനെയൊരിക്കലും മുഷിപ്പിച്ചുകൂടാ. ഇന്നല്ലെങ്കിൽ നാളെ തന്റെ പിൻഗാമിയായിത്തീരേണ്ട ചെറുപ്പക്കാരനാണ് താഗ.

പക്ഷേ, അടുത്ത ആഴ്ച വിറകു വെട്ടാനായി താഗ കാട്ടിലേയ്ക്കു പുറപ്പെട്ടപ്പോൾ, ഓമി അവനെ അരികിൽ വിളിച്ചുനിറുത്തി സൗമ്യസ്വരത്തിൽ പറഞ്ഞു:

“ഇനിയും ഞാൻ പറയാൻ പോവുന്ന അക്കാര്യം നിനക്കു ഇഷ്ടപ്പെടുമോ എന്നെനിക്കു അറിയില്ല...നീ കാട്ടിൽവെച്ച് കണ്ടുവെന്നു പറഞ്ഞത് വാസ്തവത്തിൽ ഒരു മനുഷ്യസ്ത്രീയല്ല. മലമുകളിൽനിന്ന് കാട്ടിലേയ്ക്കു ഇറങ്ങിവന്ന, മനുഷ്യരെ വേട്ടയാടുന്ന ഒരു രാക്ഷസിയാണത്. അവൾക്കവിടെ വീടും പാർപ്പിടവുമൊന്നുമില്ല. നിനക്കങ്ങനെ തോന്നുന്നതാണ്. കാരണം, നിന്റെ പെരുമാറ്റത്തിൽനിന്നും എനിക്കു ഊഹിക്കാനായത്, അവൾ പറഞ്ഞതൊക്കെയും നീ വിശ്വസിച്ചുകഴിഞ്ഞുവെന്നാണ്. പിന്നെ, ആ രാക്ഷസിയുടെ മായാജാലത്തിൽപ്പെട്ട്, നീ അവളോടൊപ്പം, അവളുണ്ടെന്നു പറയുന്ന വീട്ടിൽച്ചെന്ന് പഴങ്ങളും ഭക്ഷണവും കഴിക്കുന്നതുപോയിട്ട്, അവളോടു സംസാരിക്കുന്നതോ, എന്തിന്, അവളെ നേർക്കുനേരെ കാണുന്നതുപോലും പാടുള്ളതല്ല. നീ അങ്ങനെ ചെയ്യാൻ മുതിർന്നാൽ, തീർച്ചയായും അത് നിന്റെ ജീവനുതന്നെ ആപത്തായിത്തീരും. അതുകൊണ്ട്, വിറകു ശേഖരിച്ചുകഴിഞ്ഞതും നീ നേരിട്ട് ദേവാലയത്തിലേക്കു തിരിച്ചുവരണം.”

ഓമി പറഞ്ഞുതീർന്നതും താഗയുടെ മുഖം വല്ലാതെ ഇരുളുന്നതാണ് അദ്ദേഹം കണ്ടത്. താഗ കാട്ടിൽവെച്ചു കാണാനിടയായ, അവനോട് അത്രത്തോളം വാത്സല്യം പ്രകടിപ്പിക്കുന്ന ആ മുത്തശ്ശിയെക്കുറിച്ചുള്ള ഓമിയുടെ കർക്കശമായ വാക്കുകൾ അവന് തീരെ ഇഷ്ടപ്പെട്ടിട്ടില്ലെന്ന് വ്യക്തം.

പക്ഷേ, കാര്യങ്ങൾ കൈവിട്ടുപോകരുതെന്ന് മാത്രമല്ല, കാനനവാസിയായ ആ കിഴവിയുമായുള്ള അടുപ്പംകൊണ്ട് ഒടുവിൽ അവന് ജീവഹാനിതന്നെ സംഭവിച്ചാലോ.

"മാത്രമല്ല, ഇക്കാര്യത്തിൽ നിനക്കെന്നോട് യാതൊരുവിധത്തിലുള്ള അപ്രിയവും തോന്നരുത്. അവളെ നീയിനി ഒരിക്കലും കാണാനിടയാവരുതെന്നേ എനിക്കിനി പറയാനുള്ളൂ."

ഓമി അത്രത്തോളം ഉപദേശിച്ചിട്ടും താഗയുടെ മുഖത്തെ കർക്കശഭാവത്തിൽ യാതൊരു മാറ്റവും ഉളവാക്കിയില്ല. മാത്രമല്ല, തികച്ചും ഉദാസീനനായി മൗനമവലംബിച്ച് തന്റെ മുമ്പിൽ നിൽക്കുന്ന താഗ തന്റെ നല്ലവാക്കുകളെയപ്പാടെ തള്ളിക്കളയുകയാണുണ്ടായതെന്നും ഓമിക്ക് ഉടനടി വ്യക്തമായി. അപ്പോൾ വീണ്ടും എന്തോ ഓർത്തുകൊണ്ട് ഓമി തന്റെ കീമോണൊയ്ക്കകത്തുനിന്ന് മിന്നിത്തിളങ്ങുന്ന മൂന്നു മുത്തുമണികൾ പുറത്തേയ്ക്കെടുത്തു. എന്നിട്ട് യാതൊന്നും സംഭവിക്കാത്ത മട്ടിൽ പറഞ്ഞു:

"എന്തായാലും ഞാനിപ്പോൾ തരുന്ന ഈ മൂന്നു മുത്തുമണികൾ നീ കൈവശം സൂക്ഷിക്കണം. ആ രാക്ഷസി നിന്നെ അകപ്പെടുത്താനൊരുമ്പെടുന്ന ഏതെങ്കിലും ഘട്ടം തരണംചെയ്യാൻ, അവസരത്തിനൊത്ത് തീർച്ചയായും ഈ മുത്തുമണികൾ നിനക്കു പ്രയോജനപ്പെടുത്തേണ്ടിവരും. ഇവ വെറും മുത്തുമണികളാണെന്നു കരുതരുത്, നീ. ഇവയുടെ വിലമതിക്കാനാവില്ല. അസാമാന്യമായ കരുത്താണ് ഈ മുത്തുക്കൾക്ക്. വേണ്ടുംവണ്ണം ഉപയോഗപ്പെടുത്തിയാൽ മഹാദ്ഭുതങ്ങൾ സൃഷ്ടിക്കാൻ ഇവയ്ക്കു കഴിയും. മാത്രല്ല, നിന്റെ പക്കൽ ഈ മുത്തുമണികൾ ഉണ്ടെന്നുള്ള കാര്യം ആരും അറിയാനിടയാവുകയുമരുത്. പ്രത്യേകിച്ചും നീ ഇപ്പറഞ്ഞ മുത്തശ്ശി."

ആ മുത്തുമണികളെ ഏതൊക്കെ വിധത്തിൽ ഉപയോഗിക്കണമെന്നും ഓമി അവനു പഠിപ്പിച്ചുകൊടുത്തു.

പക്ഷേ, ഓമിയുടെ തക്കനേരത്തുള്ള മുന്നറിയിപ്പുകളൊന്നും ചെവികൊള്ളാൻ താഗ തീരെ ഒരുക്കമില്ലായിരുന്നു. വിറകു വെട്ടി അവശനായ തന്നെ കാട്ടിൽനിന്നും വീട്ടിലേയ്ക്കു കൂട്ടിക്കൊണ്ടുപോയി അത്രത്തോളം വാത്സല്യത്തോടെ സൽക്കരിച്ച ആ മുത്തശ്ശി അവനെ എന്തു മാത്രം ആകർഷിച്ചുകഴിഞ്ഞിരിക്കുന്നുവെന്ന് തന്നിൽ ഉപദേശം കോരിച്ചൊരിയുന്ന വയസ്സന് അറിയില്ല. ഒരുപക്ഷേ, മുത്തശ്ശി ഒരുക്കിത്തന്ന അത്രയും സ്വാദേറിയ ആഹാരം കഴിക്കാനാവാത്തതുകൊണ്ട്, കിഴവൻ പൂജാരിക്ക് അവനോട് അസൂയ തോന്നുന്നതായിരിക്കാം. താഗ ഗർവ്വോടെ ഉള്ളിൽ കരുതി. എന്നാലും, ഓമിയെ തൃപ്തിപ്പെടുത്താൻവേണ്ടിമാത്രം അവൻ ആ മൂന്നു മുത്തുമണികളും കൈവശം സൂക്ഷിച്ചുവെച്ചു. കാട്ടിൽ നിന്നു മടങ്ങിയെത്തിയതും അതൊക്കെയും ഓമിക്ക് തിരിച്ചുകൊടുക്കാമെന്നും തീരുമാനിച്ചു. തനിക്ക് യാതൊന്നും സംഭവിച്ചില്ല എന്നതിന്റെ തെളിവായി.

അന്നും കാട്ടിൽവെച്ച്, പഴങ്ങൾ നിറച്ച അതേ വൻകൂട തലയിൽ ചുമന്നുകൊണ്ട് എതിരേവന്ന തന്റെ മുത്തശ്ശിയെ താഗ കാണാനിടയായി. വീണ്ടും തന്നോടൊപ്പം വിരുന്നുണ്ണാനായി അവനെ അവർ വീട്ടിലേക്കു ക്ഷണിച്ചു. ഓമിയുടെ ഉപദേശത്തെ തീരെ വകവെയ്ക്കാതെ, യാതൊരു മടിയുംകൂടാതെ, അവൻ അവരോടൊപ്പം പോകാൻ തീരുമാനിച്ചു.

വീട്ടിലെത്തിയപ്പോഴയ്ക്കും കിഴവിയുടെ മട്ടൊക്കെ ഏതാണ്ടു മാറിയിരുന്നു. അതിരൂക്ഷമായൊരു നോട്ടത്തോടെ വല്ലാത്ത പരുഷസ്വരത്തിൽ കിഴവി അവനോടു പറഞ്ഞു:

"ഇന്നെന്തായാലും ആഹാരം പാകംചെയ്യാൻ ഇത്തിരി വൈകിയേക്കാം. അതുകൊണ്ട്, തൽക്കാലം നീ ഈ ഉമ്മറത്തിരിക്ക്. അവിടെ മൂന്നു കൂടകളിൽ പഴങ്ങൾ നിറച്ചുവെച്ചിട്ടുണ്ട്. വിശപ്പ് അനുഭവപ്പെട്ടാൽ, വേണമെങ്കിൽ കൂടയ്ക്കകത്തുനിന്ന് പഴങ്ങൾ എടുത്തുതിന്നാം. മാത്രമല്ല, ആഹാരം തയ്യാറായ ഉടനെ ഞാൻ നിന്നെ വിളിക്കാം."

പിന്നീട്, ഏറെനേരം താഗ ഉമ്മറത്തു കാത്തിരുന്നിട്ടും അകത്തേയ്ക്കു പോയ അവന്റെ മുത്തശ്ശി തിരിച്ചുവന്നില്ല. അപ്പോൾ അവന് തീരെ ഇരിക്കപ്പൊറുതിയില്ലാതായി. ഒടുവിൽ, ഒച്ചയില്ലാതെ അടുക്കളയിൽച്ചെന്ന് തന്റെ മുത്തശ്ശി ആഹാരം പാകംചെയ്യുന്നതു നോക്കാൻ അവൻ ഉള്ളിലുറപ്പിച്ചു.

ഉടനെ പതുക്കെയെഴുന്നേറ്റ്, തീരെ ഒച്ചവെയ്ക്കാതെ താഗ തിടുക്കത്തിൽ നടന്ന് അടുക്കളവാതിലിൽ എത്തി. വാതിൽ അകത്തുനിന്ന് അമർത്തിയടച്ചിരുന്നു. മുത്തശ്ശി അടുക്കളയിൽ ആഹാരം പാകംചെയ്യുന്ന തിരക്കിലായിരിക്കുമോ?

വാതിലിന്റെ ഒരു പൊളിയിൽ പതുക്കെ പിടിച്ച് അല്പമകത്തി അവൻ അടുക്കളയിലേക്കു ഒളിഞ്ഞുനോക്കി. അവിടത്തെ കാഴ്ച കണ്ട് അവൻ നടുങ്ങിപ്പോയി. തീയാളിക്കത്തുന്ന അടുപ്പിനരികിൽ ചമ്രം പടിഞ്ഞിരുന്നിരുന്നത് അവന്റെ മുത്തശ്ശിയല്ലായിരുന്നു!

പകരം, അവൻ മുമ്പിൽ കണ്ടത് തനി കരിക്കട്ടയുടെ നിറമുള്ള ഒരു ഭീകരസത്വത്തെയായിരുന്നു. താൻ കാട്ടിലേയ്ക്കു പുറപ്പെടുന്നതിനു മുമ്പ് ഓമി മുന്നറിയിപ്പു തന്നിരുന്ന അതേ രാക്ഷസസ്ത്രീ. ഒരു കൂറ്റൻ ഇരുമ്പുകട്ടിയിൽ നീണ്ടുകൂർത്ത കത്തി തേച്ചു മൂർച്ചകൂട്ടുന്നു. ആ രാക്ഷസിയുടെ ജടകെട്ടിയ മുഴുത്ത തല നേരെച്ചെന്നു മച്ചിൽ മുട്ടുന്നു. കൈവിരലിലെ ഓരോ നഖവും ഒരു തൂമ്പയേക്കാൾ വലിപ്പമേറിയതായിരുന്നു. കീഴ്ച്ചുണ്ടിന്റെ ഇരുവശങ്ങളിലും കൂറ്റൻ കത്രികകൾപോലെ ദംഷ്ട്രകൾ തള്ളിനിന്നു.

അടുപ്പത്തേറ്റിവെച്ച, ഒരാൾക്കു കടന്നിരിക്കാവുന്നത്ര വലിപ്പമുള്ള കുണ്ടൻപാത്രത്തിൽ നിറച്ച വെള്ളത്തിൽനിന്നും കനത്ത ആവിച്ചുരുളുകൾ മച്ചിലേയ്ക്കു ഉയരുന്നു. അതേ, ഇനിയും രാക്ഷസി ചെയ്യാൻ പോവുന്നത് അതിഥിയായി കൂട്ടിക്കൊണ്ടുവന്ന തന്നെ ഏറെ താമസിക്കാതെ ഇരയാക്കുകയാണ്.

അപ്പോൾ മാത്രമേ താൻ സ്വയം ചെന്നുവീഴാനിടയായ അപകടത്തിന്റെ ഗൗരവത്തെക്കുറിച്ച് താഗയ്ക്കു ഊഹിക്കാൻ കഴിഞ്ഞുള്ളൂ. അതുവരേയ്ക്കും ഓമിയുടെ ഉദ്ദേശ്യശുദ്ധിയെ അവൻ ചോദ്യം ചെയ്യുകയായിരുന്നല്ലോ. അദ്ദേഹത്തോട് അവൻ അനുസരണക്കേടു കാണിക്കുകയായിരുന്നു. അദ്ദേഹത്തേക്കാളുമേറെ താൻ വിശ്വസിച്ചത്, കാട്ടിൽവെച്ച് ഒരിക്കൽമാത്രം കാണാനിടയായ, യാതൊരു മുൻപരിചയവുമില്ലാത്ത, തന്നോട് കൃത്രിമമായ അടുപ്പം ഭാവിച്ച് അടുത്തുകൂടിയ ആ കിഴവിയെയായിരുന്നു. അതുകൊണ്ട്, തന്റെ ജീവൻതന്നെയിതാ അപായത്തിലായിരിക്കുന്നു.

എങ്കിലും ചോർന്നുപോയ ധൈര്യം, അടുത്ത നിമിഷം താഗയ്ക്കു വീണ്ടെടുക്കാൻ കഴിഞ്ഞു. ഓമി ഏല്പിച്ചിരുന്ന മൂന്നു മുത്തുമണികളും തക്കരീതിയിൽ ഉപയോഗപ്പെടുത്തി ക്രൂരയായ രാക്ഷസിയുടെ കനത്ത പിടിയിൽനിന്നും ഉടനടി കുതറിച്ചാടാൻ അവനപ്പോൾ തീരുമാനിച്ചു.

അത്രനേരവും അടുക്കളവാതിൽക്കൽ ഒളിച്ചുനോക്കിക്കൊണ്ടു നിന്നിരുന്ന താഗയെ പൊടുന്നനെ രാക്ഷസി കാണാനിടയായി. പക്ഷേ, അക്കാര്യം താഗ അറിഞ്ഞതുമില്ല. ഉടനടി, ഇരുന്നിടത്തുനിന്നു ഇടതു കൈനീട്ടി രാക്ഷസി അവനെ പെട്ടെന്നു പിടികൂടി. എന്നിട്ട് ഒരു നീണ്ട കയറെടുത്ത് അവന്റെ അരയിൽ കുടുക്കിട്ടു.

“അന്ന് ഒട്ടേറെ വിഭവങ്ങൾ പാകംചെയ്ത് നിനക്ക് ഞാൻ സദ്യ ഒരുക്കിത്തന്നു. ഇന്ന് ഞാൻ നിന്നെ വെട്ടിനുറുക്കി വിഭവങ്ങൾ തീർത്ത് എനിക്കായി സദ്യയൊരുക്കും. അടുപ്പത്തുവെച്ച ഈ വെള്ളമൊന്നു തിളച്ചുമറിയട്ടെ.” കുപിതയായ രാക്ഷസി അട്ടഹസിച്ചുകൊണ്ടു പറഞ്ഞു.

പുൽപ്പരപ്പിൽ തന്നിഷ്ടത്തിനു മേയാൻ വിടുന്ന ഒരു വളർത്തുമൃഗത്തെയെന്നപോലെ രാക്ഷസി ഉടനെ, അവനെ ബന്ധിച്ചിരുന്ന നീളമേറിയ കയറ് അയച്ചുവിട്ടു. പിന്നെ, കയറിന്റെ മറ്റേയറ്റം ഭദ്രമായി കയ്യിൽക്കരുതി.

അപ്പോൾ പേടിച്ചവശനായ താഗ വീട്ടുമുറ്റത്ത് പരക്കംപാഞ്ഞു നടക്കാൻ തുടങ്ങി. രാക്ഷസി അപ്പോഴും അടുക്കളയിൽ ചമ്രം പടിഞ്ഞിരുന്ന്, കത്തി മൂർച്ച കൂട്ടുകയായിരുന്നു.

ഏറെ പണിപ്പെട്ട് താഗ ഒരുവിധത്തിൽ അരയിലെ കുരുക്കഴിച്ച് ഉടനടി സ്വതന്ത്രനായി. കയറിന്റെ അറ്റം വരാന്തയിലെ നീണ്ടുകനത്ത കൽത്തൂതൂണുകളിലൊന്നിൽ കെട്ടിയിട്ടു. കൈവശമുള്ള മുത്തുകളിൽ ഒരെണ്ണമെടുത്ത് അവൻ ആ തൂണിനോടു ചേർത്തുവെച്ചു. എന്നിട്ട് താഗ ഒച്ചയൊതുക്കിക്കൊണ്ട് മുത്തിനോടു കല്പിച്ചു:

“അടുക്കളയിൽനിന്ന് രാക്ഷസി എന്തെങ്കിലും ചോദിച്ചാൽ ഉടൻ എന്റെ ശബ്ദത്തിൽ തക്കതായ മറുപടികൾ പറയണം, നീ. രാക്ഷസിക്ക് യാതൊരു സംശയത്തിനും ഇടകൊടുക്കരുത്.”

ഉടനടി സമ്മതത്തിന്റെ ശബ്ദത്തിൽ ആ മുത്തിൽനിന്നും ഒരു നനുത്ത മൂളലുയർന്നു. അപ്പോൾ ഒരു നിമിഷംപോലും പാഴാക്കാതെ താഗ തക്കത്തിൽ മുറ്റത്തേയ്ക്കു ചാടിയിറങ്ങി. എന്നിട്ട് സകല കരുത്തുമുപയോഗിച്ചു കാട്ടിലേക്കോടി.

അല്പസമയത്തിനുശേഷം രാക്ഷസി അടുക്കളയിൽനിന്ന് ഉച്ചത്തിൽ വിളിച്ചുചോദിച്ചു:

“എന്റെ വിശപ്പടക്കാൻ നീ തയ്യാറായിക്കഴിഞ്ഞോ? എന്റെ കത്തിയുടെ വായ്ത്തല ഇപ്പോഴിതാ ഒരു പുൽനാമ്പുപോലെ മിനുസപ്പെട്ടുകഴിഞ്ഞു. അടുപ്പത്തുവെച്ച കുണ്ടൻപാത്രത്തിലെ വെള്ളം തിളച്ചുമറിയാനും തുടങ്ങി.”

രാക്ഷസി പറഞ്ഞുതീർന്നതും തൂണിനോടു ചേർന്നിരിക്കുന്ന മുത്ത് താഗയുടെ ശബ്ദത്തിൽ ഉച്ചത്തിൽ മറുപടി പറഞ്ഞു:

”ഞാനിതുവരേയ്ക്കും തയ്യാറായിക്കഴിഞ്ഞിട്ടില്ല. കാരണം, എനിക്ക് ഒട്ടും വിശപ്പ് സഹിക്കാനാവുന്നില്ല. അതുകൊണ്ട് നിന്റെ ഒന്നാമത്തെ കൂടയിലെ പഴം മുഴുവനും തിന്നുതീർക്കുകയാണ്, ഞാൻ.”

“ശരി, ശരി. നീ പഴം മുഴുവനും തിന്നുതീർക്ക്. പിന്നീട് നിന്നെ പിടിച്ച് വേണ്ടുംവണ്ണം പാകംചെയ്ത് എനിക്കു തിന്നാമല്ലോ. അത്രയും എനിക്ക് സൗകര്യം.” ഇരുന്നയിരുപ്പിൽ നൊട്ടിനുണച്ചുകൊണ്ട് രാക്ഷസി പറഞ്ഞു.

തൂണിനരികിലെ മുത്ത് മറുപടിയൊന്നും പറഞ്ഞില്ല. എങ്കിലും താഗയെപ്പോലെ പഴം കടിച്ചുചവച്ചുതിന്നുന്ന ഒച്ചകൾ ആ മുത്ത് നിലയ്ക്കാതെ പുറപ്പെടുവിച്ചുകൊണ്ടിരുന്നു.

അല്പസമയത്തിനുശേഷം അക്ഷമയേറിയ രാക്ഷസി വീണ്ടും വിളിച്ചുചോദിച്ചു:

“ശരി, ഇപ്പോഴെങ്കിലും നീ തയ്യാറായിക്കഴിഞ്ഞോ?”

“ഇല്ലേയില്ല. തയ്യാറാകാൻ എനിക്കിനിയും അല്പസമയംകൂടി വേണം. ഇപ്പോൾ ഞാൻ നിന്റെ രണ്ടാമത്തെ കൂടയിൽനിന്ന് പഴങ്ങളെടുത്തു തിന്നുകയാണ്.” താഗയുടെ ശബ്ദത്തിൽ മുത്ത് തൂണിനരികിലിരുന്ന് ഉച്ചത്തിൽ മറുപടി പറഞ്ഞു.

ഒരിക്കലും തീരാത്തതെന്നു തോന്നിക്കുന്ന ആ കാത്തിരിപ്പുകാരണം, പിന്നെപ്പിന്നെ വല്ലാതെ മടുത്തുപോയി, രാക്ഷസിക്ക്. ഒടുവിൽ, കോപം ഒട്ടും സഹിക്കാനാവാതെ കയ്യിൽ മുറുകെ പിടിച്ചിരുന്ന കയറിന്റെ അറ്റം അവൾ ഊക്കോടെ വലിച്ചു. ഉടനെ, വരാന്തയുടെ വാതിലിലൂടെ തന്റെ ഇര കാൽക്കീഴിൽ തലയടിച്ചുവന്നുവീഴുമെന്നായിരുന്നു, രാക്ഷസിയുടെ അപ്പോഴത്തെ ധാരണ. പക്ഷേ, കയറിന്റെ മറുവശത്ത് മുറുകെ കെട്ടിയിരുന്ന തൂണ്, തൊട്ടടുത്തു സ്ഥാനമുറപ്പിച്ചിരുന്ന മുത്തിന്റെ കരുത്തിൽ, പൊടുന്നനെ കടപുഴുങ്ങി രാക്ഷസിയുടെ നെറുംതലയിൽത്തന്നെ വീഴുകയാണുണ്ടായത്. അപ്പോൾ അവളുടെ കോപം ഇരട്ടിച്ചു.

തന്റെ ഇരയിതാ തന്ത്രത്തിൽ രക്ഷപ്പെട്ടിരിക്കുന്നു. അന്നേരമത്രയും വിശപ്പടക്കി കാത്തിരുന്ന രാക്ഷസിക്ക് കോപമടക്കാനായില്ല. അവൻ ഓടിയകലുന്നത് ദേവാലയത്തിന്റെ നേർക്കുതന്നെയായിരിക്കും. രാക്ഷസി ചാടിയെഴുന്നേറ്റ് ഒരു കൊടുങ്കാറ്റുപോലെ കാട്ടിനകത്തേയ്ക്കു ഓടിയകന്നു. എന്നിട്ട് താഗ പോയ വഴിയേ പിന്തുടർന്നു.

രാക്ഷസിയുടെ ഊഹം തികച്ചും ശരിയായിരുന്നു. നടുക്കാട്ടിലെത്തിയ താഗ അന്നേരം ദേവാലയത്തിനെ ലക്ഷ്യമാക്കി അതിവേഗത്തിൽ പാഞ്ഞുപോവുകയായിരുന്നു. ഇനിയേതുനിമിഷവും രാക്ഷസി തന്നോടൊപ്പമെത്തുമെന്നു ഭയന്ന്.

പിന്നീട് രാക്ഷസി തന്നെ തൊട്ടുതൊട്ടില്ലെന്നായതും ബുദ്ധിമാനായ താഗ തന്റെ പക്കലുള്ള രണ്ടാമത്തെ മുത്ത് കയ്യിലെടുത്തു. എന്നിട്ട് തിടുക്കത്തിൽ ഉത്തരവിട്ടു:

"ഉടനെ ഒരു വന്മലയായി വളർന്ന് എന്നെ പിൻതുടർന്നെത്തുന്ന രാക്ഷസിയുടെ വഴി മുടക്കുക."

താഗ പറഞ്ഞുതീർന്നതും മുത്തിനെ രാക്ഷസിയുടെ നേർക്കു ചുഴറ്റിയെറിഞ്ഞതും ഒരുമിച്ചായിരുന്നു. നിമിഷങ്ങൾക്കുള്ളിൽ ആ മുത്തുമണി, മാനത്തോളം ഉയരമുള്ള, കുത്തനെ നിൽക്കുന്ന ഒരു വൻപർവ്വതമായിത്തീർന്നു.

പൊടുന്നനെ മുന്നിലുയർന്ന ആ വൻമല കണ്ട് രാക്ഷസി അമ്പരന്നുപോയി. തന്റെ വഴിയിതാ അമ്പേ അടഞ്ഞിരിക്കുന്നു. ഉടനടി അവൾ പണിപ്പെട്ട് ചെങ്കുത്തായ മല കയറാൻ തുടങ്ങി. അപ്പോഴയ്ക്കും താഗ ഏറെ ദൂരം താണ്ടിക്കഴിഞ്ഞിരുന്നു. പക്ഷേ, ദേവാലയത്തിലെത്തിച്ചേരാൻ ഇനിയും പകുതിയോളം അകലം പിന്നിടണം.

ഒരുവിധത്തിൽ മല കയറിയിറങ്ങി രാക്ഷസി വീണ്ടും താഗയുടെ പുറകിലെത്തി. അപ്പോൾ നേരം ഒട്ടും പാഴാക്കാതെ കൈവശമുള്ള ഒടുക്കത്തെ മുത്തുമണിയും അവൻ പുറത്തെടുത്തു.

അവന്റെ കൈവെള്ളയിലിരുന്ന ആ മുത്ത് പതുക്കെപ്പതുക്കെ ഒരു ഉരുളൻകല്ലായി മാറി. അതിനകത്തുനിന്ന് ഒരു നാരുപോലെ ജലം പ്രവഹിക്കാൻ തുടങ്ങി. ഇനിയും തനിക്കു ചെയ്യാനുള്ളതെന്തെന്ന് താഗയ്ക്കു മനസ്സിലായി. പിന്നീടൊട്ടും വൈകിയില്ല. ആ ഉരുളൻകല്ല് തലയ്ക്കുമീതെ പുറകോട്ടെറിഞ്ഞ് അവൻ അത്യുച്ചത്തിൽ ഉത്തരവിട്ടു:

"ഉടനെ ആഴവും പരപ്പുമേറിയ ഒരു നദിയായിമാറുക."

ജലമൊഴുകിക്കൊണ്ടിരിക്കുന്ന ആ ഉരുളൻകല്ല് നിലം തൊടേണ്ട താമസം അത്, ആഴവും പരപ്പുമേറിയ ഒരു വൻനദിയായിത്തീർന്നു. പുറമേയ്ക്കു ശാന്തമായൊഴുകിയിരുന്ന ആ നദിക്ക് അതിശക്തമായ അടിയൊഴുക്കുണ്ടായിരുന്നു. അതറിയാതെ രാക്ഷസി നദിയിലേക്കെടുത്തുചാടി, സകല കരുത്തുമുപയോഗിച്ച് നീന്താൻ തുടങ്ങി. മറുകരയിലൂടെ അകലത്തുള്ള ദേവാലയത്തിനുനേരെ ഓടിയകലുന്ന താഗയായിരുന്നു അവളുടെ ലക്ഷ്യം.

നിമിഷങ്ങൾക്കുള്ളിൽ നദിയിലെ അടിയൊഴുക്ക് മേൽപോട്ടും വ്യാപിച്ചു കഴിഞ്ഞിരുന്നു. തിളച്ചുമറിയുന്ന ഒരു കൂറ്റൻ കുണ്ടൻ പാത്രംപോലെ ആയിത്തീർന്നു, പുഴയുടെ മേൽപ്പരപ്പ് മുഴുവനും. ആ കുത്തിയൊഴുക്കിനെ ഏറെനേരം ചെറുത്തുനിൽക്കാനായില്ല, രാക്ഷസിക്ക്. ഒഴുക്കിലകപ്പെട്ട്

അവൾ അതിവേഗം കടലിനുനേരെ നീങ്ങിക്കൊണ്ടിരുന്നു. അപ്പോഴയ്ക്കും അവളുടെ കൈകാലുകൾ തളരാൻ തുടങ്ങി.

തീരെ അവശയായിത്തീർന്ന രാക്ഷസി ഒടുവിൽ ഒഴുക്കിനോടൊപ്പം കടലിൽ ചെന്നുവീണു.

അഴിമുഖത്ത് ഒട്ടനേകം വൻചുഴികൾ രൂപംകൊണ്ടിരുന്നു. കൈകാലുകൾ കുഴഞ്ഞു നീന്തിത്തുടിച്ചിരുന്ന രാക്ഷസി ആ ചുഴികളിലൊന്നിൽ അകപ്പെട്ടുപോയി. ഉടൽ മുഴുക്കെ ഒരു കനത്ത ചങ്ങലകൊണ്ടു വരിഞ്ഞു കെട്ടിയതുപോലെ ആ ചുഴിക്കകത്ത് അവൾ നിലയ്ക്കാതെ വട്ടംചുറ്റാൻ തുടങ്ങി. ഒടുവിൽ ആ ചുഴിയിലൂടെ രാക്ഷസി ഒരു പാറക്കെട്ടുപോലെ കടലിനടിയിലേക്കു താണു. അതോടൊപ്പംതന്നെ ആ നദി അപ്രത്യക്ഷമാവുകയും ചെയ്തു. അവിടെ ഒരു വൻ ഗുഹമാത്രം അവശേഷിച്ചു. അതിനകത്തു ചത്തുമലച്ച രാക്ഷസിയുടെ മലപോലത്തെ ഉടലും.

അപ്പോഴേക്കും താഗ കിതച്ചവശനായി ദേവാലയത്തിൽ എത്തിക്കഴിഞ്ഞിരുന്നു. തന്റെ ബുദ്ധിശൂന്യമായ പെരുമാറ്റത്തിന് അവൻ ഓമിയോട് മാപ്പുചോദിച്ചു. വെറുംകയ്യോടെ മടങ്ങിവന്ന താഗയെ കാണാനിടയായതും കഴിഞ്ഞ സംഭവങ്ങളുടെ ഏകദേശരൂപം ഓമിയുടെ കൺമുമ്പിൽ തെളിഞ്ഞുകഴിഞ്ഞിരുന്നു. എങ്കിലും താഗയോട് അതിവാത്സല്യത്തോടെത്തന്നെ ഓമി ചോദിച്ചു:

"ഞാനിന്നു തന്ന മൂന്നു മുത്തുമണികളും നിനക്ക് വേണ്ടുംവണ്ണം പ്രയോജനപ്പെട്ടുവല്ലേ?"

മറുപടി പറയുന്നതിനുപകരം, ഓമിയുടെ ഇരുകാലുകളും കെട്ടിപ്പിടിച്ച് താഗ തേങ്ങിത്തേങ്ങി കരയുകയാണുണ്ടായത്.

അന്നുമുതൽ താഗ, ഓമിയുടെ തികഞ്ഞ പിൻഗാമിയായി മാറി.

■

നോക്കുകുത്തി

പുതുതായി കെട്ടിടം പണിയുന്ന ഇടങ്ങളിലും തഴച്ചുവളർന്ന തോട്ടങ്ങളിലും നെൽപ്പാടങ്ങളിലുമെല്ലാം മുളയലകുകളിൽ വൈക്കോലും പഴന്തുണിച്ചീന്തുകളുമൊക്കെ ചേർത്ത് അടുക്കും ചിട്ടയുമില്ലാതെ ചുറ്റിവരിഞ്ഞു പൊതിഞ്ഞ നോക്കുകുത്തികളെ നാട്ടിനിറുത്താറുണ്ടല്ലോ; കണ്ണു തട്ടാതിരിക്കാനും പറന്നെത്തി ശല്യംചെയ്യുന്ന കിളികളെ അകറ്റാനുമായി.

പക്ഷേ, ജപ്പാനിലെ ഒരു കുഗ്രാമത്തിലെ കാടിനരികിൽ നെൽകൃഷി ചെയ്ത് ഉപജീവനം നടത്തിയിരുന്ന കിഴവൻ കോബൊ, തന്റെ കൃഷിഭൂമിയിൽ പല തവണ നോക്കുകുത്തികളെ നാട്ടിനിറുത്തുക മാത്രമല്ല ചെയ്തത്. മറ്റു പോംവഴികളൊന്നും ഇല്ലാതായാപ്പോൾ സ്വയമൊരു നോക്കുകുത്തിയുടെ വേഷത്തിൽ അയാൾ വയലിൻനടുവിൽ യാതൊരു അനക്കവുമില്ലാതെ നിവർന്നുനിൽക്കുകയാണുണ്ടായത്. കിളികളിൽ നിന്നല്ല, ഒരുപറ്റം കുരങ്ങൻമാരിൽനിന്നുമുള്ള ശല്യം ഒഴിവാക്കാൻ...

കോബോവിന്റെ നെൽക്കണ്ടങ്ങളുടെ ഒത്തനടുവിൽ പതിവായി നാട്ടിനിറുത്താറുള്ള സാധാരണ നോക്കുകുത്തിയെ കണ്ടുവിരണ്ട് പക്ഷിക്കൂട്ടങ്ങൾ ഒരിക്കലും അയാളുടെ വിള നശിപ്പിക്കാൻ വന്നിറങ്ങാറില്ല. എങ്കിലും നെൻമണികൾ മൂത്തുപഴുത്തു പാകമാവാൻ ആരംഭിക്കുമ്പോഴയ്ക്കും, കാട്ടിൽനിന്ന് ഒട്ടേറെ കുരങ്ങൻമാർ കൂട്ടംചേർന്ന് പൊടുന്നനെ ചാടിയെത്തി വിളതിന്നു നശിപ്പിക്കാറാണ് പതിവ്. ഒടുവിൽ, കൊയ്യാറാകുമ്പോഴയ്ക്കും പാടം മുഴുവനും താറുമാറായിട്ടുണ്ടാവും.

താൻ നാട്ടിയ ആ നോക്കുകുത്തിയുടെ സാന്നിദ്ധ്യം കുരങ്ങൻമാരിൽ യാതൊരുവിധത്തിലുള്ള ഭീതിയുമുണർത്തുന്നതായി കോബോവിനു അനുഭവപ്പെട്ടില്ല. പോരാത്തതിന്, കുരങ്ങൻമാർ വിളതിന്നുന്നതിൽ മാത്രം സംതൃപ്തരല്ലായിരുന്നു. അവ പറ്റംപറ്റമായി ചാടിയെത്തി, നിലയ്ക്കാതെ കുത്തിമറിഞ്ഞ് അയാളുടെ വയൽ മുഴുക്കെ അലങ്കോലപ്പെടുത്തിയിട്ടേ തൊട്ടടുത്ത കാട്ടിലേയ്ക്ക് തിരികെ പോകാറുള്ളൂ.

കുരങ്ങിൻകൂട്ടത്തെ ഏതുവിധത്തിലും വിരട്ടിയോടിക്കാനായി വയസ്സൻ കോബോയും, ഭാര്യയുംചേർന്ന് കുറെയേറെ പാടുപെട്ടെങ്കിലും അവ വീണ്ടുംവീണ്ടും കുതിച്ചുചാടിയെത്തി കൃഷി മുഴുക്കെ നശിപ്പിച്ചു

കൊണ്ടേയിരുന്നു. ഏറെക്കാലമായി കൊയ്തെടുക്കാൻ അവരുടെ നെൽക്കണ്ടങ്ങളിൽ വിളവൊന്നും അവശേഷിക്കാറില്ലെന്ന പരിതാപകരമായ അവസ്ഥയിലെത്തിച്ചേർന്നു, ഒടുവിൽ അവർ. അങ്ങനെ ഓരോ പൂവലിലും കോബോയുടെ പത്തായം കാലിയായിക്കിടക്കാറാണ് പതിവ്. ക്രമേണ ഇരുപൂവലുകളിൽനിന്നുമുള്ള വിളവ് മാത്രമല്ല, വയലിൽനിന്നു കിട്ടാറുള്ള വൈക്കോൽപോലും അയാൾക്കു നഷ്ടപ്പെട്ടു.

ഒരിക്കൽ കുരങ്ങൻമാരുടെ തലവൻ തന്റെ സഹചാരികളോടു പറയുന്നത് കോബൊ കേൾക്കാനിടയായി:

"നോക്കുവിൻ കൂട്ടുകാരേ, കാറ്റും വെയിലും മഴയുമേറ്റ് ഈയ്യിടെയായി ഈ നോക്കുകുത്തി തീരെ പരവശമായിരിക്കുന്നു. അതിന്റെ തുറിച്ച നോട്ടത്തെ അവഗണിച്ച് വയലിൽ ചാടിയെത്തി നെൻമണികൾ വലിച്ചു പറിച്ചുതിന്നുകയും പിന്നെ വിളയാകെ നശിപ്പിക്കുകയും ചെയ്യുമ്പോൾ, ഈയ്യിടെയായി എനിക്കെന്തുകൊണ്ടോ വിവരിക്കാൻ വയ്യാത്തവിധത്തിൽ കുറ്റബോധം അനുഭവപ്പെടുന്നു. വയലുടമ നോക്കുകുത്തി നാട്ടിയിരിക്കുന്നത് പക്ഷികളെ വിരട്ടിയകറ്റാനാണെന്ന വസ്തുത തീർച്ചയായും എനിക്കറിയാഞ്ഞിട്ടല്ല. പക്ഷേ, നമ്മൾ പക്ഷികളല്ലാത്തതുകൊണ്ട്, ഈ നോക്കുകുത്തിയെ നമുക്ക് പേടിക്കേണ്ടതുമില്ല. എങ്കിലും നോക്കുകുത്തിയുടെ സാന്നിദ്ധ്യത്തേയും ആവശ്യത്തേയും ഇനിയെങ്കിലും നമ്മൾ ബഹുമാനിച്ചേതീരൂവെന്ന അഭിപ്രായക്കാരനാണ് ഞാൻ. അതുകൊണ്ട്, ഉടനെത്തന്നെ നമ്മൾ ഒത്തൊരുമിച്ചു ചെയ്യേണ്ടത്, ഈ നോക്കുകുത്തിയെ പൊക്കിയെടുത്ത് നദിയുടെ അക്കരെയുള്ള മറ്റേതെങ്കിലും വയലിൽ കൊണ്ടുപോയി നിറുത്തുകയാണ്. മാത്രമല്ല, ഇത്രയുംകാലം ഈ നോക്കുകുത്തിയെ ഇവിടെ സ്ഥാപിച്ച വയലുടമയെ നമുക്ക് ഇപ്പോൾത്തന്നെ തക്കതായൊരു പാഠം പഠിപ്പിക്കുകയും വേണം. ഇവിടെനിന്ന് ഈ നോക്കുകുത്തിയെ അകറ്റിക്കഴിഞ്ഞാൽപ്പിന്നെ പക്ഷിക്കൂട്ടങ്ങൾക്കും പറന്നിറങ്ങി ഈ നെൽക്കണ്ടത്തിൽനിന്ന് ഇഷ്ടംപോലെ ധാന്യങ്ങൾ കൊത്തിത്തിന്നാം. അങ്ങനെ, വയലുടമയെ നിലയ്ക്കാതെ ദ്രോഹിക്കുന്നതിനോടൊപ്പം നമുക്ക് പക്ഷികൾക്ക് കൂട്ടുനിൽക്കുകയും ചെയ്യാം."

പിന്നീടൊട്ടും താമസമുണ്ടായില്ല. തങ്ങളുടെ തലവന്റെ കല്പന കുരങ്ങൻമാർ അതേപടി അനുസരിച്ചു. കുറ്റബോധം ഒഴിവാക്കാനും വിളവു നശിപ്പിക്കാൻ പക്ഷിക്കൂട്ടങ്ങൾക്ക് ഭയലേശമില്ലാതെ പറന്നിറങ്ങാനും കളമൊരുക്കിക്കൊണ്ട്, പിന്നെ അയാളെയൊരു പാഠം പഠിപ്പിക്കാനുമായി തന്റെ ബദ്ധശത്രുക്കളായ ആ കുരങ്ങൻമാർ നോക്കുകുത്തിയെ പൊക്കിയെടുത്ത് മറ്റൊരു വയലിലെത്തിച്ചു. കുരങ്ങൻമാരുടെ സംഘം തന്നോട് പകപോക്കിയ ആ രീതി കണ്ട് കിഴവൻ കോബൊ ഇനിയെന്തു ചെയ്യണമെന്നറിയാതെ അമ്പരന്നുനിൽക്കുകയായിരുന്നു.

എങ്കിലും വാശിയേറിയ കോബോവിന് പിന്നീട് തീരെ അടങ്ങിയിരിക്കാനായില്ല. ആ തെമ്മാടിക്കുരങ്ങൻമാരുടെ അവിവേകം നിറഞ്ഞ അത്തരം ചെയ്തികൾ വകവെച്ചുകൊടുക്കാനും തോൽവിയേൽക്കാനും

ആ കർഷകൻ ഒട്ടും ഒരുക്കമില്ലായിരുന്നു. മാത്രമല്ല, തന്നത്താൻ വിളവു നശിപ്പിക്കുന്നതും പോരാഞ്ഞിട്ട്, ആ കുരങ്ങൻമാർ, ഒടുവിൽ പക്ഷികൾക്കുകൂടി യാതൊരു പേടിയുമില്ലാതെ വയലിൽ പറന്നിറങ്ങി ധാന്യം കൊത്തിത്തിന്നാനുള്ള സൗകര്യവും ഒരുക്കിക്കൊടുത്തിരിക്കുന്നു.

പിറ്റേന്നാൾ വെളുപ്പിനുതന്നെ തന്റെ ഭാര്യയുടെ സഹായതോടെ കോബൊ, മുളയലകുകളും വൈക്കോൽച്ചുരുളുകളും തുണിച്ചീന്തുകളും ചേർത്തുപൊതിഞ്ഞ് ഒരു പുത്തൻ നോക്കുകുത്തി തീർത്തു. കുരങ്ങൻമാർ കുതിച്ചുപാഞ്ഞെത്തി നെൽക്കണ്ടങ്ങളിലേക്കു ചാടിവീഴുന്നതിനു മുമ്പെ അയാൾ ആ നോക്കുകുത്തി എടുത്തുകൊണ്ടുപോയി വയലിന്റെ മദ്ധ്യത്തിൽ നാട്ടിനിറുത്തി. പക്ഷേ, കുരങ്ങൻമാർ കൂട്ടത്തോടെ വയലിൽ പ്രവേശിച്ചതും അടക്കാനാവാത്ത അമർഷത്തോടെ അവ ആദ്യമേ ചെയ്തത് തലേന്നാളത്തെപ്പോലെ, ആ നോക്കുകുത്തിയെ പൊക്കിയെടുത്ത് ഒരിക്കൽക്കൂടി പുഴകടത്തി കൊണ്ടുപോയി അതിദൂരത്തുള്ള മറ്റൊരു നെൽക്കണ്ടത്തിൽ സ്ഥാപിക്കുകയായിരുന്നു. പിന്നീട് വീട്ടുടമയോട് പകവീട്ടിയ ആഹ്ലാദത്തിമർപ്പോടെ കുരങ്ങൻമാർ തിരിച്ചെത്തി. ഉടൻ പതിവുപോലെ കൂട്ടത്തോടെ നെൽക്കതിരുകൾ വലിച്ചൂരിതിന്നുകയും ചാഞ്ഞുകിടക്കുന്ന വിളയിൽ ചാടിമറിഞ്ഞ് തിമർത്തു കൂത്താടുകയും ചെയ്തു. അതും മുമ്പത്തേക്കാൾ വീറോടേയും വാശിയോടേയും.

അത്രത്തോളമായപ്പോഴയ്ക്കും കോബോവിന് ഉറപ്പായി. ഇനിയുമൊരു പുത്തൻ നോക്കുകുത്തി നിർമ്മിച്ച് നെൽക്കണ്ടത്തിൽ നാട്ടിനിറുത്തിയിട്ട് യാതൊരു പ്രയോജനവുമില്ല. വാശിയറിയ കുരങ്ങിൻകൂട്ടം അതെടുത്ത് മറ്റെവിടേയോ കൊണ്ടുപോയി സ്ഥാപിച്ച് തിരികെവന്ന് വിളതിന്നുനശിപ്പിക്കുന്ന പതിവ് തുടരും. മാത്രമല്ല, നോക്കുകുത്തിയുടെ അഭാവത്തിൽ ക്രമേണ പക്ഷിക്കൂട്ടങ്ങളും കുരങ്ങൻമാരുടെ കൂട്ടിനെത്തുകയും ചെയ്യും. അതുകൊണ്ട്, കുരങ്ങൻമാരെ തോല്പിക്കാൻ മറ്റെന്തെങ്കിലും മാർഗ്ഗം തേടാതെ വയ്യ. ഇനിയും താനെന്തു ചെയ്യും? പല വിധ ചിന്തകളിലും മുഴുകി വല്ലാതെ അസ്വസ്ഥനായി കോബൊ സമയം തള്ളിനീക്കി.

പിന്നെപ്പിന്നെ, കുരങ്ങൻമാരിൽനിന്നുമുള്ള ശല്യത്തിൽനിന്ന് ഇനിയെങ്ങിനെ രക്ഷനേടാനാകും എന്നറിയാതെ കോബൊ കുഴങ്ങിവശായി. ഒടുവിൽ, കുരങ്ങൻമാരെ എന്നെന്നേയ്ക്കുമായി വിരട്ടിയോടിക്കാൻ ഉതകുന്നൊരു പോംവഴി അയാൾ മനസ്സിൽ രൂപീകരിച്ചു. സ്വയമൊരു നോക്കുകുത്തി ചമഞ്ഞ് വയലിൻനടുവിൽ യാതൊരു അനക്കവുമില്ലാതെ നിലകൊള്ളുക. അല്പം വിഷമംപിടിച്ച പണിയാണെങ്കിലും ഇനിയും ആ രീതിയിലല്ലാതെ കുരങ്ങൻമാരെ നേരിടാനാവില്ല. ഉടനടി അയാൾ ഭാര്യയെ വിളിച്ചുപറഞ്ഞു:

"കുരങ്ങൻമാരെ വിരട്ടാനായി ഞാൻ ചിലതൊക്കെ നിശ്ചയിച്ചുറപ്പിച്ചിട്ടുണ്ട്. ഏതുവിധത്താലാണെന്ന് നിനക്കുടനെത്തന്നെ മനസ്സിലാകുമെന്നു മാത്രം ഇപ്പോൾ അറിഞ്ഞാൽമതി. കുറെ അരിപ്പൊടിയെടുത്തു കുറുക്കിക്കൊണ്ടുവരൂ, വേഗം. അത്യാവശ്യമാണ്."

അരിക്കുറുക്കുകൊണ്ട് കിഴവന് അത്രയ്ക്ക് അത്യാവശ്യമെന്താണെന്നു തിരക്കാൻ കിഴവി മിനക്കെട്ടില്ല. അനുസരിക്കാൻ മാത്രമേ അവർക്കറിയൂ. മാത്രമല്ല, കുരങ്ങിൻകൂട്ടത്തെ ഒരു പാഠം പഠിപ്പിക്കാൻതക്കവണ്ണമുള്ള ചില കൗശലവേലകൾ തന്റെ ഭർത്താവ് മനസ്സിൽ രൂപീകരിച്ചുകഴിഞ്ഞിട്ടുണ്ടെന്ന് അവർ ഊഹിക്കുകയും ചെയ്തു. താമസിയാതെ അവർ ഒരു വലിയ മൺകലത്തിൽ ആവിപൊങ്ങുന്ന അരിക്കുറുക്കു കൊണ്ടുവന്ന് കോബോവിനു കൊടുത്തു. എന്നിട്ട് തൊട്ടുത്തുതന്നെ നിന്ന് അയാളുടെ ചെയ്തികളൊക്കെയും നോക്കിക്കൊണ്ടുനിന്നു.

അരിക്കുറുക്ക് ചെറുചൂടു പാകമായപ്പോൾ, മൺകലത്തിൽനിന്ന് ഇരുകൈകളിലും പതുക്കെ വാരിയെടുത്ത് വയസ്സൻ കോബൊ മുഖവും തലയുമടക്കം തന്റെ ഉടൽമുഴുക്കെ ആ കൊഴുത്ത വസ്തു അതിശ്രദ്ധയോടെ തേച്ചുപിടിപ്പിച്ചു. അപ്പോൾ കോബോയ്ക്ക് വെണ്ണക്കല്ലിൽ തീർത്തൊരു കൂറ്റൻകുരങ്ങന്റെ മുഖച്ഛായയും ആകൃതിയുമുണ്ടായിരുന്നു. പിന്നീട്, കളിമണ്ണിന്റെ നിറമുള്ള നീണ്ടുകനത്തൊരു കയറിൽ അരിക്കുറുക്കു പൂശി, അതിനെ ഉടനടി അരയ്ക്കുചുറ്റും വെടിപ്പോടെ വരിഞ്ഞുകെട്ടാനും കോബൊ മറന്നില്ല. അപ്പോൾ, ആ കയറിന്റെ നീണ്ടുതൂങ്ങുന്ന അറ്റം കുരങ്ങന്റെ വാലുപോലെ അയാളുടെ പുറകിൽ ഞാന്നുകിടന്നിരുന്നു. അന്നേരം അയാൾക്ക് സ്വയമൊരു മതിപ്പു തോന്നി. അതേ, അത്തവണ തീർച്ചയായും ജയം തനിക്കുതന്നെ. കുരങ്ങൻമാർ ഇനിയൊരിക്കലും വിളവു നശിപ്പിക്കാനായി തന്റെ നെൽക്കണ്ടത്തിലേയ്ക്കു കുതിച്ചെത്താൻ മുതിരില്ല.

“ഞാൻ കാട്ടാനൊരുങ്ങുന്ന ഈ പുത്തൻ ജാഡയിൽ കുരങ്ങൻമാർ അകപ്പെടുമോ?” ഒരു കുസൃതിച്ചിരിയോടെ കോബൊ ഭാര്യയോടു ചോദിച്ചു.

“തീർച്ചയായും. മാത്രമല്ല, നമുക്കു വന്നുഭവിച്ച കഷ്ടനഷ്ടങ്ങൾക്കൊക്കെയും തക്കതായൊരു പരിഹാരവും ഒരു കുരങ്ങനെപ്പോലിരിക്കുന്ന ഈ നോക്കുകുത്തി കണ്ടെത്താതിരിക്കില്ല.” തന്റെ ഭർത്താവിന്റെ കഴിവിൽ അത്രയ്ക്ക് വിശ്വാസമുള്ള ഭാര്യ പറഞ്ഞു.

കോബൊ, ഉടനെ നെൽക്കണ്ടത്തിലേയ്ക്കു തിരിച്ചു. ഒരു കൂറ്റൻ കുരങ്ങന്റെ പ്രതിമയെപ്പോലിരിക്കുന്ന കോബോ വയലിന്റെ നടുവിലെത്തി. എന്നിട്ട്, നാട്ടിനിറുത്തിയ ഒരു നോക്കുകുത്തിയെന്നോണം ഇരുകൈകളും തോളുകൾക്ക് സമാന്തരമായി ഉയർത്തിപ്പിടിച്ചുകൊണ്ട് അനക്കമില്ലാതെ നിലകൊണ്ടു. അതിനുശേഷം, കുരങ്ങൻമാരുടെ കൂട്ടത്തോടെയുള്ള വരവിനായി അവിടെത്തന്നെ ക്ഷമയോടെ കാത്തുനിന്നു.

ഏറെ താമസിക്കാതെ കൂട്ടംകൂട്ടമായി പുളപ്പോടെ ഓടിച്ചാടിയെത്തിയ കുരങ്ങൻമാർ, സ്വവർഗ്ഗത്തിൽപെട്ടൊരു കുരങ്ങന്റെ പ്രതിമയെപ്പോലുള്ള ആ കൂറ്റൻ നോക്കുകുത്തിയെ കണ്ടപ്പോൾ ഭയപരവശരായിത്തീർന്നു. വയലിൽ നാട്ടിയ, അവയുടെ മുൻഗാമികളെ ഓർമ്മിപ്പിക്കുന്ന ആ പുത്തൻ നോക്കുകുത്തിയുടെ കൺമുമ്പിൽവെച്ച് നെൽക്കണ്ടത്തിൽ കൂത്താടാനും വിള തിന്നുനശിപ്പിക്കാനും കുരങ്ങൻമാർക്കേറെ സങ്കോചം തോന്നി.

അപ്പോൾ മറ്റു യാതൊരു പോംവഴിയുമില്ലാതെ കുരങ്ങൻമാരുടെ തലവൻ വീണ്ടും കല്പന പുറപ്പെടുവിച്ചു:

"സുഹൃത്തുക്കളേ, പക്ഷികളെ വിരട്ടിയോടിക്കാനായി എത്രയോ കാലംമുമ്പ് വയലുടമ നാട്ടിനിറുത്തിയ ഒരു സാധാരണ നോക്കുകുത്തിയുടെ സാന്നിദ്ധ്യത്തിൽവെച്ചുപോലും വിളവു തിന്നാനും നശിപ്പിക്കാനുമൊന്നും തീരെ സന്നദ്ധരായിരുന്നില്ലല്ലോ, നമ്മളാരും. എന്നിട്ടും ഇപ്പോഴിതാ വയലുടമ അതികൗശലത്തോടെ നമ്മുടെ പൂർവ്വികന്റെ മുഖച്ഛായയുള്ളൊരു രൂപത്തെ കൊണ്ടുവന്ന് നോക്കുകുത്തിയായി നെൽക്കണ്ടത്തിൽ സ്ഥാപിച്ചിരിക്കുന്നു! ഈ പ്രതിമയോട് നമുക്ക് പരമാവധി ആദരവു പ്രകടിപ്പിച്ചേതീരൂ. അതുകൊണ്ട്, ഈ പുത്തൻ നോക്കുകുത്തിയുടെ കൺമുന്നിൽവെച്ച് വിള തിന്നാനോ നശിപ്പിക്കാനോ പാടുള്ളതല്ല. അതേസമയം വയലുടമയോട് അത്രയെളുപ്പത്തിൽ തോൽവി സമ്മതിച്ചുകൊടുക്കാനും നമ്മൾ തീരെ തയ്യാറല്ല എന്ന കാര്യത്തെക്കുറിച്ച് ഞാൻ നിങ്ങളോട് യാതൊന്നും പ്രത്യേകം പറയേണ്ടതില്ലല്ലോ. നമ്മൾ നേരത്തെ ചെയ്തതുപോലെ ഈ പ്രതിമയേയും ഉടനടി ഈ വയലിൽനിന്നു നീക്കംചെയ്ത് പുഴ കടത്തിക്കൊണ്ടുപോയി മറ്റേതെങ്കിലും വയലിൽ നാട്ടിനിറുത്തി ഉടൻതന്നെ തിരികെ വരികയാണ് ഇനി ചെയ്യേണ്ടത്. എന്നാൽ മാത്രമേ, യാതൊരുവിധത്തിലുള്ള അല്ലലുമില്ലാതെ നമുക്ക് ദിവസംതോറും ഈ വയലിൽനിന്നും നെൻമണികൾ വലിച്ചൂരി തിന്നാൻ കഴിയുള്ളൂ. മാത്രമല്ല, കിളികൾക്കും സ്വതന്ത്രരായി വയലിലേയ്ക്കു പറന്നിറങ്ങി നെന്മണികൾ കൊത്തിത്തിന്നാനുള്ള സൗകര്യവും ഉണ്ടാക്കിക്കൊടുക്കണം നമുക്ക്."

അപ്പോൾ ഒട്ടേറെ കുരങ്ങൻമാർ ഒത്തൊരുമിച്ച് പുത്തൻ നോക്കുകുത്തിയെ (വാനരവേഷം കെട്ടിയ കോബോവിനെ) അവയുടെ തോളുകളിലേറ്റി ഒരുവിധത്തിൽ പൊക്കിയെടുത്തു. സ്വാഭാവികമായും നേരത്തെ ചുമന്നുകൊണ്ടുപോയ നോക്കുകുത്തികളേക്കാളും ഭാരക്കൂടുതലുണ്ടായിരുന്നു, കുരങ്ങനെപ്പോലിരിക്കുന്ന ആ പ്രതിമയ്ക്ക്. അപ്പോൾ കുരങ്ങൻമാരുടെ തലവൻ ആജ്ഞാപിച്ചു:

"ഇനി ഓരോരുത്തരും പ്രത്യേകിച്ചു ശ്രദ്ധിക്കേണ്ടത്, നിങ്ങളൊക്കെയും നനഞ്ഞുകുതിർന്നാലും വേണ്ടില്ല, നമ്മുടെ പൂർവ്വികന്റെ പ്രതിമയുടെമേൽ ഒരു തുള്ളി വെള്ളംപോലും ഏൽക്കാൻ പാടില്ല."

കുരങ്ങൻമാർ ഒത്തുചേർന്ന് അത്രയ്ക്കു പാടുപെട്ട് തോളത്തേറ്റി പുഴ കടക്കുന്നതിനിടയിൽ താനപ്പാടെ നനഞ്ഞുപോവുമോ എന്നു ഭയന്നിരിക്കുകയായിരുന്നു, കോബൊ. നനവേറ്റാൽ, നേരത്തെ ഉടലാകെ തേച്ചുപിടിപ്പിച്ച അരിക്കുറുക്കിളകി വാർന്നുപോവും. അപ്പോൾ വേഷം കെട്ടിയ വെള്ളക്കുരങ്ങന്റെ പിന്നിലുള്ള രഹസ്യം ഉടനടി വെളിച്ചത്താവുകയും ചെയ്യും. എങ്കിലും തങ്ങളുടെ പൂർവ്വികന്റെ പ്രതിമയ്ക്ക് തീരെ നനവേൽക്കാതെ മറുകരയ്ക്കെത്തിക്കണമെന്ന് കുരങ്ങൻമാരുടെ തലവൻ തന്റെ

സഹചാരികളോടു ഉത്തരവിട്ടപ്പോൾ മാത്രമായിരുന്നു കിഴവൻ കോബോയുടെ ശ്വാസം നേരെയായത്.

ആ കനത്ത പ്രതിമയെ തോളത്തേറ്റി ഒരുവിധത്തിൽ പുഴക്കരയ്ക്കെത്തിയപ്പോഴയ്ക്കും കുരങ്ങൻമാർക്ക് ഒരുകാര്യം തികച്ചും ബോദ്ധ്യമായി. അത്രയും ഭാരമേറിയയൊരു വസ്തു തോളത്തു ചുമന്നുകൊണ്ട് വെള്ളത്തിൽ നീന്തുന്നതിനിടയ്ക്ക് തീർച്ചയായും അതാകെ നനഞ്ഞുപോവും. തന്റെ സഹചാരികൾ നിസ്സഹായരായി നോക്കിക്കൊണ്ടു നിൽക്കുന്നതു കണ്ടപ്പോൾ, കുരങ്ങൻമാരുടെ തലവൻ എന്തോ ഓർത്തുകൊണ്ട് ഒരിക്കൽകൂടി കല്പിച്ചു:

“നിങ്ങളാരും ഒരുവിധത്തിലും വേവലാതിപ്പെടേണ്ടതില്ല. ഉടനടി ചെന്ന് നമ്മുടെ ഗുഹയ്ക്കകത്തുനിന്നും സ്വർണ്ണക്കട്ടികൾ നിറച്ചു പൂട്ടിയ ആ നീണ്ട മരപ്പെട്ടി എടുത്തുകൊണ്ടുവരുവിൻ. എന്നിട്ട്, നമ്മുടെ പൂർവ്വികന്റെ പ്രതിമയെടുത്ത് പെട്ടിപ്പുറത്ത് വേണ്ടുംവണ്ണം കിടത്തുക. പിന്നീട് ആ പെട്ടി തോളത്തേറ്റുക. ഉടനെ അതിശ്രദ്ധയോടെ നീന്തിത്തുടിച്ച് മറുകരയെത്തുക. അങ്ങനെ വെള്ളം നനയാതെ നിങ്ങൾക്ക് പ്രതിമ വേണ്ടുംവണ്ണം കാത്തുസൂക്ഷിക്കാം. പിന്നീടൊരു നിമിഷംപോലും അവിടെ നിൽക്കാതെ നിങ്ങൾ വയലിലേയ്ക്കു തിരികെവരിക. മരപ്പെട്ടി നമുക്ക് പിന്നീട് നമ്മുടെ ഗുഹയിലെത്തിക്കാം. നമ്മൾ എന്നെന്നും ആദരിക്കുന്ന നമ്മുടെ പൂർവ്വികന്റെ പ്രതിമ ഒരു നോക്കുകുത്തിയുടെ രൂപത്തിൽ, മഴയും മഞ്ഞും വെയിലും കൊള്ളാനായി പാടത്തു നാട്ടിനിറുത്തി, ഒരുമയോടെ പ്രവർത്തിക്കുന്ന നമ്മുടെ കൂട്ടത്തെ എളുപ്പത്തിൽ വിരട്ടിയോടിക്കാൻ വയലുടമ മുതിർന്നതിന് ഇന്നയാൾ തീർച്ചയായും പശ്ചാത്തപിക്കും. ”

പുഴ കടക്കുമ്പോൾ തങ്ങളുടെ പൂർവ്വികന്റെ പ്രതിമയ്ക്കു നൽകേണ്ട ഉചിതമായ സംരക്ഷണത്തിനും സുരക്ഷയ്ക്കുംവേണ്ടി കുരങ്ങൻമാരുടെ തലവൻ പുറപ്പെടുവിച്ച കൽപനകൾ കേട്ട് കിഴവൻ കോബൊ ചിരിയടക്കാൻ പാടുപെടുകയായിരുന്നു. എങ്കിലും പ്രതിമ നനയാതിരിക്കാൻ കുരങ്ങൻമാരുടെ സംഘം അത്രത്തോളം മല്ലിടുന്നതു കണ്ടപ്പോൾ അയാൾ അകമേ ആനന്ദംകൊള്ളുകയായിരുന്നു. സ്വർണ്ണക്കട്ടികൾ നിറച്ച ആ നീണ്ട മരപ്പെട്ടി അപ്പോൾത്തന്നെ കൈവശപ്പെടുത്തി, പല പൂവലുകളിലും തന്റെ വിളവൊക്കെയും തിന്നും കൂത്താടിയും നശിപ്പിച്ച കുരങ്ങൻമാരോട് പകവീട്ടാൻ കോബൊ ഉടനടി തീരുമാനിച്ചു. അങ്ങനെ അയാൾ അന്നുവരേയ്ക്കും അനുഭവിക്കേണ്ടിവന്ന നാശനഷ്ടങ്ങൾക്കൊക്കെയും വേണ്ടുന്ന പരിഹാരം കണ്ടെത്താനും.

ഉടനെ സ്വർണ്ണക്കട്ടികളടങ്ങിയ മരപ്പെട്ടിയെത്തി. പെട്ടിക്കുമീതെ പ്രതിമയെ കിടത്തി ആ ചുമട് തോളത്തേറ്റി കുരങ്ങൻമാർ നീന്തിത്തുടിച്ച് ഒരുവിധം മറുകരപറ്റി. പ്രതിമയേയും അതോടൊപ്പം മരപ്പെട്ടിയും തൽക്കാലം അവിടെത്തന്നെ ഉപേക്ഷിച്ച് കുരങ്ങൻമാർ നെൽക്കണ്ടത്തിലേയ്ക്കു തിരികെവന്നു. തങ്ങൾ ചെയ്ത കൗശലവേലകളൊന്നുംതന്നെ ആരുടേയും ശ്രദ്ധയിൽപ്പെടാനിടയായിട്ടില്ലെന്ന വിശ്വാസത്തോടെ

കുരങ്ങൻമാർ വീണ്ടും കോബോവിന്റെ വയലിൽച്ചാടി കൂത്താടുവാനും തന്നിഷ്ടത്തിന് നെൻമണികൾ വലിച്ചൂരിത്തിന്നാനും തുടങ്ങി.

കുരങ്ങൻമാർ തിരികെപ്പോയ അവസരം നോക്കി, നേരത്തെ മനസ്സിലുറപ്പിച്ചതുപോലെ കോബൊ പെട്ടിപ്പുറത്തുനിന്നു ചാടിയെഴുന്നേറ്റു. തിടുക്കത്തിൽ, ശരീരത്തിലെ അരിമാവ് മുഴുവൻ പുഴവെള്ളത്തിൽ കഴുകിക്കളഞ്ഞ് അയാൾ സ്വർണ്ണക്കട്ടികൾ നിറച്ച ആ നീണ്ട മരപ്പെട്ടിയുമേന്തി വീട്ടിലേയ്ക്കു തിരിച്ചു.

കോബോവിന്റെ കൃഷിയിടത്തിന്റെ തൊട്ടടുത്ത നെൽക്കണ്ടങ്ങളുടെ ഉടമസ്ഥൻ, അയാളുടെ സുഹൃത്തായ ഇനൊ ആയിരുന്നു. കഴിഞ്ഞ സംഭവങ്ങളൊക്കെയും അടക്കാനാവാത്ത ആകാംക്ഷയോടെ നോക്കിക്കൊണ്ടു നിൽക്കുകയായിരുന്നു, ഇനൊ. എത്രയോ കൗശലത്തോടെയാണ് തന്റെ സുഹൃത്തായ കോബൊ പിടിവാശിക്കാരായ ആ കുരങ്ങൻമാരെ കബളിപ്പിച്ച് സ്വർണ്ണക്കട്ടികളടങ്ങിയ മരപ്പെട്ടി കൈവശപ്പെടുത്തിയത്, ഇനോ കരുതി. എന്തുകൊണ്ട് തനിക്കും സ്വർണ്ണക്കട്ടികൾ നിറച്ച ഒരു മരപ്പെട്ടി സൂത്രത്തിൽ കൈക്കലാക്കി, പൊടുന്നനെ ഒരു ധനികനായിക്കൂടാ? ഇനോയുടെ മനസ്സിൽ അതിമോഹം പതഞ്ഞുപൊങ്ങി.

അയാൾ തിടുക്കത്തിൽ വീട്ടിൽ ചെന്ന് ഭാര്യയോട് അധികാര സ്വരത്തിൽ പറഞ്ഞു:

“ഉടനെ ഒരു മൺകലം നിറയെ ആവിപൊങ്ങുന്ന അരിക്കുറുക്കുണ്ടാക്കി കൊണ്ടുവരിക.”

ഇനൊ അങ്ങനെ പറഞ്ഞതും അയാളുടെ ഭാര്യ വല്ലാത്ത അമർഷത്തോടെ ചോദിച്ചു:

“നിങ്ങളുടെ തന്നിഷ്ടത്തിന്, ഒന്നല്ലെങ്കിൽ മറ്റൊന്നു പാകംചെയ്യലാണോ, എനിക്ക് പണി? അതൊക്കെ പോകട്ടെ, എന്തിനാണ് നിങ്ങൾക്കിപ്പോൾ അരിക്കുറുക്ക്?”

“ഇതാണ് നിനക്കും നമ്മുടെ തൊട്ടയൽവാസിയായ കോബോവിന്റെ ഭാര്യക്കും തമ്മിലുള്ള വ്യത്യാസം. വാസ്തവത്തിൽ, ഞാനെന്തെങ്കിലും ആവശ്യപ്പെട്ടാൽ, അതിന്റെ പിന്നിൽ തക്കതായൊരു ഉദ്ദേശ്യമുണ്ടെന്ന് ഇനിയെങ്കിലും നിനക്കു മനസ്സിലാക്കിക്കൂടെ? കോബോവിന്റെ ഭാര്യെപ്പോലെ. എന്നെ ഇപ്രകാരം ചോദ്യംചെയ്യാൻ മിനക്കെടാതെ, ഇനിയെങ്കിലും എന്നെ അനുസരിക്ക്, നീ. അങ്ങനെ ചെയ്താൽ, നിനക്ക് ഗുണമല്ലാതെ, ദോഷംവരില്ല, തീർച്ച.” ഇനൊ ഒച്ച കനപ്പിച്ച് ഭാര്യയോടു പറഞ്ഞു.

ഭർത്താവിന്റെ പിടിവാശിയും തുടർന്നുള്ള വെപ്രാളവും കാണാനിടയായതും ഇനി മൗനമവലംബിക്കുന്നതാണ് ബുദ്ധിയെന്ന മട്ടിൽ ഭാര്യ അടുക്കളയിലേയ്ക്കു ചെന്നു. ഏറെ താമസിക്കാതെ അരിക്കുറുക്കു പാകംചെയ്ത് അയാൾക്കു കൊണ്ടുവന്നുകൊടുത്തു. ഇനൊ അരിക്കുറുക്കെടുത്ത്, കോബൊ ചെയ്തതുപോലെ സ്വന്തം ശരീരത്തിൽ കട്ടിയിൽ തേച്ചുപിടിപ്പിച്ചു. അല്പനേരം അമ്പരപ്പോടെ നോക്കിക്കൊണ്ടു

നിന്നതിനുശേഷം, തികച്ചും ബുദ്ധിശൂന്യമായൊരു പ്രവർത്തിയിലാണ് തന്റെ ഭർത്താവ് ഏർപ്പെട്ടിരിക്കുന്നത് എന്നു കരുതി, യാതൊന്നും പറയാനൊരുമ്പെടാതെ ഭാര്യ മടുപ്പോടെ പിൻതിരിഞ്ഞു.

പിന്നീട് ഇനൊ, ഒരു കനത്ത കയർകൂടി കൈവശമാക്കി അതിൽ അരിക്കുറുക്കു പൂശി, അതിന്റെ അറ്റം പുറകിൽ ഞാന്നുകിടക്കുന്നവിധത്തിൽ അരയിൽ മുറുക്കിക്കെട്ടി കാത്തിരുന്നു. ഒടുവിൽ, പോക്കുവെയിൽ മാഞ്ഞ് ഇരുട്ടിറങ്ങിയപ്പോൾ അയാൾ തിടുക്കത്തിൽ നടന്ന്, തന്റെ വയലിലേയ്ക്കു പോകാനൊരുങ്ങാതെ കോബോയുടെ നെൽക്കണ്ടത്തിന്റെ മദ്ധ്യത്തിലെത്തി. കുരങ്ങൻമാർ ഓടിച്ചാടിയെത്തി തന്റെ നെൽകൃഷി നശിപ്പിക്കാതിരിക്കാനുള്ളൊരു മുൻകരുതലായിരുന്നു അത്. അയൽവാസിയായ കോബോയുടെ വിളവു അലങ്കോലപ്പെട്ടാൽ തനിക്കെന്തു ചേതം എന്ന മനോഭാവത്തോടെ. ഉടനെ ഇരുകൈകളും തോളുകൾക്ക് സമാന്തരമായി ഉയർത്തിപ്പിടിച്ചുകൊണ്ട് കുരങ്ങൻമാരുടെ വരവും കാത്ത് ഇനൊ യാതൊരു അനക്കവുമില്ലാതെ നിന്നു!

പിറ്റേന്നാൾ പുലർച്ചയ്ക്ക് പതിവുപോലെ കുരങ്ങൻമാർ വയലിൽ ചാടിയെത്തി. പക്ഷേ, പഴയപടി നെൽക്കണ്ടത്തിന്റെ ഒത്തനടുവിൽ നാട്ടി നിറുത്തിയ കുരങ്ങന്റെ പ്രതിമ കണ്ടപ്പോൾ ആ കുരങ്ങിൻ കൂട്ടം അന്ധാളിച്ചുപോയി. തലേന്നാൾ നാട്ടിനിറുത്തിയ നോക്കുകുത്തി തനിക്കു നഷ്ടപ്പെട്ടിട്ടും, കുരങ്ങനെപ്പോലിരിക്കുന്ന മറ്റൊരു പുത്തൻ പ്രതിമ കൊണ്ടുവന്ന് വയലുടമ നെൽക്കണ്ടത്തിൽ സ്ഥാപിച്ചിരിക്കുന്നുവെന്ന് കുരങ്ങൻമാർക്കുറപ്പായി. അത്തവണയും ഒരു നോക്കുകുത്തിയുടെ കൺമുമ്പിൽവെച്ച് നെല്ക്കതിരുകൾ വലിച്ചൂരി തിന്നുനശിപ്പിക്കാൻ കുരങ്ങൻമാർ തീരെ ഒരുക്കമില്ലായിരുന്നു.

"ഇനിയും നമ്മൾ അടങ്ങിയിരുന്നുകൂടാ. വീണ്ടും നമ്മുടെ ഗുഹയിൽച്ചെന്ന് സ്വർണ്ണക്കട്ടികൾ നിറച്ച മറ്റൊരു മരപ്പെട്ടി ഉടനെ എടുത്തു കൊണ്ടുവരിക..." കുരങ്ങൻമാരുടെ തലവൻ തന്റെ സഹചാരികളെ നോക്കി കല്പിച്ചു. "...എന്നിട്ട് പ്രതിമയെ അതിൻമേൽ കിടത്തി പുഴ കടന്ന് മറുകരയിൽ എത്തിച്ചു തിരിച്ചുവരിക."

തങ്ങളുടെ തലവന്റെ കല്പനയനുസരിച്ച് ഒരിക്കൽകൂടി കുരങ്ങൻമാർ ഗുഹയ്ക്കകത്തുനിന്ന് സ്വർണ്ണക്കട്ടികൾ നിറച്ച മറ്റൊരു നീണ്ട മരപ്പെട്ടി കൊണ്ടുവന്നു. കുരങ്ങന്റെ പ്രതിമയെടുത്ത് (ഇത്തവണ ഇനോവിനെ) പെട്ടിപ്പുറത്തു കിടത്തി. അപ്പോൾ തന്റെ അദ്ധ്വാനം വൃഥാവിലായില്ലെന്ന് ഇനൊ മനസ്സിൽ കരുതി. ഇനിയേറെ താമസിക്കാതെ പെട്ടി നിറയെ സ്വർണ്ണം അയാളുടേതായിരിക്കും. വീട്ടിലെത്തി മരപ്പെട്ടി തുറന്നതും, സ്വർണ്ണക്കട്ടികൾ കാണുമ്പോഴറിയാം, യാതൊരു മുൻവിചാരവുമില്ലാത്ത തന്റെ ഭാര്യക്ക്, അരിക്കുറുക്ക് പാകം ചെയ്തുകൊണ്ടുവരാനായി താനപ്പോൾ ആവശ്യപ്പെട്ടതിന്റെ പൊരുൾ.

പക്ഷേ, അയാൾ നനയാതിരിക്കാനായി കുരങ്ങൻമാർ പാടുപെടുന്നതു കണ്ടതും ഇനോവിന് ചിരിയടക്കാൻ കഴിഞ്ഞില്ല. സ്വയം

നിയന്ത്രിക്കാനാവാതെ കിടന്നിടത്തു കിടന്നുകൊണ്ട്, അയാൾ സകലതും മറന്ന്, കൈകാലുകളിട്ടടിച്ചു പൊട്ടിച്ചിരിക്കാൻ തുടങ്ങി.

ഇനോവിന്റെ പൊടുന്നനെയുള്ള ചിരികേട്ട് അമ്പരന്നുപോയ കുരങ്ങൻമാരപ്പോൾ അയാളെ തുറിച്ചുനോക്കിക്കൊണ്ടു നിൽക്കുകയായിരുന്നു. അത്തവണയും അവർ പുഴക്കരയിലേയ്ക്കു ചുമന്നുകൊണ്ടുപോവുന്നത് വാസ്തവത്തിൽ ഒരു പ്രതിമയെയല്ലെന്നും, കുരങ്ങന്റെ വേഷം കെട്ടി സ്വയം നോക്കുകുത്തിയായി നിന്നിരുന്ന വയലുടമയാണെന്നും അവർക്കുടനെ മനസ്സിലായി. അപ്പോൾ കുരങ്ങൻമാരെല്ലാം ചേർന്ന് പെട്ടി വളഞ്ഞ്, ഇനോവിനെ ഒരൊറ്റ തള്ളിനു താഴത്തിട്ടു.

"ചതിയൻ...!" കുരങ്ങൻമാരുടെ തലവൻ അട്ടഹസിച്ചു. "...അതേ, ഇയാൾത്തന്നെയാണ് ഇന്നലെ നമ്മുടെ സ്വർണ്ണപ്പെട്ടിയുമായി സൂത്രത്തിൽ കടന്നുകളഞ്ഞത്. ഇനിയും മറ്റൊരു സ്വർണ്ണപ്പെട്ടി തഞ്ചത്തിൽ സ്വന്തമാക്കാൻവേണ്ടി മാത്രമാണ് ഇയാൾ ഇന്നും ഇങ്ങനെ ഒരു കുരങ്ങന്റെ വേഷം കെട്ടിയ പ്രതിമയെപ്പോലെ നെൽക്കണ്ടത്തിൽ ഇറങ്ങി നിന്നത്. ഇയാളുടെ ഉദ്ദേശ്യം ദിവസേന നമ്മളിൽനിന്ന് സമ്പത്തു കൈക്കലാക്കാനാണെന്ന് ഇനിയൊട്ടും സംശയിക്കാനില്ല. അതുകൊണ്ട്, നമുക്കിയാളെ തക്കതായി ശിക്ഷിച്ച് ഈ വയലുടമയുടെ നെൽക്കണ്ടങ്ങൾ എന്നെന്നേയ്ക്കുമായി ഉപേക്ഷിക്കണം. കാരണം, നമ്മളെ ചതിക്കാനായി ഇനിയും ഇയാൾ എന്തെങ്കിലും കുതന്ത്രങ്ങളിൽ ഏർപ്പെടാതിരിക്കില്ല."

പിന്നീട് ഒട്ടും താമസമുണ്ടായില്ല. ചുറ്റിനും തിങ്ങിനിന്നിരുന്ന കുരങ്ങൻമാർ കൂട്ടംചേർന്ന് ഇനോവിന്റെമേൽ ചാടിവീണ്, അയാളെ കഠിനമായി മാന്താനും കടിക്കാനും പൊതിരെ തല്ലാനും തുടങ്ങി. ഒടുവിൽ വേദന സഹിക്കാനാവാതെ തട്ടിപ്പിടഞ്ഞെണീറ്റ് ഇനൊ വീട്ടിലേക്കോടിപ്പോയി.

ഇനിയെന്തു സംഭവിക്കും എന്നറിയാതെ ഭയപരവശരായ കുരങ്ങൻമാർ പിന്നീടൊരിക്കലും കോബോയുടെ നെൽക്കണ്ടത്തിലേക്കിറങ്ങി വിള നശിപ്പിക്കാൻ മുതിർന്നില്ല. തന്റെ നെൽക്കണ്ടത്തിൽ, സ്വർണ്ണക്കട്ടികൾ നിറച്ച മറ്റൊരു മരപ്പെട്ടി കണാനിടയായപ്പോൾ കാര്യമറിയാതെ കോബൊ വല്ലാതെ അമ്പരന്നുപോയി. അന്ധാളിപ്പു വിട്ടുമാറിയപ്പോൾ, ആ മരപ്പെട്ടിയെടുത്ത് അയാൾ വീട്ടിലേക്കു കൊണ്ടുപോയി.

ഒന്നുരണ്ടു നാളുകൾകൊണ്ട് കുരങ്ങിൻകൂട്ടത്തിന്റെ ശല്യം തീർന്നപ്പോൾ കോബോയും ഭാര്യയും ചേർന്ന് മുളയലകുകളും പഴന്തുണിച്ചീന്തുകളും വൈക്കോൽചുരുളുകളുമൊക്കെ ചേർത്ത് ഒരു പുത്തൻ നോക്കുകുത്തി തീർത്ത് വയൽമദ്ധ്യത്തിൽ നാട്ടിനിറുത്തി. കിളിശ്ശല്യം ഒഴിവാക്കാൻ.

■

രണ്ടു മുഴയൻമാർ

ഏറെ നൂറ്റാണ്ടുകൾക്കുമുമ്പ്, മരങ്ങൾ ഇടതിങ്ങി വളരുന്ന ഒരു കാടിനരികിൽ ഇരട്ടപിറന്ന ചേട്ടനുജൻമാർ താമസിച്ചിരുന്നു. അവരിൽ മുതിർന്നവന്റെ പേര് തക്കായി എന്നും ഇളയവന്റെ പേര് അക്കായി എന്നുമായിരുന്നു.

ഒരേ മുഖച്ഛായും ഉടൽവടിവും മാത്രമായിരുന്നില്ല, തക്കായിക്കും അക്കായിക്കുമുണ്ടായിരുന്ന പ്രത്യേകത. പിറവിയിൽത്തന്നെ ഇരുവരുടേയും കീഴ്ത്താടിയുടെ വശത്ത് ഈന്തപ്പഴത്തോളം വലിപ്പമുള്ളൊരു മുഴ ഞാന്നുകിടന്നിരുന്നു. ചില നാടൻ കൊറ്റനാടുകളുടെ കഴുത്തിൽ കാണാറുള്ള സഞ്ചിപോലെ.

നടക്കുമ്പോൾ അനങ്ങുകയും കുലുങ്ങുകയും ആടുകയുമൊക്കെ ചെയ്യുന്ന, ഞാന്നുകിടക്കുന്ന ആ നീണ്ട മുഴ രണ്ടുപേരുടേയും മുഖത്തെ വല്ലാതെ വിരൂപമാക്കിത്തീർത്തു. അതുകൊണ്ട്, ഇരുസഹോദരർക്കും അത്യന്തം അസംതൃപ്തിയും, മനസ്താപവുണ്ടായിരുന്നു. കണ്ണാടിയിൽ നോക്കുമ്പോഴൊക്കെയും അവർ സ്വയം ശപിച്ചു. തങ്ങളുടെ അത്രയ്ക്കു നിർഭാഗ്യകരമായ ആ അവസ്ഥയെപ്പറ്റിയോർത്ത് അവർ എല്ലായ്പ്പോഴും നെടുവീർപ്പിട്ടു. താടി അനങ്ങിയാൽ ആടിയിളകുകയും തുള്ളിക്കളിക്കുകയും ചെയ്യുന്ന ആ മുഴയെ പിഴുതെറിയാൻ തക്കായിയും അക്കായിയും പല വൈദ്യൻമാരേയും സമീപിച്ചുവെങ്കിലും അവരുടെ ശ്രമങ്ങളൊക്കെയും പാഴായിത്തീരുകയാണുണ്ടായത്. ഒടുവിൽ മുഖത്തെ നിരന്തരമായ ആ അഭംഗി തലവിധിയാണെന്ന് സമാധാനിച്ച് അവർ ഇരുവരും നാളുകൾ തള്ളിനീക്കി.

കാട്ടിൽനിന്ന് വിറകു വെട്ടിക്കൊണ്ടുവന്ന് അയൽപക്കങ്ങളിൽ വിറ്റിട്ടാണ് ചേട്ടൻ തക്കായി, പ്രായംചെന്ന തന്റെ അച്ഛനും അമ്മയും പിന്നെ അനുജനും അടങ്ങിയ കുടുംബം പുലർത്തിയിരുന്നത്. അനുജൻ അക്കായിയാണെങ്കിൽ മഹാമടിയനായിരുന്നു. അതുകൊണ്ട്, ചെറിയ തോതിൽ മേലനങ്ങാൻപോലും അയാൾ സന്നദ്ധനല്ലായിരുന്നു. പിന്നെപ്പിന്നെ, കുഴുമടിയനായ അക്കായി പണം സമ്പാദിക്കാനുള്ളൊരു എളുപ്പവഴി കണ്ടെത്തി. കൂട്ടുകാരോടൊത്ത് രാവും പകലുമുള്ള നിലയ്ക്കാത്ത ചൂതുകളി.

പക്ഷേ, ലാഭത്തേക്കാളുമേറെ വൻനഷ്ടമായിരുന്നു, ചൂതാട്ടം കൊണ്ടുണ്ടായ ഫലം. പതിവായുള്ള ചൂതാട്ടത്തിനായി പണത്തിന് ഞെരുക്കമുള്ളപ്പോഴൊക്കെയും അക്കായി തന്റെ വീട്ടിലെ നിത്യോപയോഗത്തിനുള്ള വസ്തുവകകളൊക്കെയും വിൽക്കാനും കയ്യിൽ കിട്ടിയ തുക കൊണ്ട് പന്തയം കെട്ടാനും ചൂതാടാനും ആരംഭിച്ചു. എങ്കിലും എല്ലാദിവസവും രാത്രിയിൽ അയാൾ വീട്ടിലെത്തുന്നത് വെറുംകയ്യോടെയായിരിക്കും. അനിയനെ ദുർന്നടപ്പിൽനിന്നു പിൻതിരിപ്പിക്കാനായി ചേട്ടൻ തക്കായിയും അവരുടെ അച്ഛനമ്മമാരും വളരെയേറെ പണിപ്പെട്ടെങ്കിലും ആ ഉപദേശങ്ങളൊന്നും ചെവികൊള്ളാൻ അയാൾ തീരെ തയ്യാറല്ലായിരുന്നു. ക്രമേണ അക്കായി ഒരു ധൂർത്തനായിമാറി. അതോടെ അയാളുടെ കുടുംബാംഗങ്ങളൊക്കെയും അക്കായിയെ ക്രമേണ കയ്യൊഴിയുകയും ചെയ്തു.

ഒരുദിവസം തക്കായി കാട്ടിൽ മരം മുറിക്കുമ്പോൾ പെട്ടെന്ന് മഴ പെയ്യാൻ തുടങ്ങി. ഒരു നനുത്ത ചാറലോടെ തുടങ്ങിയ മഴ ഏറിയേറി പിന്നീടൊരു പെരുമഴയായി മാറി. വെട്ടിക്കൂട്ടിയ വിറകിൻകൂമ്പാരത്തെ അതേയിടത്തുതന്നെ ഉപേക്ഷിച്ച് മഴു തോളിലേന്തി തക്കായി കാടിനകത്ത് പലയിടങ്ങളിലും പാഞ്ഞലഞ്ഞു; കയറിനിൽക്കാനായി മഴ തീരെ കൊള്ളാത്ത ഒരിടം തേടിക്കൊണ്ട്. ഒടുവിൽ ഏറെനേരത്തെ അലച്ചിലിനു ശേഷം സ്വരക്ഷയ്ക്കായി അയാൾക്കു കിട്ടിയത് വൻപോടുള്ളൊരു കൂറ്റൻ മരമായിരുന്നു.

തക്കായി ഉടനെ ഒരുവിധത്തിൽ ആ മരപ്പൊത്തിനകത്തു കയറിയിരുന്നു. അവിടെ ഒതുങ്ങിയിരുന്നാൽ തീരെ മഴയേൽക്കില്ല. ഇനി മഴ മുഴുവൻ മാറുന്നതുവരേയ്ക്കും അതേയിരുപ്പിൽത്തന്നെയിരിക്കാം. എന്നിട്ട് വിറകിൻകെട്ടുമായി വീട്ടിലേയ്ക്കു തിരിക്കാം. തക്കായി തെല്ല് ആശ്വാസത്തോടെ ഉള്ളിൽ കരുതി.

എങ്കിലും തളർച്ചകാരണം, തുരങ്കപ്പാതപോലെയുള്ള ആ വൻ പൊത്തിനകത്തിരുന്ന് അയാളുടെ കണ്ണുകൾ താനേ അടയാൻ തുടങ്ങി. ഒടുവിൽ അയാൾ തന്നത്താനറിയാതെ ഉറങ്ങിപ്പോയി. പിന്നീട് മണിക്കൂറുകൾക്കു ശേഷമാണ് അയാൾ കണ്ണുകൾ തുറന്നത്. പരിഭ്രാന്തനായി അയാൾ അല്പനേരം പകച്ചുനോക്കിക്കൊണ്ട് അതേ കിടപ്പിൽത്തന്നെ കിടന്നു.

അപ്പോഴയ്ക്കും മഴ നിശ്ശേഷം ശമിച്ചിരുന്നു. എങ്കിലും എല്ലായിടത്തും നനുത്ത ഇരുട്ടു പരന്നിരുന്നു. മാത്രമല്ല, കാടാകെ തനിക്ക് തീർത്തും അപരിചിതമായ ഒരുതരം ശബ്ദകോലാഹലം പടർന്നുപിടിച്ചിരിക്കുകയാണെന്നു തോന്നി.

അന്നേരമാണ് തക്കായി ശരിക്കും ശ്രദ്ധിക്കാനിടയായത്. അയാളിരിക്കുന്ന മരത്തിനു ചുറ്റും ഒരുകൂട്ടം വനദേവതമാർ ഒത്തുചേർന്നു തുള്ളിക്കളിച്ചു ആടുകയും പാടുകയുമൊക്കെ ചെയ്യുന്നു. അവരുടെ മാസ്മര നൃത്തം കണ്ട് അയാൾ അമ്പരന്നിരിക്കുമ്പോൾ വനദേവതമാരിൽ മുഖ്യനെന്നു തോന്നിക്കുന്ന ആൾ, ആ മരപ്പോടിനകത്തേയ്ക്കു ഉറ്റുനോക്കി

ക്കൊണ്ട് അയാൾ കേൾക്കാൻതക്കവണ്ണം അല്പം ഉച്ചത്തിൽ പറയുന്നതു കേട്ടു:

"അതാ നോക്കൂ! അവസാനം ആ മനുഷ്യൻ ഉണർന്നുകഴിഞ്ഞിരിക്കുന്നു. ഇത്രനേരവും നമ്മളല്ലേ ആടുകയും പാടുകയുമൊക്കെ ചെയ്തുകൊണ്ടിരുന്നത്? അവനാണെങ്കിൽ ആ മരപ്പൊത്തിനകത്തു കടന്നു കൂടി, ചുറ്റുപാടും മറന്ന് സുഖമായി കിടന്നുറങ്ങുകയും. ഇനി പാടുകയും ആടുകയുമൊക്കെ ചെയ്യേണ്ട ഊഴം അവന്റേതാണ്. അപ്പോൾ നമുക്കെല്ലാവർക്കുംചേർന്ന് നിലത്തു വട്ടമിട്ടിരുന്ന് ലഹരിയേറിയ വീഞ്ഞു കുടിച്ചു രസിക്കാം."

ഉടനെ വനദേവതമാരിൽ ചിലർ കൂട്ടംകൂടി തക്കായിയെ കടന്നു പിടിച്ചു. വല്ലാതെ അമ്പരന്നുപോയ അയാളുടെ എതിർപ്പിനെ വകവെയ്ക്കാതെ അവരയാളെ മരപ്പൊത്തിൽനിന്ന് വെളിയിലേക്കു വലിച്ചിഴച്ചിട്ടു. തക്കായി അവരെ തുറിച്ചുനോക്കിക്കൊണ്ട് നിസ്സഹായനായി മരച്ചുവട്ടിൽ കുത്തിയിരുന്നപ്പോൾ, നേരത്തെ മരപ്പൊത്തിനകത്തിരിക്കുന്ന അയാളെ കണ്ടുപിടിച്ച വനദേവത ഉത്സാഹത്തള്ളിച്ചയോടെ പറഞ്ഞു:

"ഇവിടെ കൂടിയിരിക്കുന്ന വനദേവതമാരുടെ മുഖ്യയാണ് ഞാൻ. ആ അധികാരത്തോടെ ഞാൻ പറയുന്നു, വേണ്ട, നീയൊട്ടും വേവലാതിപ്പെടേണ്ട. ഞങ്ങളാരും നിന്നെ ഒരുതരത്തിലും ഉപദ്രവിക്കില്ല. വാസ്തവത്തിൽ, ഇനിമുതൽ, ഞങ്ങളുടെ കൂട്ടുകാരിൽ ഒരുവനായിത്തന്നെ നിന്നെ ഞങ്ങൾ കണക്കാക്കും. ഇന്നുവരേയ്ക്കും മനുഷ്യർ പാടുന്നതും ആടുന്നതുമൊന്നും കാണാനുള്ള അവസരം ഞങ്ങൾക്കുണ്ടായിട്ടില്ല. അതുകൊണ്ട്, നീ പാടുന്നതും ആടുന്നതും കണ്ട് ആനന്ദിക്കാൻ ഇന്ന് ഞങ്ങൾക്കൊരു സന്ദർഭം ഒരുക്കിത്തരണം. എന്നാൽ മാത്രമേ ഇവിടെ നിന്നു പോകാനായി നിന്നെ ഞങ്ങൾ അനുവദിക്കുകയുള്ളൂ. ചുരുക്കത്തിൽ നീ ഞങ്ങളെ നിരാശരാക്കരുത്."

തക്കായി അന്നേരം ഒന്നനങ്ങാൻപോലും കഴിയാതെ വെറും തറയിൽ അന്തംവിട്ടു കുന്തിച്ചിരിക്കുകയായിരുന്നു. കാരണം, മധുരമായി പാടാൻ പറ്റിയ ഒരു ശബ്ദമായിരുന്നില്ല, തന്റേതെന്ന് അയാൾക്കറിയാമായിരുന്നു. കാട്ടിലെത്തി മരം വെട്ടിവീഴ്ത്തി വിറകാക്കാൻമാത്രം കഴിവുള്ള അയാൾ നൃത്തവും അഭ്യസിച്ചിട്ടില്ല. മാത്രമല്ല, അയാളൊരിക്കലും നൃത്തം ചെയ്തിട്ടുമില്ല.

പക്ഷേ, വനദേവതകൾ ഒരുക്കിയ ആ കുരുക്കിൽനിന്നും രക്ഷപ്പെട്ട് തിരികെപ്പോകാൻ ഇനിയെന്താണൊരു പോംവഴി? വല്ലാതെ അസ്വസ്ഥനായിത്തീർന്ന തക്കായി ആലോചിക്കാൻ തുടങ്ങി. ആ വനദേവതമാരെ അനുസരിച്ചില്ലെങ്കിൽപ്പിന്നെ, കാടു വിട്ടുപോവാൻ അവർ ഒരിക്കലും അയാളെ അനുവദിക്കുകയില്ല. അതുകൊണ്ട്, ഉടനടി അവർ പറയുന്നതിനൊത്തു പ്രവർത്തിച്ചേതീരൂ.

പിന്നീട്, മറ്റൊന്നും ചിന്തിക്കാൻ തക്കായി മുതിർന്നില്ല. പൊടുന്നനെ ഉത്സാഹഭരിതനായി അയാൾ ഒരൊറ്റ ചാട്ടത്തിന് ഇരുന്നയിരിപ്പിൽനിന്നും

എഴുന്നേറ്റുനിന്നു. അടുത്തനിമിഷം അയാളുടെ മുഖത്ത് പ്രസന്നതയുടെ പൊൻനിറം പകർന്നു. വനദേവതമാരെ വാനോളം പുകഴ്ത്തിക്കൊണ്ട് അയാൾ തൊണ്ടപൊട്ടുമാറുച്ചത്തിൽ പാടാനാരംഭിച്ചു. ഉടനെ അയാളുടെ പാദങ്ങൾ ധൃതഗതിയിൽ ചലിക്കാൻ തുടങ്ങി. പിന്നീട്, കാലുകൾ ഉയർത്തിക്കുടഞ്ഞ്, തല കുതറിത്തെറിപ്പിച്ച്, കൈകൾ കെട്ടുപിണച്ച്, ഉടലാകെ മിന്നൽവേഗത്തിൽ കുലുക്കി, വിവിധങ്ങളായ ആംഗ്യങ്ങൾ കാണിച്ച്, അയാൾ നിലയ്ക്കാതെ നൃത്തംചവിട്ടാൻ ആരംഭിച്ചു. അങ്ങനെ, നൃത്തമെന്തെന്നറിയാത്ത തക്കായി, അത്യുച്ചത്തിൽ ഗാനാലാപം നടത്തി, ആ മരച്ചുവട്ടിൽ ഒരു മഹാനർത്തകനെപ്പോലെ ആടിത്തകർത്തു! അതോടൊപ്പം അയാൾ സ്വയം അദ്ഭുതപ്പെടുകയായിരുന്നു. അതൊക്കെയും അന്നേരം തനിക്കു ചെയ്യാനായതെങ്ങനെ? എന്തായാലും വനദേവതമാരുടെ ഇഷ്ടത്തിനൊത്തുള്ളൊരു കലാപരിപാടി അവതരിപ്പിക്കാൻ തനിക്കു കഴിഞ്ഞിരിക്കുന്നു.

അപ്പോൾ വനദേവതമാർ വൻവീപ്പകൾ തുറന്ന് കോപ്പകൾ നിറച്ച് വീഞ്ഞു കുടിച്ച് തലയ്ക്കു മത്തു പിടിച്ചിരിക്കുകയായിരുന്നു. മദ്യത്തിന്റെ മോദത്തോടൊപ്പം, പാട്ടിന്റെ ഈണവും ആട്ടത്തിന്റെ ലയവും മറ്റൊരു ലഹരിയായിത്തീർന്നിരുന്നു, അവർക്ക്. കൈകൾ തട്ടിക്കൊണ്ട് അവരും അയാളോടൊപ്പം പാടാനും ആടാനും തുടങ്ങി. ഒടുവിൽ തളർന്നു വീർപ്പുമുട്ടി അവർ നിലത്തു കുത്തിയിരുന്നു. പക്ഷേ, യാതൊരുവിധത്തിലുള്ള അലസതയും അവശതയും പ്രകടിപ്പിക്കാതെ തക്കായി തന്റെ പാട്ടും ആട്ടവും തുടരുകതന്നെ ചെയ്തു. അപ്പോൾ അയാളുടെ മനസ്സിൽ ഒരേയൊരു ചിന്തയ്ക്കേ ഇടമുണ്ടായിരുന്നുള്ളൂ. വനദേവതമാരെ പൂർണമായും തൃപ്തിപ്പെടുത്തി മഴു തോളത്തേന്തി, വിറകിൻകെട്ട് തലയിൽ ചുമന്ന് കഴിയുന്നതും വേഗത്തിൽ വീട്ടേലെത്തണം.

"അതിശയംതന്നെ! അദ്ഭുതംതന്നെ! എന്ത്?! ഇതുപോലത്തൊരു പാട്ടും ആട്ടവും ഞങ്ങളിന്നുവരേക്കും കേൾക്കാനോ കാണാനോ ഇടയായിട്ടില്ല. പാട്ടിലും ആട്ടത്തിലും മനുഷ്യവർഗ്ഗത്തിന് ഇത്രയേറെ പാടവമോ? ഇനിയും നിനക്കു തിരികെപ്പോകാം. എങ്കിലും ഒരു പ്രത്യേക വ്യവസ്ഥയുണ്ട്. അതായത്, നാളെ നീ വീണ്ടും വന്നേ മതിയാവൂ. ഇവിടെ ഞങ്ങളുടെ മുമ്പിൽ ഒരിക്കൽകൂടി പാടണം ആടണം." വീഞ്ഞിൻലഹരിയിൽ വനദേവതമാർ തക്കായിയുടെ ചുറ്റിനുംനിന്ന് അയാളെ തടഞ്ഞു നിറുത്തി വാശിപിടിച്ചു.

വനദേവതമാർ അപ്രകാരമൊരു കല്പന പുറപ്പെടുവിക്കാനിടയായതും തക്കായി വല്ലാത്ത വിഷമത്തിലായി. കാരണം, പിറ്റേന്നാൾ കാട്ടിലെത്തി വനദേവതമാരെ ഉല്ലസിപ്പിക്കാനായി തന്റെ വിലയേറിയ സമയം പാഴാക്കാൻ തക്കായിക്ക് തീരെ സമ്മതമില്ലായിരുന്നു. അടുത്ത ദിവസം കാട്ടിലെത്തി വിറകു വെട്ടിക്കൊണ്ടുവന്ന് അയൽപക്കങ്ങളിൽ വിറ്റഴിച്ചില്ലെങ്കിൽപ്പിന്നെ, അയാളും കുടുംബവും പട്ടിണി കിടക്കേണ്ടി വരും.

എങ്കിലും അടുത്തദിവസം കാട്ടിലെത്താൻ വയ്യെന്നു പറയാനും തക്കായി ഒട്ടും ഒരുക്കമില്ലായിരുന്നു. അങ്ങനെയൊരു നിലപാട് തുടരാനൊരുമ്പെട്ടാൽ, അയാളെ അന്നത്തെ രാത്രി വീട്ടിലേക്കു പോകാൻ ആ വനദേവതമാർ അനുവദിക്കുകയില്ലെന്നു അയാൾക്കറിയാമായിരുന്നു.

"തീർച്ചയായും ഞാൻ നാളെ കാട്ടിലെത്തി ഇന്നത്തെപ്പോലെ പാടുകയും ആടുകയും ചെയ്യാം. ദയവുചെയ്ത് ഇന്നെന്നെ വീട്ടിലേക്കു പോകാൻ അനുവദിച്ചാലും." യാതൊരു പോംവഴിയുമില്ലാത്തതിനാൽ തക്കായി താഴ്ന്ന ശബ്ദത്തിൽ വിനയം വിടാതെ പറഞ്ഞു.

പിറ്റേന്നാൾ കാട്ടിൽ വന്ന് തലേന്നാളത്തെപ്പോലെ പാടുകയും ആടുകയും ചെയ്യാമെന്ന് തക്കായി അത്രയ്ക്ക് താഴ്മയോടെ ഏറ്റെങ്കിലും അയാളെ തിരികെപ്പോകാൻ അനുവദിക്കുന്ന കാര്യത്തിൽ വനദേവതമാർക്ക് ഒട്ടും സമ്മതമില്ലായിരുന്നു. കാരണം, അവർക്കയാളെ പൂർണമായും വിശ്വാസമില്ലായിരുന്നു. അതായത്, അടുത്ത ദിവസം കാട്ടിലെത്താമെന്ന് അയാൾ കൊടുത്ത വാക്കു പാലിച്ചില്ലെങ്കിലോ? ഒടുവിൽ, അവരുടെ ആഗ്രഹം അയാൾ നിറവേറ്റിയില്ലെങ്കിലോ? തീർച്ചയായും അക്കാര്യത്തിൽ യാതൊരുവിധത്തിലുള്ള നീക്കുപോക്കിനും അവർ തീരെ ഒരുക്കമില്ലായിരുന്നു. അതുകൊണ്ട്, അടുത്തനാൾ അയാൾ കാട്ടിലെത്തുമെന്നു ഉറപ്പിച്ചേതീരൂ.

അപ്പോൾ വനദേവതമാരുടെ മുഖ്യ കർക്കശസ്വരത്തിൽ തക്കായിയോടു ചോദിച്ചു:

"പക്ഷേ, നീ നാളെ കാട്ടിൽ വരുമെന്നതിന് എന്താണൊരുറപ്പ്? അതുകൊണ്ട്, നിന്നെയിവിടേയ്ക്കു വരുത്താനായി നിനക്കേറ്റവും പ്രിയമുള്ളൊരു വസ്തു ഞങ്ങളെയേൽപിച്ചിട്ടുവേണം ഇന്ന് നീ ഇവിടെനിന്നു പോകാൻ."

അപ്പോൾമാത്രമാണ് തക്കായിക്കു മനസ്സിലായത്. താനിതാ, ഒരിക്കൽക്കൂടി വല്ലാത്തൊരു കുരുക്കിൽ അകപ്പെട്ടിരിക്കുന്നു. തനിക്കേറ്റവും പ്രിയപ്പെട്ടതെന്ന് താൻ കരുതുന്നൊരു വസ്തു ഉടനെ വനദേവതമാരെ ഏൽപിച്ചില്ലെങ്കിൽപ്പിന്നെ, അവർ തീർച്ചയായും അയാളെ അന്നേനാൾ കാട്ടിൽനിന്ന് വീട്ടിലേയ്ക്കു പോകാൻ അനുവദിക്കുകയില്ല. ഫലമോ? അന്നത്തെ രാത്രി അയാൾക്ക് കാട്ടിൽത്തന്നെ കഴിയേണ്ടിവരും. പിന്നെ, പിറ്റേന്നാളും വീട്ടിൽ പോകാൻ വനദേവതമാർ അയാളെ അനുവദിക്കുമെന്ന് എന്താണുറപ്പ്?

"പറയ്, നിനക്കേറ്റവും പ്രിയപ്പെട്ട വസ്തുവേതാണ്?" വനദേവതമാരുടെ മുഖ്യൻ ഒരിക്കൽക്കൂടി അയാളോട് കർക്കശസ്വരത്തിൽത്തന്നെ ചോദിച്ചു.

ഉടനെത്തന്നെ ഒരു മറുപടി പറഞ്ഞേതീരൂ. അതേ, തന്റെ പക്കലുള്ള മഴുവല്ലാതെ തനിക്കേറ്റവും പ്രയപ്പെട്ട വസ്തുവേതാണ്?

"ഈ മഴുവാണ് എനിക്കേറ്റവും പ്രിയപ്പെട്ട വസ്തു. ഇതെനിക്കു നഷ്ടപ്പെട്ടാൽപ്പിന്നെ, ഞാനും എന്റെ കുടുംബവും എന്നന്നേയ്ക്കുമായി

പട്ടിണിയാവും. മാത്രമല്ല, ഇതെന്റെ പാരമ്പര്യസ്വത്താണുതാനും. അതു കൊണ്ട്, ഈ മഴുകൂടെ കൊണ്ടുപോകാൻ നിങ്ങളെന്നെ അനുവദിക്കണം. അതല്ലാതെ വേറെ യാതൊന്നും എന്റെ പക്കലില്ലതാനും.”

പക്ഷേ, തക്കായിയുടെ വാക്കുകൾ അതേപടി വിശ്വസിക്കാൻ വനദേവതമാർ തീരെ ഒരുക്കമില്ലായിരുന്നു. അയാളെ തുറിച്ചുനോക്കി ക്കൊണ്ട് മുഖ്യൻ ഒരു കുസൃതിച്ചിരിയോടെ പറഞ്ഞു:

“അല്ല, നീ കള്ളം പറയുകയാണ്. ഞങ്ങൾക്കറിയാം, നിനക്കേറ്റവും പ്രിയപ്പെട്ട വസ്തു തീർച്ചയായും ഈ മഴുവല്ല, പക്ഷേ, നിന്റെ താടിയുടെ വശത്തു തൂങ്ങിക്കിടക്കുന്ന അതിമനോഹരമായ ആ മുഴയാണെന്ന സത്യം നീ മറച്ചുവെയ്ക്കുയാണ്. അതുകൊണ്ട്, നിന്റെ താടിയിലെ മുഴ ഇപ്പോൾ ത്തന്നെ പിഴുതെടുത്ത് നാളെവരേയ്ക്കും ഞങ്ങൾ കയ്യിൽക്കരുതാൻ തീരു മാനിച്ചിരിക്കുന്നു. അതായത്, നീ കാട്ടിലേയ്ക്കു തിരികെ വരുമെന്നൊരു ഉറപ്പിനുവേണ്ടിമാത്രം. പിന്നീട് ഇതേയിടത്തു വെച്ച് നാളെ നടക്കാനിരി ക്കുന്ന നിന്റെ നൃത്തപരിപാടിക്കുശേഷം, തീർച്ചയായും ഞങ്ങൾ ആ മുഴ നിന്റെ താടിയിൽത്തന്നെ പഴയതുപോലെ ഒട്ടിച്ചുതരാം.”

താനെന്താണീ കേൾക്കുന്നത്?! തക്കായിക്ക് തന്റെ കാതുകളെ വിശ്വസിക്കാനായില്ല. ഒടുവിൽ, വനദേവതമാർ എന്തിനാണു തുനിയു ന്നത്? അറപ്പുളവാക്കുന്ന, എക്കാലവും അയാൾ വെറുത്തിരുന്ന ആ മുഴ അവരിതാ തന്റെ താടിയിൽനിന്ന് നീക്കം ചെയ്യാൻ ഒരുങ്ങുന്നു! തക്കായി അപ്പോൾ അനുഭവിച്ചത് അളവില്ലാത്ത ആനന്ദമായിരുന്നു. എങ്കിലും മനസ്സിനകത്ത് തിങ്ങിനിന്ന ആ അത്യാഹ്ലാദം മുഖത്തു പ്രതിഫലി ക്കാതിരിക്കാൻ അയാൾ അന്നേരം പാടുപെടുകയായിരുന്നു. പൊടുന്നനെ വനദേവതമാരുടെ മുഖ്യന് മനംമാറ്റം ഉളവായാൽ?

തക്കായി ഏതോ ചിന്തകളിലകപ്പെട്ട് അപ്രകാരം നിശ്ശബ്ദനായി നിൽക്കുന്നതു കാണാനിടയായപ്പോൾ വനദേവതമാരുടെ ഉള്ളിൽ കടന്നുകൂടിയിരുന്ന സംശയങ്ങൾ ഇരട്ടിക്കുകയാണുണ്ടായത്. അതേ, താടിയിൽ ഞാന്നുകിടക്കുന്ന, ഈന്തപ്പഴത്തോളം വലിപ്പമുള്ള ആ മുഴ തന്നെയാണ് തങ്ങളുടെ ഗായകനും നർത്തകനുമായ അവരുടെ പുതിയ കൂട്ടുകാരന്റെ ഏറ്റവും പ്രിയപ്പെട്ട വസ്തുവെന്ന കാര്യത്തിൽ ഇനിയൊട്ടും സംശയിക്കാനില്ല. അതു പിഴുതെടുക്കാതെ വിട്ടയച്ചാൽപ്പിന്നെ, പിറ്റേന്നാൾ പാടാനും ആടാനുമവൻ കാട്ടിലേയ്ക്കു വരില്ല. വനദേവതമാർക്കുറപ്പായി.

അപ്പോൾ വനദേവതമാർ കൂട്ടംചേർന്ന് തക്കായിയുടെമേൽ ഒരി ക്കൽക്കൂടി ചാടിവീണു. പിന്നെ അയാളെയവർ ഒട്ടും അനങ്ങാനാവാതെ ഒട്ടേറെ കൈകളിൽ പൂട്ടിനിറുത്തി. വല്ലാത്ത അമ്പരപ്പോടെ, അതേസമയം ആഹ്ലാദത്തിമർപ്പോടെ യാതൊരുവിധത്തിലുമുള്ള എതിർപ്പിനും മുതി രാതെ തക്കായി അന്തംവിട്ടു നോക്കിക്കൊണ്ടു നിന്നപ്പോൾ, വനദേവത മാരുടെ മുഖ്യൻ അയാളുടെ താടിയുടെ വശത്ത് പതുക്കെയൊന്നു തലോടി...

അത്യദ്ഭുതംതന്നെ! മുഴുക്കെ പഴുത്തൊരു ചെറുപഴം, അതിന്റെ ഞെട്ടിയോടെ പതുക്കെ അടർത്തിയെടുക്കുന്നതുപോലെ വനദേവത, ചില നിമിഷങ്ങളെക്കൊണ്ട് തക്കായിയുടെ താടിയിൽനിന്ന് ആ മുഴയതാ കൈവശമാക്കിയിരിക്കുന്നു! അയാൾക്ക് തീരെ വേദനിച്ചില്ലെന്നു മാത്രമല്ല, ഒരു തുള്ളി ചോരപോലും പൊടിഞ്ഞതുമില്ല! ചുമക്കാനാവാത്തൊരു ഭാരമായി, വെറുപ്പും വേവലാതിയുമായി അത്രയേറെ വർഷങ്ങൾ താടിയിൽ പേറിനടന്ന ആ മുഴയിതാ ചില നിമിഷങ്ങൾക്കുള്ളിൽ അപ്രത്യക്ഷമായിരിക്കുന്നു!

പിന്നീട് മഴു തോളിലേന്തി കാട്ടിൽനിന്ന് തിരികെ നടക്കുമ്പോൾ തക്കായി ഉള്ളിൽ കരുതി. ഇനിയിതേപ്രകാരം തന്റെ അനിയൻ അക്കായിയുടെ കീഴ്ത്താടിയിലെ മുഴയും വനദേവതമാരെക്കൊണ്ട് പുഴക്കിയെടുപ്പിക്കണം. വിടാവാശിക്കാരായ വനദേവതമാരെ കബളിപ്പിക്കാൻ ഇനി ഒരേയൊരു മാർഗ്ഗമേയുള്ളൂ. പിറ്റേന്നാൾ തന്റെ സ്ഥാനത്ത് അനിയൻ അക്കായിയെ വിറകു വെട്ടാനെന്ന ഭാവത്തിൽ കാട്ടിലേയ്ക്കു പറഞ്ഞയയ്ക്കണം.

തക്കായി പതിവിലേറെ വൈകി വീട്ടിലെത്തിയപ്പോൾ അനിയൻ അക്കായി ഇമകളനക്കാതെ ചേട്ടനെ നോക്കിക്കൊണ്ടു നിൽക്കുകയായിരുന്നു. ആ കാഴ്ച അക്കായിക്ക് വിശ്വസിക്കാനായില്ല. എന്തൊരു മറിമായം! കാലത്ത് കാട്ടിലേക്ക് വിറകു വെട്ടാൻ പോയ ചേട്ടന്റെ താടിയിൽ ഞാന്നുകിടന്നിരുന്ന ആ മുഴയിതാ രാത്രിയിൽ തിരിച്ചെത്തിയപ്പോഴേയ്ക്കും അപ്രത്യക്ഷമായിരിക്കുന്നു! അതെങ്ങനെ സംഭവിച്ചു? ചേട്ടന്റെ താടിയുടെ വശത്ത് ആ മുഴ ഒട്ടിപ്പിടിച്ചിരുന്ന അടയാളംപോലുമില്ലായിരുന്നു. വാസ്തവത്തിൽ, ചേട്ടൻ ജനിച്ചതുതന്നെ ആ മുഴ കൂടാതെയാണെന്നു തോന്നി, അക്കായിക്ക്.

“ഒരു മഹാദ്ഭുതംതന്നെയാണെന്റെ അനിയാ.” തക്കായി അടക്കാനാവാത്ത സന്തോഷത്തോടെ പറഞ്ഞു. എന്നിട്ട് കാട്ടിൽവെച്ച് വനദേവതമാരെ കണ്ടുമുട്ടാനിടയായ സംഭവങ്ങൾ അതേപടി വിവരിച്ചു.

“ഇനി എന്റെ നേട്ടം നിനക്കുമുണ്ടാകണം...” തക്കായി അനിയനെ ഉപദേശിച്ചു. “...അതായത്, നിന്റെ താടിയിലെ മുഴയും അവർ പിഴുതെടുക്കണം. അതുകൊണ്ട്, നാളെ എന്നോടൊപ്പം നീ കാട്ടിൽ വരണം. എന്തിനാണെന്നോ? എനിക്കുപകരം വനദേവതമാരുടെ മുന്നിലെത്തേണ്ടത് ഇനി നീയാണ്. എന്നിട്ട് അവരുടെ ആ കഴിവിൽനിന്ന് നീ മുതലെടുക്കണം. അവരെ കണ്ടുമുട്ടിയാൽ നീ ചെയ്യേണ്ടതെന്തൊക്കെയാണെന്ന് നാളെ നമ്മളൊന്നിച്ച് കാട്ടിലേക്കു പോവുന്ന വഴിക്ക് ഞാൻ നിനക്ക് വിശദമായി പറഞ്ഞുതരാം.” തക്കായി പറഞ്ഞവസാനിപ്പിച്ചു.

എത്രതന്നെ ശ്രമിച്ചിട്ടും അന്ന് രാത്രി അക്കായിക്ക് ഉറങ്ങാനേ കഴിഞ്ഞില്ല. എത്ര എളുപ്പത്തിലാണ് തന്റെ ചേട്ടൻ ആ താടിമുഴയിൽ നിന്ന് മോചനം നേടിയത്! തന്റെ താടിയിലെ മുഴ പിഴുതെടുക്കാനായി പിറ്റേന്നാൾ പുലർച്ചവരേയ്ക്കും കാത്തിരിക്കാനുള്ള ക്ഷമ അക്കായിക്കില്ലായിരുന്നു.

മാത്രമല്ല, തന്റെ ചേട്ടനെ കൂടാതെത്തന്നെ കാട്ടിൽച്ചെന്ന് പാടിയും ആടിയും വനദേവതമാരിൽനിന്നും സൽപ്പേര് നേടാൻ തിടുക്കമായി അയാൾക്ക്. എന്നിട്ട് ചേട്ടനോട് വീമ്പിളക്കണം. ഒടുവിൽ, സ്വന്തം കഴിവിൽ താനിതാ താടിയിലെ മുഴയിൽനിന്നും എന്നന്നേയ്ക്കുമായി മോചനം നേടിയിരിക്കുന്നു.

പൊടുന്നനെ അക്കായി വിരിപ്പിൽനിന്നു ചാടിയെഴുന്നേറ്റു. ഉടൻ തന്നെ തക്കായിയുടെ മഴുവെടുത്ത് തോളത്തേന്തി അയാൾ കാട്ടിലേയ്ക്കോടി. അവിടെയെത്തി അല്പനേരം മരം വെട്ടുന്നതായി അഭിനയിച്ചു. എന്നിട്ട് മഴ പെയ്യാനായി അക്ഷമനായി കാത്തിരുന്നു. പക്ഷേ, അന്നത്തെ ദിവസം മഴ പെയ്തതേയില്ല. പിന്നീട് പകൽ മുഴുവനും അക്കായി, വൻ പോടുള്ള ആ കൂറ്റൻമരം തേടി കാട്ടിലലഞ്ഞു. ഒടുവിൽ ഒരുവിധത്തിൽ മരം കണ്ടെത്തി അക്കായി അതിന്റെ പൊത്തിനകത്തു കയറി നിസ്സാര മട്ടിൽ ഇരുപ്പുറപ്പിച്ചു. വനദേവതമാരുടെ വരവും കാത്ത്.

സന്ധ്യയോടടുത്തപ്പോൾ, പാട്ടുകൾ പാടി നൃത്തമാടിക്കൊണ്ട് വനദേവതമാർ മരച്ചുവട്ടിലെത്തി. അവരെ കാണേണ്ടതാമസം അക്കായി മരപ്പൊത്തിൽനിന്ന് പുറത്തേയ്ക്കെടുത്തുചാടി. അയാൾ വനദേവതമാരുടെ മദ്ധ്യത്തിൽ നിന്നുകൊണ്ട് ആടാനും പാടാനും ആരംഭിച്ചു!

പക്ഷേ, അക്കായിയുടെ പാട്ടും ആട്ടവും തലേന്നാളത്തേക്കാൾ തികച്ചും വ്യത്യസ്തമായിരുന്നു. അക്കായിയുടെ സംഗീതത്തിന്റേയും നൃത്തത്തിന്റേയും പ്രദർശനം ആസ്വദിക്കുന്നതിനുപകരം വനദേവതമാർക്ക് വല്ലാത്ത മുഷിച്ചിലാണ് അനുഭവപ്പെട്ടത്. ആ കലാപരിപാടി എങ്ങനെയെങ്കിലും ഒന്നവസാനിപ്പിച്ചാൽ മതിയെന്നായി അവർക്ക്.

“ഇന്നലെയിവൻ നന്നായി പാടുകയും ആടുകയുമൊക്കെ ചെയ്തു വല്ലോ. പക്ഷേ, ഇന്നിവൻ മരപ്പൊത്തിൽനിന്നും പുറത്തു ചാടി നമ്മളെ തീരെ നിരാശപ്പെടുത്തിക്കളഞ്ഞു.” ഒരു വനദേവത അഭിപ്രായപ്പെട്ടു.

“ശരിയാണ്. എങ്കിൽപ്പിന്നെ നമ്മളെന്തിന് ഈ മുഷിപ്പൻ പരിപാടിയിൽ പങ്കെടുക്കണം? ഒരുപക്ഷേ, നമ്മളോടൊപ്പം പാടാനും നൃത്തം വെയ്ക്കാനും ഇവന് തീരെ താൽപര്യമില്ലെന്നു തോന്നുന്നു.” മറ്റൊരു വനദേവത പറഞ്ഞു.

“അതേ, നമ്മളിന്നലെ വിടാവാശി പിടിച്ചതുകൊണ്ടല്ലേ, ഇന്നവൻ ഇവിടെ വന്നിരിക്കുന്നത്? പാടിയും ആടിയും നമ്മളെ രസിപ്പിക്കാനായി. പക്ഷേ, വാസ്തവത്തിൽ അവൻ നമ്മുടേയും അവന്റേയും വിലയേറിയ സമയം പാഴാക്കുകയാണെന്നു തോന്നുന്നു. അവന്റെ താടിയില് നിന്ന് നമ്മൾ ഇന്നലെ പിഴുതെടുത്ത മനോഹരമായ ഈ മുഴ നമുക്കവനുതന്നെ തിരികെ കൊടുക്കാം. പിന്നെയൊരിക്കലും അവനിവിടേയ്ക്കു മടങ്ങിവരില്ലല്ലോ. ചുരുക്കത്തിൽ, നമുക്ക് ഇവനുമായുള്ള കൂട്ടുകെട്ട് ഇനി എന്നന്നേക്കുമായി അവസാനിപ്പിക്കാം.” വനദേവതമാരുടെ മുഖ്യ അക്കായിയെ രൂക്ഷമായി നോക്കിക്കൊണ്ടു പറഞ്ഞു.

വനദേവത അപ്രകാരം പ്രഖ്യാപിച്ചതും അത്രയുംനേരം ഒച്ച വെച്ചു തുള്ളിക്കളിച്ചിരുന്ന അക്കായിയാകെ നടുങ്ങിപ്പോയി. അയാൾ പൊടുന്നനെ പാട്ടും ആട്ടവും നിറുത്തി. ആ നേരമത്രയും അവർ അയാളുടെ താടിയിലെ മുഴ പിഴുതെടുക്കുമെന്ന ആശയോടെ അക്കായി അക്ഷമനായി നൃത്തം ചവിട്ടുകയായിരുന്നല്ലോ. തന്റെ ചേട്ടനെ അപ്പാടെ ധിക്കരിച്ച് എടുത്തുചാടി താൻ കാട്ടിലേയ്ക്കു വരരുതായിരുന്നു. അക്കായി പശ്ചാത്തപിച്ചു.

അപ്പോഴാണ് വനദേവതമാരുടെ മുഖ്യൻ, അക്കായിയുടെ മുഖത്ത് ഒരു പ്രത്യേകത ശ്രദ്ധിക്കാനിടയായത്. അവരുടെ മുമ്പിൽ നിന്നു പാട്ടു പാടി ആടിക്കൊണ്ടിരുന്നയാൾക്ക് താടിയിൽ ഒരു മുഴയുണ്ടായിരുന്നു! തലേന്നാൾ ആ മുഴ പിഴുതെടുത്ത് തങ്ങളുടെ പക്കൽ സൂക്ഷിച്ചതായിരുന്നല്ലോ. എന്നിട്ടെങ്ങിനെ മറ്റൊരു മുഴ അയാളുടെ താടിയിൽ മുളയ്ക്കാനിടയായി?

ഉടനെ മുഖ്യൻ മറ്റു ദേവതകളെ വിളിച്ചുകൂട്ടി അല്പസമയം ഒച്ച യൊതുക്കിക്കൊണ്ട് അവരോട് എന്തൊക്കെയോ സംസാരിച്ചു. എന്നിട്ട്, കൈവശമുള്ള ആ പഴയ മുഴയുമായി മുഖ്യൻ അക്കായിയുടെ നേർക്ക് കരുതലോടെ നടന്നടുത്തു. ഉടൻ അക്കായിയോട് കർക്കശസ്വരത്തിൽ ചോദിച്ചു:

“സത്യം പറയണം. ആരാണ് നീ?”

“ഞാൻതന്നെ. ഇന്നലെ രാത്രിയിൽ നിങ്ങളുടെ മുമ്പിൽ വന്നു നിന്ന് ആടുകയും പാടുകയും ചെയ്ത അതേ ആൾത്തന്നെ.”

“കള്ളം, പച്ചക്കള്ളം. കാരണം, നിന്റെ താടിയിൽ ഞാന്നുകിടന്നിരുന്ന ആ മുഴ ഞങ്ങൾ പിഴുതെടുത്തതാണല്ലോ. ഇതാണ് ആ മുഴ. എന്നിട്ട് നിന്റെ താടിയിൽ മറ്റൊരു മുഴ എങ്ങനെ വന്നുപെട്ടു? ഇതിലെന്തോ കള്ള ക്കളിയുണ്ടെന്ന് വ്യക്തം.”

എന്തു മറുപടി പറയണമെന്നറിയാതെ അക്കായി മൗനമവലം ബിച്ചുനിന്നപ്പോൾ, മുഖ്യ ചോദിച്ചു:

“ആരാണ് നീ? ഇന്നലെ വന്നത് ആരാണ്?”

സത്യം തുറന്നുപറയുകയല്ലാതെ മറ്റു യാതൊരു പോംവഴിയുമില്ലാ യിരുന്നു, അക്കായിക്ക് അന്നേരം. തലേന്നാൾ നടന്നതൊക്കെയും അയാൾ ഒരുവിധത്തിൽ വനദേവതമാരെ അറിയിച്ചു. എന്നിട്ട് നിറകണ്ണുകളോടെ പറഞ്ഞു:

“ദയവായി എന്നോടു ക്ഷമിക്കൂ. ഇന്നലെ വന്നത് എന്റെ ചേട്ടനായി രുന്നു. എന്റെ ചേട്ടനെപ്പോലെ, എന്റെ താടിയിലെ മുഴയും നിങ്ങൾ പിഴു തെടുക്കുമെന്നു കരുതിയാണ്, മരം വെട്ടാനെന്ന ഭാവത്തിൽ ഞാൻ കാട്ടി ലെത്തിയതും മരപ്പൊത്തിൽ കയറിയിരുന്നതും പിന്നീട് നിങ്ങളുടെ മുമ്പിൽ ചാടിവീണ് പാട്ടുപാടി ആടിയതും.”

“അപ്പോൾ നീ ഞങ്ങളെ കബളിപ്പിക്കാൻ ശ്രമിക്കുകയായിരുന്നുവല്ലേ? ഞങ്ങളോടു കാട്ടിയ ചതിപ്രയോഗത്തിന് നീ തക്കതായ ശിക്ഷ അനുഭ വിച്ചേതീരൂ...” അടക്കാനാവാത്ത കോപത്തോടെ വനദേവതമാരുടെ

മുഖ്യ പറഞ്ഞു. എന്നിട്ട് അലറുന്ന ഒച്ചയിൽ തുടർന്നു: "...അതുകൊണ്ട്, ഇന്നലെ നിന്റെ ചേട്ടന്റെ താടിയിൽനിന്നും ഞങ്ങൾ പിഴുതെടുത്ത് വിലപ്പെട്ടൊരു വസ്തുവായി ഞങ്ങൾ സൂക്ഷിച്ചുവെച്ചിരുന്ന ആ മുഴ നിന്റെ താടിയുടെ മറുവശത്തു ഒട്ടിക്കുന്നു."

പിന്നീട് ഒട്ടും വൈകിയില്ല. വനദേവതമാരിൽ പലരും ഒന്നിച്ചു ചേർന്ന് അക്കായിയെ കടന്നുപിടിച്ച് അനങ്ങാനാവാതെ നിറുത്തി.

വനദേവതമാരുടെ മുഖ്യ കയ്യിൽ കരുതിയിരുന്ന, ചേട്ടൻ തക്കായിയുടെ താടിയിലെ മുഴകൊണ്ട് അനിയൻ അക്കായിയുടെ താടിയുടെ മറുവശത്ത് മൃദുവായൊന്നു തലോടി. അടുത്തനിമിഷം ആ മുഴ അവിടെ ഒട്ടിച്ചേർന്നു. അങ്ങനെ, ചേട്ടന്റെ വാക്കുകളെ ധിക്കരിച്ച് മുഴ പിഴുതെറിയാനായി കാട്ടിലെത്തിയ അനിയന്റെ താടിയിൽ മുഴകൾ രണ്ടെണ്ണമായി ത്തീർന്നു!

താടിയുടെ ഇരുവശങ്ങളിലും ഞാന്നുകിടക്കുന്ന മുഴകളുമായി അക്കായി വനദേവതമാരുടെ മുമ്പിൽ അന്ധാളിച്ചുനിൽക്കുകയായിരുന്നു. ഏതാനും നിമിഷങ്ങൾക്കുള്ളിൽ അയാളെ ആ മരച്ചുവട്ടിൽത്തന്നെ ഉപേക്ഷിച്ച് വനദേവതമാർ പാടിയാടിക്കൊണ്ട് കാട്ടിനുള്ളിൽ അപ്രത്യക്ഷരായി. അപ്പോൾ നിസ്സഹായനായ അക്കായി മുറവിളികൂട്ടിക്കൊണ്ട് ആ വൻകാട്ടിലെ മരങ്ങൾക്കിടയിലൂടെ അലഞ്ഞുതിരിഞ്ഞു.

■

ഞാനെന്ന ഭാവം

വളരെപ്പണ്ട് ഒരു ദ്വീപിൽ കൂറ്റനായൊരു കഴുകൻ താമസിച്ചിരുന്നു. ആ കഴുകൻ പറന്നകലുന്ന കാറ്റത്ത് മരത്തലപ്പുകൾപോലും ആടിയുലയും. പറന്നുവന്നിരുന്നാൽ ചിലപ്പോൾ ഭാരം താങ്ങാനാവാതെ മരക്കൊമ്പൊടിഞ്ഞു നിലംപറ്റും.

ഒരു ആടിനേയോ, പശുവിനേയോ, അല്ലെങ്കിൽ ഒരു പോത്തിനെ ത്തന്നെയോ പൊടുന്നനെ വെറുമൊരു പുൽക്കൊടിപോലെ റാഞ്ചിയെടുത്തുകൊണ്ടാണ് പലപ്പോഴും കഴുകൻ ആകാശത്തേയ്ക്കു പറന്നുപൊങ്ങുക. കൊക്കിലകപ്പെട്ട് കൈകാലുകളിട്ടടിച്ചു പിടയുന്ന ഇരയെ കഴുകൻ ഒരുപാടുയരത്തിൽനിന്ന് പെട്ടെന്ന് കീഴ്പ്പോട്ടു വീഴ്ത്തും. എന്നിട്ട് കുത്തനെ ഊളിയിട്ടുപറന്ന് ആ മൃഗത്തിന്റെ ജീവനറ്റ ഉടലിൽ പതിച്ച് അതിനെ അത്യാർത്തിയോടെ കൊത്തിവലിച്ചുതിന്നും. പിന്നീട് ഏറെ താമസിക്കാതെ അവശേഷിക്കുന്നത് അതിന്റെ എല്ലിൻകൂടായിരിക്കും. പിന്നീട് കഴുകന്റെ ആകാശയാത്ര അടുത്ത ഇരയെ തേടിക്കൊണ്ടായിരിക്കും. അങ്ങനെ കഴുകൻ അതിന്റെ ഇരപ്പിടിക്കലും വിശപ്പടക്കലും നിലയ്ക്കാതെ തുടർന്നുകൊണ്ടിരിക്കുന്നു.

കഴുകന്റെ അസാധാരണമായ ഉടൽപുഷ്ടിയെ പുകഴ്ത്തിക്കൊണ്ട്, അതിനെ ആശ്രയിച്ചുകഴിയുന്ന മറ്റുപല കിളികളും പരസ്പരം പറയാറുണ്ട്:

"എന്തൊരു വലിപ്പം! എന്തൊരു കരുത്ത്! ശരിക്കും പക്ഷിരാജാവായി വാഴേണ്ടത്, പരുന്തല്ല, കഴുകനാണ്."

കഴുകന്, തന്റെ അസാമാന്യമായ വലിപ്പത്തിലും അപാരമായ കരുത്തിലും വളരെയേറെ അഹന്തയുണ്ടായിരുന്നു. തനിക്ക് തുല്യനായി ആരും തന്നെയില്ലെന്നമട്ടിൽ കഴുകൻ എല്ലായ്പ്പോഴും ആരോടെന്നില്ലാതെ വീമ്പിളക്കിക്കൊണ്ടിരിക്കും:

"ഇന്ന് ലോകത്തുവെച്ചേറ്റവും വലിയവനെന്നു മാത്രമല്ല, അതിശക്തനും ഞാൻതന്നെയാണ്. ഈ ഭൂഗോളമാകെ തെരഞ്ഞാലും എന്നേക്കാൾ വലിപ്പവും കരുത്തുമുള്ള മറ്റൊരു ജീവിയെ കണ്ടുകിട്ടാനാവില്ല. പലരും അഭിപ്രായപ്പെടുന്നതുപോലെ, ശരിക്കും പക്ഷിരാജാവായി വാഴേണ്ടത്, പരുന്തല്ല, ഞാൻതന്നെയാണ്. പിന്നെ, ഇപ്പറഞ്ഞതിലൊക്കെയും ആർക്കും യാതൊരു എതിരഭിപ്രായവുമില്ലെന്നും എനിക്കറിയാത്ത കാര്യമല്ല..."

“പക്ഷേ, തീർച്ചയായും എതിരഭിപ്രായമുണ്ട്.” തൊട്ടരികിൽനിന്നെങ്കിലും പെട്ടെന്നുളവായൊരു അശരീരിപോലെയായിരുന്നു അപ്രകാരമൊരു എതിർവാക്ക് കഴുകൻ കേൾക്കാനിടയായത്. തീർച്ചയായും തന്റെ അഹങ്കാരജല്പനങ്ങൾക്ക് ഒരു തിരിച്ചടിയായിരുന്നു, അത്.

അടക്കാനാവാത്ത കോപത്തോടെ ചുറ്റിനും നോക്കിയപ്പോഴാണ് കഴുകൻ കാണാനിടയായത്. ഏറെ ദൂരത്തല്ലാതെ പുൽക്കൊടികൾ ശേഖരിച്ചിരുന്ന ഒരു കൊച്ചുകുരുവിയായിരുന്നു, തികച്ചും ഓർക്കാപ്പുറത്തുള്ള അപ്രകാരമൊരു മുന്നറിയിപ്പ് അന്നേരം കഴുകനു നൽകിയിരിക്കുന്നത്. അന്നേരം, പരമപുച്ഛമാണ് കഴുകന് കുരുവിയോടു തോന്നിയത്.

“മാത്രമല്ല, നീ മുഴക്കുന്ന വീരവാദത്തെക്കുറിച്ച് എനിക്കു പറയാനുള്ളത്, അല്ലേയല്ല, എന്നാണുതാനും.” കുരുവി യാതൊരുവിധത്തിലുള്ള പേടിയോ, സങ്കോചമോ കൂടാതെയാണ് അപ്രകാരം പറഞ്ഞത്.

കണ്ണുകൾ മുഴുക്കെ തുറിച്ചുകൊണ്ട് കഴുകൻ അടക്കാനാവാത്ത ക്രോധത്തോടെ നോക്കിയിരുന്നപ്പോൾ കുരുവി ഒച്ചയൊതുക്കി ചിരിച്ചുകൊണ്ട്, പാതി തന്നോടും ബാക്കി കഴുകനോടുമായിട്ടും പറഞ്ഞു:

“ഇനിയെങ്കിലും ഇത്തരത്തിൽ അഹങ്കരിച്ചു വീമ്പിളക്കാതിരിക്കുക. കാരണം, വലിപ്പത്തിലെന്നപോലെ കരുത്തിലും നിന്നേക്കാൾ കേമനായ മറ്റൊരു ജീവികൂടിയുണ്ടെന്ന് നിനക്കറിയില്ലെങ്കിലും തീർച്ചയായും അക്കാര്യം എനിക്കറിയാം. ആ ജീവിയോടു ഏറ്റുമുട്ടി ജയിക്കാനാവുമോ നിനക്ക്? തീർച്ചയായുമില്ല. കടലിനുമീതെ തെക്കോട്ട് ഏറെ ദൂരം പറന്നു ചെന്നാൽ നിനക്ക് അത്തരത്തിലുള്ളൊരു ജീവിയെ നേരിൽ കാണാം. എന്തുകൊണ്ടും ആ കടൽജീവി നിന്നേക്കാളേറെ വമ്പൻതന്നെയെന്ന് അപ്പോൾ നീ ഉടൻ സമ്മതിക്കാതിരിക്കില്ല. പക്ഷേ, അതോടൊപ്പം ഒരു കാര്യം തീരെ മറക്കേണ്ട. അതിനോടു എതിരിടാൻ ഒരുമ്പെടാതെ, എന്തിന്, അതിന്റെ മുമ്പിൽ ഒരു നിമിഷംപോലും നിൽക്കാനിടയാകാതെ, നിശ്ശബ്ദനായി തിരിച്ചുപോരുന്നതാണ് നിനക്ക് നല്ലത്. എന്റെ വാക്കുകളെ തട്ടിമാറ്റിയാൽപ്പിന്നെ നീ ദുഃഖിക്കേണ്ടിവരും.”

“എന്ത്? നീയെന്തൊക്കെയാണീ പറയുന്നത്? എന്നേക്കാൾ വലിപ്പമേറിയ മറ്റൊരുവനോ? എന്നേക്കാൾ കരുത്തനോ? അസാദ്ധ്യം. നിനക്കെന്തോ വൻതെറ്റു പിണഞ്ഞിരിക്കുന്നു, കുരുവിക്കുഞ്ഞേ. ഇനിയെന്തായാലും ശരി, ആ വമ്പനെ ഉടനടി എനിക്കൊന്നു കണ്ടേമതിയാവൂ. ഞാനിപ്പോൾത്തന്നെ പറന്നുചെന്ന് ശ്രമിച്ചുനോക്കാം. ആരാണ് അത്രത്തോളം വലിയവനെന്നു കണ്ടുപിടിച്ച് എനിക്കൊന്നു നേരിടണമല്ലോ. എന്റെ എതിരാളിയുടെ കഥ കഴിക്കാതെ ഞാൻ പേടിച്ചു പിൻമാറുമെന്നാണോ നീ കരുതിയത്, മണ്ടിക്കിളിയേ?”

“എങ്കിൽ നീ പശ്ചാത്തപിക്കും.” അപ്പോൾ കൊച്ചുകുരുവി പാതി തന്നോടും ബാക്കി കഴുകനോടുമായിട്ട് ഒരിക്കൽക്കൂടി പറഞ്ഞു. എന്നിട്ട് താൻ അത്രനേരവും ചെയ്തുകൊണ്ടിരുന്ന ജോലിയിൽ മുഴുകി.

ക്രുദ്ധനായ കഴുകൻ, ഒട്ടും താമസിയാതെ കടലിനുമീതെ പറന്നുയർന്ന് തെക്കോട്ടു തിരിച്ചു. അതൊരു നീണ്ട യാത്രയായിരുന്നു. അറ്റമില്ലാതെ പരന്നുകിടക്കുന്ന സമുദ്രമായിരുന്നു, എല്ലായിടവും.

അത്രയുംദൂരം നിലയ്ക്കാതെ പറന്നിട്ടും പിന്നീട് ഏറെനേരം ജലപ്പരപ്പിനുമീതെ യാതൊരു വിശ്രമവുമില്ലാതെ അലഞ്ഞിട്ടും കഴുകന് തന്റെ എതിരാളിയെ കണ്ടുമുട്ടാൻ കഴിഞ്ഞില്ല. പറന്നുപറന്ന് താൻ തീരെ അവശനായിത്തീരുന്നുവെന്ന് അന്നാദ്യമായിട്ടാണ് കഴുകൻ അറിയുന്നത്. കാരണം, ഒരിക്കൽപോലും ക്ഷീണിക്കാത്ത കഴുകന്റെ കൂറ്റൻ ചിറകുകൾക്ക് തളർച്ച തട്ടാൻ തുടങ്ങിയിരുന്നു.

പിന്നേയും സമയമേറെ നീങ്ങിയപ്പോൾ, തനിക്കു വിശ്രമിക്കാൻ പറ്റിയ ഒരിടം അടുത്തെവിടെയെങ്കിലും കാണാനാകുന്നുണ്ടോ എന്നായിരുന്നു, തുടർന്നു പറക്കുന്നതിനിടയിൽ കഴുകന്റെ പിന്നത്തെ നോട്ടം. പൊടുന്നനെ, അതിദൂരത്തെവിടേയോ, ആകാശത്തോളം ഉയർന്നുനിൽക്കുന്ന, കടുംചുവപ്പുനിറത്തിലുള്ള എന്തോ രണ്ടു വസ്തുക്കൾ കഴുകൻ കാണാനിടയായി. ഉടനടി അളവില്ലാത്ത ആശ്വാസത്തോടെ ആയിടത്തേയ്ക്ക് ഒരു വിധത്തിൽ പറക്കുന്നതിനിടയിൽ കഴുകൻ തന്നത്താൻ പറഞ്ഞു:

"അക്കാണുന്നത്, കടലിൽ കുത്തനെ നിൽക്കുന്ന വല്ല പാറകളുമായിരിക്കും. അല്പം വിശ്രമിക്കാൻ പറ്റിയ സ്ഥലംതന്നെ. ഉടനടി പറന്നു ചെന്ന് അതിലൊന്നിൽ ഇരിക്കാം. എതിരാളിയെ തിരയുന്നത് ഇനി പിന്നീടാകാം."

കഴുകൻ ചിറകുകൾ ഒതുക്കി ഇരിക്കേണ്ടതാമസം, ഇടിവെട്ടുന്ന ഒച്ചയിൽ ഒരു ചോദ്യം കേട്ടു:

"ആരാണ് എന്റെ കൊമ്പിൽ വന്നിരിക്കാൻ ധൈര്യം കാണിച്ചിരിക്കുന്നത്? ആ അവിവേകി ആരുതന്നെയായാലും ഇന്ന് ഞാനവനെ ഒരു പാഠംപഠിപ്പിക്കും."

അപ്പോൾ പാറയെന്നു ധരിച്ച് കഴുകൻ വിശ്രമിക്കാനിരുന്ന ആ വസ്തു പെട്ടെന്നു ചാഞ്ചാടാൻ തുടങ്ങി. വെള്ളത്തിൽ തെറിച്ചുവീഴാതിരിക്കാൻ കഴുകൻ കാലുകളമർത്തി, ചിറകുകൾ ഒതുക്കി അതിൻമേൽ കുത്തിയിരിക്കുകയായിരുന്നു.

ഉടനടി തിരമാലകൾക്കിടയിൽനിന്ന് ഒരു പടുകൂറ്റൻ ചെമ്മീൻ കടൽ നിരപ്പിലേയ്ക്കു ഉയർന്നുവന്നു. അതിന്റെ കൊമ്പുകൾ പല ദിശകളിലേയ്ക്കും അതിവേഗം ഇളകിക്കൊണ്ടിരുന്നു.

"അയ്യോ...! എനിക്ക് വല്ലാതെ പേടിയാകുന്നു... എന്തൊരു അതിഭയങ്കരജീവി...!" കുരുവിയുടെ വാക്കുകൾ ഓർത്തുകൊണ്ട് നിസ്സഹായനായ കഴുകൻ ഉച്ചത്തിൽ നിലവിളിച്ചു. കഴുകൻ നടുക്കടലിൽവെച്ച് പെട്ടെന്നു കണ്ടുമുട്ടാനിടയായ ആ ചെമ്മീന് അതിനേക്കാൾ എത്രയോ മടങ്ങ് വലിപ്പമുണ്ടായിരുന്നു.

"ഇനിയിവിടം വിട്ടുപോവുന്നതാണ് ഉത്തമം. അല്ലെങ്കിൽ ഈ ചെമ്മീൻ എന്നെ തന്റെ കൊമ്പുകൾക്കൊണ്ടു ചുറ്റിപ്പിടിച്ച് അടുത്തനിമിഷം കടലിലാഴ്ത്തും."

കഴുകൻ പറഞ്ഞുതീർന്നില്ല. ചെമ്മീൻ തന്റെ കൊമ്പുകളിലൊന്നു കൊണ്ട് കഴുകന്റെ കഴുത്തിൽ ചുറ്റിപ്പിടിച്ചു. എന്നിട്ട് അലറുന്ന ഒച്ചയിൽ പറഞ്ഞു:

"എന്ത്?! അത്രയ്ക്കായോ, നീ? എന്റെ കൊമ്പാണോ, നീ വിശ്രമിക്കാനായി കണ്ടെത്തിയയിടം? ഇത്തരത്തിലുള്ള അവിവേകത്തിന് തക്കതായ ശിക്ഷ നീ അനുഭവിച്ചേതീരൂ."

അങ്ങനെ പറഞ്ഞതും കരുത്തനായ ചെമ്മീൻ, കഴുകന്റെ കഴുത്തിലെ തന്റെ കൊമ്പുകൊണ്ടുള്ള പിടി അല്പംകൂടി മുറുക്കി. ശ്വാസത്തടത്തോടെ കഴുകൻ അപ്പോൾ ഇരുന്നയിടത്തുതന്നെയിരുന്ന് ചെമ്മീനോടു കെഞ്ചി:

"അറിയാതെ ചെയ്യാനിടയായ തെറ്റിന് എനിക്ക് മാപ്പുതരൂ. ഇനിയെങ്കിലും എന്നെ വെറുതെവിടൂ."

അപ്പോഴേക്കും ചെമ്മീന്റെ പിടി അല്പമൊന്നു അയഞ്ഞുകഴിഞ്ഞിരുന്നു. അവശനായ കഴുകന്റെ കഴുത്തിൽനിന്ന് തന്റെ കൊമ്പ് ചെമ്മീൻ പിന്നീട് പതുക്കെ വലിച്ചെടുത്തു. പക്ഷേ, അതോടൊപ്പം കഴുകന്റെ കഴുത്തിലെ തൂവലുകളൊക്കെയും പറിഞ്ഞ് കടൽവെള്ളത്തിലേയ്ക്കു പൊഴിഞ്ഞുവീണു ചിന്നിച്ചിതറി.

തന്റെ കഴുത്ത് സ്വതന്ത്രമായതും കഴുകൻ കരയെ ലക്ഷ്യമാക്കി ഭയപ്പാടോടെ പറന്നുയർന്നു.

ആ സംഭവത്തിനുശേഷമാണെന്നു പറയപ്പെടുന്നു, കഴുകവർഗ്ഗത്തിന്റെ കഴുത്തിൽനിന്നും തൂവൽനിര എന്നെന്നേയ്ക്കുമായി അപ്രത്യക്ഷമായതും ആ അവയവം വെറും മാംസളമായിത്തീർന്നതും. അന്നത്തെ ആ പോരായ്മ ഇന്നും തുടരുന്നു.

ചെമ്മീനപ്പോൾ തന്റെ നീണ്ട കൊമ്പുകളാട്ടിക്കൊണ്ട് അത്യുച്ചത്തിൽ ചിരിക്കുകയായിരുന്നു.

"ലോകത്തിൽവെച്ചേറ്റവും വലിയവനെന്നും കരുത്തനെന്നുമെല്ലാം ഇത്രയുംനേരം വീമ്പിളക്കിയവനാണ് ഇപ്പോൾ എന്നെക്കണ്ട് വിരണ്ടു പറന്നുപോവുന്നത്. ഇനി എന്നേക്കാളും വലിയവനും, കരുത്തനുമായിട്ട് വേറെയാരുണ്ടീ ലോകത്തിൽ? അങ്ങനെയൊരുവനെ കണ്ടെത്താനിടയായാൽ, തീർച്ചയായും അവനേയും ഞാനൊരു പാഠംപഠിപ്പിക്കും."

അപ്പോൾ തിരമാലകളിൽ ചാഞ്ചാടിക്കൊണ്ടിരുന്ന ഒരു കടൽ കാക്ക പൊട്ടിച്ചിരിച്ചുകൊണ്ടു പറഞ്ഞു:

"ഉണ്ട് ചെമ്മീനേ, ഉണ്ട്. തീർച്ചയായും, നിന്നേക്കാളും വലിയവനും ശക്തനുമായ ഒരുത്തനുണ്ട്. അതും ഈ സമുദ്രത്തിൽത്തന്നെ. പക്ഷേ, നിനക്കവനെ അറിയില്ല. എങ്കിലും എനിക്കവനെ നന്നായിട്ടറിയാം. എന്നാൽ, അവൻ പാർക്കുന്നത് ഇവിടെയടുത്തൊന്നുമല്ല. കുറെയേറെ തെക്കോട്ടു നീന്തിച്ചെന്നാൽ തീർച്ചയായും നിനക്കവനെ കാണാനിടയാകും."

അത്രയുംനേരം ഉച്ചത്തിൽ വീമ്പിളക്കി അട്ടഹസിച്ചുചിരിച്ചുകൊണ്ടിരുന്ന ചെമ്മീൻ പെട്ടെന്ന് ചിരി നിറുത്തി. എന്നിട്ട് അരിശത്തോടെ കടൽകാക്കയോടു പറഞ്ഞു:

“വെറുമൊരു നികൃഷ്ടജീവിയായ നീ, ഇപ്രകാരമുള്ള അസംബന്ധം പുലമ്പുന്നോ? അങ്ങനെയൊരുത്തൻ ഈ കടലിൽ എവിടെയുണ്ടെങ്കിലും എനിക്കിപ്പോൾത്തന്നെയൊന്നു കാണണം.”

“പക്ഷേ, അപ്രകാരം ചെയ്യുന്നത് വെറും ബുദ്ധിയില്ലായ്മയായിരിക്കുമെന്നേ എനിക്കു പറയാനുള്ളൂ.” കടൽക്കാക്ക ഒരു മുന്നറിയിപ്പെന്നോണം പറഞ്ഞു.

കടൽകാക്കയുടെ ഉപദേശം ചെവികൊള്ളാനൊന്നും ചെമ്മീൻ മുതിർന്നില്ല. അടുത്തനിമിഷം ചെമ്മീൻ സകല കരുത്തുമുപയോഗിച്ച് തെക്കോട്ടു കുതിച്ചുനീന്താൻ തുടങ്ങി. ഏറെദൂരം ചെന്നപ്പോൾ, ഒട്ടകലത്തിൽ ഒരു വൻമല പൊങ്ങിക്കിടക്കുന്നത് കാണാനിടയായി. ആ മലയിൽ രണ്ടു വൻഗുഹകളുണ്ടായിരുന്നു. അപ്പോൾ ചെമ്മീൻ ആശ്വാസത്തോടെ തന്നത്താനെന്നോണം പറഞ്ഞു:

“ആവൂ! അതാ, രണ്ടു വൻഗുഹകൾ. യാതൊരു സംശയവുമില്ല. ക്ഷീണിച്ചവശനായ എനിക്ക് ഇത്തിരിനേരം വിശ്രമിക്കാനും, അല്പം ഉറങ്ങാനും പറ്റിയയിടംതന്നെ.”

അടക്കാനാവാത്ത ആഹ്ലാദത്തോടെ, നിസ്സാരമട്ടിൽ കൊമ്പുകളാട്ടി, ചെമ്മീൻ വാസ്തവത്തിൽ കയറിച്ചെന്നത് ഒരു പടുകൂറ്റൻ തിമിംഗലത്തിന്റെ മൂക്കിനകത്തേയ്ക്കായിരുന്നു! എന്നാൽ ചെമ്മീനാണെങ്കിൽ അക്കാര്യം അറിഞ്ഞതുമില്ല. താൻ കയറിച്ചെന്ന ഗുഹയ്ക്കകത്ത് തന്നിഷ്ടത്തിനു വിഹരിക്കാമല്ലോ എന്ന് ആഹ്ലാദിച്ചുകൊണ്ട് ചെമ്മീൻ അവിടെ ഉറച്ചിരുന്നു.

“എന്റെ മൂക്കിനകത്ത് എന്തോ കിരുകിരുക്കുന്നു.” തിരകളിൽ നീന്തിമദിച്ചിരുന്ന തിമിംഗലം തന്നത്താനെന്നോണം പറഞ്ഞു. കാരണം, തന്നത്താനറിയാതെ ചെമ്മീൻ തളർച്ച തീർക്കാനായി, തിമിംഗലത്തിന്റെ മൂക്കിനകത്തിരുന്ന്, പരിസരമറിയാതെ തന്റെ കൊമ്പുകൾ അശ്രദ്ധമായി ചലിപ്പിക്കുകയായിരുന്നു.

കിരുകിരുപ്പു സഹിക്കാനാവാതായപ്പോൾ, തിമിംഗലം അതികഠിനമായി ഒന്നുതുമ്മി.

എടുത്തെറിഞ്ഞതുപോലെ ചെമ്മീൻ പൊടുന്നനെ മേൽപോട്ടുയർന്നു. പിന്നീട് ഒട്ടേറെ ദൂരത്തുള്ള ഒരു പാറക്കെട്ടിൽ മുതുകു കുത്തി ഊക്കിൽ ചെന്നുവീണു.

“എന്റെ നടുവൊടിഞ്ഞല്ലോ.” വീണിടത്തു കിടന്നുപിടയുന്നതിനിടയിൽ ചെമ്മീൻ ഉച്ചത്തിൽ കരയാൻ തുടങ്ങി.

അന്നത്തെ കഠിനമായ ആ വീഴ്ചയുടെ ഫലമായിട്ടാണ്, പിന്നീട് ചെമ്മീനുകളുടെ മുതുക് എന്നന്നേയ്ക്കുമായി വളഞ്ഞുപോയതത്രെ.

■

സ്വർണ്ണമന്ദാരം

ഗർവ്വ്, തന്നിഷ്ടം, ദുർവ്വാശി, കോപം എന്നീ സകല ദുർഗ്ഗുണങ്ങളുടേയും പര്യായമായിരുന്നു, നാടുവാഴി സാച്ചൊ. സാച്ചോവിന്റെ റാണി, ആവക വികലസ്വഭാവങ്ങളിൽനിന്ന് അദ്ദേഹത്തെ പിന്തിരിപ്പിക്കാനായി ഏറെ പാടു പെട്ടെങ്കിലും യാതൊരു പ്രയോജനവുണ്ടായില്ല. ഒടുവിൽ, അദ്ദേഹത്തിന്റെ കോപാഗ്നിക്ക് റാണിതന്നെ ഇരയായിത്തീരുകയാണുണ്ടായത്.

നാടുവാഴി സാച്ചോവിന്റെ ഹാനികരമായ പലതരം പെരുമാറ്റരീതി കൾക്ക് ചില ഉദാഹരണങ്ങൾ...

സാച്ചോയുടെ കൊട്ടാരത്തിലെ അന്തേവാസികൾക്ക് വാസ്ത വത്തിൽ നേരാംവണ്ണമൊന്ന് ശ്വാസോച്ഛ്വാസം ചെയ്യാനുള്ള സ്വാതന്ത്ര്യം പോലും ഇല്ലായിരുന്നു. ഇനിയഥവാ അദ്ദേഹത്തിന്റെ സാന്നിദ്ധ്യത്തിൽ ആരെങ്കിലും മൂക്കിലൂടെ ശ്വസിക്കാനിടയായാൽ, ഉടനെ ഉത്തരവായി. ഇനിമുതൽ നാടുവാഴിയൊഴികെ കൊട്ടാരത്തിലുള്ളവരെല്ലാവരും മൂക്കിലൂടെ ശ്വാസോ ച്ഛ്വാസം ചെയ്യാൻ പാടുള്ളതല്ല. അവരൊക്കെയും ശ്വാസോച്ഛ്വാസം ചെയ്യേ ണ്ടത് വായിൽക്കൂടി മാത്രമാണ്. പിന്നീട്, ഏറെ താമസിക്കാതെ നേരെ മറിച്ചും ഉത്തരവുണ്ടായെന്നുവരാം. അപ്പോൾ അന്തഃപുരവാസികളൊക്കെയും മൂക്കിലൂടെ ശ്വാസോച്ഛ്വാസം ചെയ്യാൻ തുടങ്ങും. കൂടെ സാച്ചോവും. പക്ഷേ, ഏതെങ്കിലുംവിധത്തിൽ തനിക്ക് അസൗകര്യം ഉളവാക്കുന്ന യാതൊരു വികടത്തരത്തിനും സാച്ചൊ മുതിരുകയില്ല. തനിക്കൊരു നിയമം, മറ്റുള്ള വർക്കൊക്കെയും വേറൊരു നിയമം എന്ന ആശയത്തിനായിരുന്നു സാച്ചോ വിനെന്നും മുൻതൂക്കം. അങ്ങനെ സാച്ചോ ആ നാട് അടക്കിഭരിച്ചു.

എന്തുകൊണ്ടും നാടുവാഴി സാച്ചോവിന്റെ ബന്ധുക്കളും സുഹൃ ത്തുക്കളുമൊക്കെ അദ്ദേഹത്തിന്റെ മുമ്പിൽ എത്തിപ്പെടേണ്ട അവസര ങ്ങൾ കഴിയുന്നതും ഒഴിവാക്കാറാണ് പതിവ്. എങ്കിലും കൊട്ടാരത്തിലെ പരിചാരകൻമാർക്കും പരിചാരികമാർക്കും പാറാവുകാർക്കും മറ്റു പണി ക്കാർക്കുമൊക്കെ സാച്ചോയുടെ വികടസ്വഭാവങ്ങളിൽനിന്ന് ഒരുതര ത്തിലും മോചനമില്ലായിരുന്നു. അക്കാരണംകൊണ്ട് വിവരിക്കാനാവാത്ത ഭയത്തോടെയായിരുന്നു അവരൊക്കെയും കൊട്ടാരത്തിൽ കഴിഞ്ഞുകൂടി യിരുന്നത്.

തന്റെ ബന്ധുക്കളേയും സുഹൃത്തുക്കളേയും മറ്റു സിൽബന്ധി കളേയുമെന്നല്ല, കൊട്ടാരപരിസരത്ത് കൺമുമ്പിൽ കണ്ട ആരേയും

തൊട്ടതിനും പിടിച്ചതിനും, വേണ്ടിയും വേണ്ടാതെയുമൊക്കെ ഇത്തരത്തിൽ കുരങ്ങു കളിപ്പിക്കുന്നത് സാച്ചോവിന്റെ ഒരു നിത്യവിനോദമായിരുന്നു. എങ്കിലും അവരെ അനാവശ്യമായി ഏതെങ്കിലുംവിധത്തിൽ ദേഹോപദ്രവമേൽപിച്ച് ശിക്ഷിക്കുന്ന ചാപല്യം സാച്ചോവിനില്ലായിരുന്നു. ഒരേയൊരു അപരാധത്തിനൊഴികെ.

എന്തായിരുന്നു, നാടുവാഴി സാച്ചോവിന് ഒരിക്കലെങ്കിലും സഹിക്കാനോ, പൊറുക്കാനോ കഴിയാത്ത, അത്രത്തോളം ഗുരുതരമായ ആ പ്രത്യേക കുറ്റകൃത്യം? അദ്ദേഹത്തിന്റെ സാന്നിദ്ധ്യത്തിൽ ആരെങ്കിലും കോട്ടുവായിടുന്ന ദുഃശ്ശീലം! തന്റെ മുമ്പിൽവെച്ച് കോട്ടുവായിട്ടവരെ, ആരു തന്നെയായാലും ഉടനടി അദ്ദേഹം അതികഠിനമായ ശിക്ഷയ്ക്കു വിധേയരാക്കുന്നു. അതുകൊണ്ട്, അദ്ദേഹത്തിന്റെ മുമ്പിലെത്തുന്നവർ ആരായാലും കോട്ടുവായിടുന്നതുപോയിട്ട് കണ്ണിമകൾ പൂട്ടാൻപോലും ധൈര്യപ്പെടാറില്ല.

ഒരിക്കൽ സാച്ചൊ അത്രയ്ക്കു കഠിനമായി ശിക്ഷിക്കാൻ വിധിച്ചത്, അദ്ദേഹത്തിന്റെ റാണിയെത്തന്നെയായിരുന്നു! ചെയ്യാനിടയായ കുറ്റം, കോട്ടുവായിട്ടതുതന്നെ...

അന്ന് സാച്ചൊ റാണിയോടൊപ്പം, തന്റെ സുഹൃത്തായ മറ്റൊരു നാടുവാഴിയുടെ കൊട്ടാരത്തിൽ അത്താഴവിരുന്നിനായി ചെന്നു. നേരം പാതിരാവായിട്ടും സൽക്കാരം അവസാനിച്ചില്ല. മാത്രമല്ല, പരിചാരകൻമാർ സ്വാദിഷ്ടങ്ങളായ പലപല പുത്തൻ വിഭവങ്ങളും തയ്യാറാക്കി തീൻമേശമേൽ എത്തിച്ചുകൊണ്ടേയിരുന്നു. അങ്ങനെ സൽക്കാരം പിന്നെയും പിന്നെയും നീണ്ടുപോയി. അപ്പോഴയ്ക്കും വല്ലാത്ത തളർച്ചയോടെ ഉറക്കം തൂങ്ങാൻ തുടങ്ങിയ റാണി, സാച്ചൊ കുപിതനായി നോക്കിയിരിക്കെ, തന്നത്താനറിയാതെ വല്ലാതെ ഒച്ചവെച്ച് ഒരു നീണ്ട കോട്ടുവായിട്ടു!

ഉറക്കം തൂങ്ങുന്നതിനിടയിൽ തികച്ചും സ്വാഭാവികമായി താൻ ചെയ്യാനിടയായ ആ കുറ്റകൃത്യത്തിനുശേഷമാണ്, റാണിക്ക് വീണ്ടുവിചാരമുണ്ടായത്. താനെന്താണീ ചെയ്തത്? അതികോപിഷ്ടനായ തന്റെ ഭർത്താവിന് ഒരിക്കലും സഹിക്കാനോ പൊറുക്കാനോ കഴിയാത്തൊരു പിഴവല്ലേ, തന്നിൽനിന്നുമുളവായത്? അതും അത്താഴവിരുന്നുവേളയിൽ. അപ്രകാരമൊരു അമളി പിണഞ്ഞതോ? അദ്ദേഹത്തിന്റെ സുഹൃത്തായ മറ്റൊരു നാടുവാഴിയുടെ കൊട്ടാരത്തിൽവെച്ച്! വിവരിക്കാനാവാത്ത ഭയത്താൽ ചൂളിയിരിക്കാനേ റാണിക്കു കഴിഞ്ഞുള്ളൂ.

പിന്നീട് ഒട്ടും താമസമുണ്ടായില്ല. അപ്പോഴേക്കും, കുപിതനായിത്തീർന്ന സാച്ചൊ, ഉടൻ ചാടിയെഴുന്നേറ്റ്, റാണിയുടെ കൈയ്ക്കു കടന്നുപിടിച്ച് ആതിഥേയനോട് യാത്രപോലും പറയാതെ തീൻമുറി വിട്ടു ചവിട്ടി മെതിച്ചു പുറത്തു കടന്നു. എന്നിട്ട് വെളിയിൽ കാത്തുനിന്നിരുന്ന തന്റെ അനുചരൻമാരോടൊപ്പം കൊട്ടാരത്തിലേക്കു മടങ്ങി. തിരിച്ചെത്തിയതും തന്റെ മുമ്പിൽ പേടിച്ചുവിറച്ച് നിറകണ്ണുകളോടെ നിൽക്കുന്ന റാണിയെ, കണ്ണുകൾ ചോപ്പിച്ചു തുറിച്ചുനോക്കിക്കൊണ്ട്, അടങ്ങാത്ത കോപത്തോടെ, സാച്ചൊ തൊണ്ടപൊട്ടുമാറുച്ചത്തിൽ അട്ടഹസിച്ചു:

"എന്റെ ഉത്തരവുകളെ അപ്പാടെ അവഗണിച്ചുകൊണ്ട് നീയിന്ന് നിറഞ്ഞ സദസ്സിലിരുന്ന് എന്റെ മുമ്പിൽവെച്ചു കോട്ടുവായിട്ടു. ഒരുതരത്തിലും മാപ്പിനർഹതയില്ലാത്ത വൻകുറ്റമാണ് നീ ചെയ്തിരിക്കുന്നത്. കുറ്റവാളി അന്യനായാലെന്താ, സ്വന്തം റാണിയായാലെന്താ? തീർച്ചയായും, ഇക്കാര്യത്തിൽ എനിക്ക് യാതൊരുവിധത്തിലുള്ള വിട്ടുവീഴ്ചയുമില്ല. അതുകൊണ്ട്, ഉടനടി നീ കഠിനമായ ശിക്ഷ അനുഭവിച്ചേ തീരൂ."

കരുതിക്കൂട്ടിയല്ലെങ്കിലും തന്റെ റാണി ചെയ്യാനിടയായ ആ ഘോരാപരാധത്തിന് തക്കതായ ശിക്ഷ അവർ അനുഭവിച്ചേതീരൂവെന്ന തീരുമാനത്തിൽ ഉറച്ചുനിന്നു സാച്ചൊ. പിന്നീട് ഒട്ടും താമസമുണ്ടായില്ല. അതിനുള്ള വിധിയും അദ്ദേഹം പ്രസ്താവിച്ചു:

"ഇവളുടെ കൈകാലുകളിൽ ഇപ്പോൾത്തന്നെ ഇരുമ്പുചങ്ങലയിട്ടു വരിഞ്ഞ്, ഒരു ചങ്ങാടത്തിൽ കയറ്റി പുഴയിലൊഴുക്കുക. അതിനുശേഷം, ഉടനെ മടങ്ങിയെത്തി, ഈ വിധി നടപ്പിലാക്കിയ വിവരം എന്നെ അറിയിക്കുക"

തന്റെ ഭർത്താവിന്റെ അത്രയ്ക്കു ക്രൂരമായ വിധിപ്രസ്താവന കേട്ടതും റാണി വാവിട്ടുകരഞ്ഞു. അപ്രകാരമൊരു കുറ്റകൃത്യം ഇനിയും ആവർത്തിക്കില്ലെന്ന് ആണയിട്ടുപറഞ്ഞു. എന്തുകൊണ്ടും തനിക്ക് മാപ്പു തരണമെന്ന് താണുകേണപേക്ഷിച്ചു. പക്ഷേ, റാണിയുടെ അഭ്യർത്ഥനകളൊന്നും നാടുവാഴി സാച്ചൊ ചെവികൊണ്ടില്ല. ഉടനടി നടുങ്ങിപ്പോയ റാണി അടുത്ത നിമിഷം നിന്നനിൽപ്പിൽ ബോധംകെട്ട് നിലത്തുവീണു. എന്നിട്ടും നാടുവാഴി സാച്ചോവിന്റെ മനസ്സിൽ അല്പമെങ്കിലും അലിവു ഉളവായില്ല.

രാജകിങ്കരൻമാർ ഉടനടി നാടുവാഴിയുടെ വിധിയും നടപ്പിലാക്കി. ബോധം നശിച്ച ആ അവസ്ഥയിൽത്തന്നെ അവർ റാണിയെ ഇരുമ്പു ചങ്ങലയ്ക്കിട്ട് ഒരു കൊച്ചുചങ്ങാടത്തിൽ ബന്ധിച്ചു പുഴയിലൊഴുക്കി. എന്നിട്ടു തിരിച്ചെത്തി അക്കാര്യം സാച്ചോവിനെ ധരിപ്പിച്ചു.

അല്പസമയത്തിനുശേഷമാണ് സാച്ചോയ്ക്ക് വീണ്ടുവിചാരമുണ്ടായത്. അതേ, താനെന്തൊരു ക്രൂരനാണ്. വൈകിയ രാത്രിവേളയിൽ ഉറക്കം സഹിക്കാനാവാതെ അബദ്ധത്തിൽ കോട്ടുവായിട്ടുപോയ തന്റെ ഭാര്യയെ, അതും അന്നാട്ടിലെ റാണിയെ, കൈകാലുകളിൽ ചങ്ങലയിട്ട് പുഴയിൽ ഒഴുക്കുകയല്ലേ, താൻ ചെയ്തത്? അത്രയ്ക്ക് ഹീനമായൊരു കൃത്യം ചെയ്ത സാച്ചൊ ഉടനടി പശ്ചാത്തപിക്കാൻ ആരംഭിച്ചു. പക്ഷേ, അപ്പോഴയ്ക്കും വല്ലാതെ വൈകിപ്പോയിരുന്നു.

കാറ്റിലും ഒഴുക്കിലുംപെട്ട ആ ചങ്ങാടം, യാതൊരു നിയന്ത്രണവുമില്ലാതെ എങ്ങോട്ടെന്നില്ലാതെ അതിശീഘ്രം നീങ്ങിക്കൊണ്ടിരുന്നു. ഒടുവിൽ, ഏറെ ദൂരത്തുള്ള ഏതോ ഒരു തുരുത്തിൽ ചെന്നടിഞ്ഞു.

ഇരുമ്പുചങ്ങലകൊണ്ടു വരിഞ്ഞ് അബോധാവസ്ഥയിൽ കരയ്ക്കണഞ്ഞ സുന്ദരിയായ റാണിയെ തുരുത്തുവാസികൾ പലരുംചേർന്ന് മോചിപ്പിച്ചു. ഭർത്താവ്, അതും അകലത്തുള്ളൊരു രാജ്യത്തെ നാടുവാഴി, നിർദ്ദയം കയ്യൊഴിഞ്ഞ ആ സാധുസ്ത്രീയുടെ ദുരന്തകഥ കേട്ട് അവർ റാണിക്ക് ആഹാരവും പാർപ്പിടവുമൊക്കെ ഒരുക്കിക്കൊടുത്തു. മാത്രമല്ല,

അവർ റാണിയെ അതിശ്രദ്ധയോടെ ശുശ്രൂഷിക്കുകയും ചെയ്തു. നാളുകൾ ചെന്നപ്പോഴാണ് അറിയാൻ കഴിഞ്ഞത്. റാണി ഒരമ്മയാവാൻ പോവുന്നു!

പിന്നീട് മാസങ്ങൾക്കുശേഷം റാണി ഒരാൺകുഞ്ഞിനെ പ്രസവിച്ചു.

റാണിയുടെ മകൻ ആ തുരുത്തിൽത്തന്നെ വളർന്നുവലുതായി. കാലംചെന്നപ്പോൾ, മുമ്പൊരിക്കലും അലട്ടാത്തൊരു ചോദ്യം അവന്റെ മനസ്സിൽ അടിക്കടി ചിന്തയുടെ കുരുക്കുകൾ തീർക്കാൻ തുടങ്ങി. കൂട്ടുകാർ പലരും പലപ്പോഴും ചോദിക്കുന്നു, അവന്റെ അച്ഛനാരാണെന്ന്, എവിടെയാണെന്ന്. മാത്രമല്ല, അവന്റെ കൂട്ടുകാരായ കുട്ടികൾക്കെല്ലാവർക്കും അച്ഛനുണ്ട്. പക്ഷേ, അവനുമാത്രം അച്ഛനില്ലായിരുന്നു. അതിനും പുറമെ, തന്റെ അച്ഛനെക്കുറിച്ചുള്ള അവരുടെ ഒട്ടേറെ ചോദ്യങ്ങൾക്ക് അവന് യാതൊരു മറുപടിയുമില്ലായിരുന്നു. അത്തരമൊരു അവസ്ഥയെക്കുറിച്ച് ചിന്തിക്കുന്തോറും അവനാകെ വല്ലാത്ത മനഃക്കുഴപ്പത്തിലായി. അടക്കാനാവാത്ത വേവലാതിയോടെ അവൻ നാളുകൾ തള്ളിനീക്കി.

എന്തുകൊണ്ട് തനിക്കുമാത്രം അച്ഛനായിട്ട് ആരുംതന്നെയില്ല? അച്ഛനെന്നു വിളിക്കാനായി തനിക്കാരുമില്ലല്ലോ എന്നോർക്കുന്തോറും അവന്റെ മനസ്സിനകത്ത് ദുഃഖഭാരമേറി. തന്റെ അച്ഛനെക്കുറിച്ച് ഇനി ആരോടാണ് എന്തെങ്കിലും ചോദിക്കുക? അവസാനം അവൻ തീരുമാനിച്ചു. തന്നെ എല്ലായ്പ്പോഴും അലട്ടിക്കൊണ്ടിരിക്കുന്ന ആ ചോദ്യത്തിനുള്ള ഉത്തരം അമ്മയോടുതന്നെ ചോദിച്ചറിയണം.

ഒരുദിവസം മനസ്സിൽ ധൈര്യം സംഭരിച്ച് അവൻ അമ്മയോടു ചോദിച്ചു:

"അമ്മേ, മറ്റു കുട്ടികളെപ്പോലെ എനിക്കുമാത്രം എന്തുകൊണ്ട് അച്ഛനില്ല?"

തികച്ചും അപ്രതീക്ഷിതമായ, പൊടുന്നനെയുള്ള ആ ചോദ്യം തന്റെ മകനിൽനിന്ന് കേൾക്കാനിടയായപ്പോൾ, അമ്മറാണിക്കു തേങ്ങിത്തേങ്ങിക്കരയാൻ മാത്രമേ കഴിഞ്ഞുള്ളൂ. അതേസമയം, റാണി ആശ്വസിക്കുകയും ചെയ്തു. അതേ, ഒടുവിൽ തന്റെ മകനിതാ വലുതായിക്കഴിഞ്ഞിരിക്കുന്നു. ഇന്നല്ലെങ്കിൽ നാളെ അവൻ ആ ചോദ്യം തന്നോടു ചോദിക്കാതിരിക്കില്ലെന്ന് തനിക്കറിയാമായിരുന്നില്ലേ?

അവസാനം, ഒരുവിധത്തിൽ കരച്ചിൽ നിറുത്തി, കണ്ണുകൾ തുടച്ചുകൊണ്ട് അമ്മറാണി പറഞ്ഞു:

"മോനേ, നിന്റെ അച്ഛന്റെ പേര് സാച്ചൊ എന്നാണ്. ഈ ദ്വീപിൽ നിന്ന് ഏറെ അകലത്തുള്ളൊരു നാടിന്റെ ഭരണാധികാരിയാണ് നിന്റെ അച്ഛൻ."

അത്രയും പറഞ്ഞതും തന്റെ കഴിഞ്ഞ കാലത്തെ ദുർഗ്ഗതിയെക്കുറിച്ചു ഓർത്ത് അമ്മറാണി പെട്ടെന്നു നിശ്ശബ്ദയായി. എന്നിട്ട്, തന്റെ ഭർത്താവായ നാടുവാഴി സാച്ചോവിന്റെ വികലമായ പലപല സ്വഭാവവിശേഷങ്ങളെപ്പറ്റിയും, പ്രത്യേകിച്ച്, കോട്ടുവായിടുന്നവരോട് അദ്ദേഹത്തിനുണ്ടായിരുന്ന അടങ്ങാത്ത വിദ്വേഷത്തെക്കുറിച്ച്, നിറകണ്ണുകളോടെ വിവരിച്ചു. മാത്രമല്ല, അന്നത്തെ അത്താഴവിരുന്നിൽ, പാതിരാത്രിക്ക്, ഉറക്കം തടയാനായി, തന്നത്താനറിയാതെ താൻ കോട്ടുവായിട്ട അപരാധത്തിന്,

കുപിതനായ നാടുവാഴിയുടെ ഉത്തരവിനൊത്ത്, ഉടനടി, ഗർഭിണിയായ തന്നെ നിർദ്ദയം ചങ്ങലയിട്ടു ചങ്ങാടത്തിലേറ്റി പുഴയിലൊഴുക്കിയ ആ സംഭവവും റാണി മകനു വിവരിച്ചുകൊടുത്തു. ഒടുവിൽ, ആ തുരുത്തു വാസികളാണ് തന്നെ രക്ഷിച്ചതെന്നും.

തന്റെ അമ്മയുടെ, ഉള്ളലയിക്കുന്ന കഥ കേട്ട് മനംനൊന്ത മകൻ അപ്പോൾത്തന്നെയൊരു തീരുമാനമെടുത്തു. ഉടൻ നാടുവാഴി സാച്ചോ വിന്റെ കൊട്ടാരത്തിലെത്തി തന്റെ അച്ഛനെ കാണും. പിന്നീട് ആ കുടും ബത്തെ എന്നെന്നേയ്ക്കുമായി ഒന്നുചേർക്കും. തന്റെ കടമ നിറവേറ്റിയ തിനുശേഷം മാത്രമേ, താനിനി ആ തുരുത്തിലേയ്ക്കു തിരികെവരിക യുള്ളൂ. അത്രയുംകാലം ഒരു അഗതിയെപ്പോലെ ജീവിച്ച തന്റെ അമ്മയെ അച്ഛന്റെ അരികിലേക്കു കൂട്ടിക്കൊണ്ടുപോകും.

ഒരുനിമിഷംപോലും കാത്തുനിൽക്കാതെ തന്റെ അച്ഛൻ നാടുവാഴി സാച്ചോവിന്റെ കൊട്ടാരം തേടി മകൻ ഇറങ്ങിത്തിരിച്ചു.

കൊട്ടാരപരിസരത്ത് എത്തിയപ്പോൾ അവൻ കണ്ടത് ആ ഭൂപ്രദേശ മാകെ പൂത്തുതഴച്ചുനിൽക്കുന്ന വെളുപ്പും ചുവപ്പും നിറങ്ങളിലുള്ള എണ്ണി യാൽ തീരാത്തത്ര മന്ദാരപ്പൂക്കളായിരുന്നു. ബുദ്ധിമാനായ മകൻ കൊട്ടാര ത്തിനകത്തേയ്ക്കു പ്രവേശിക്കാനായി ഒരവസരം കാത്തിരിക്കുകയായി രുന്നു. ഇരുനിറങ്ങളിലുമുള്ള ഒട്ടേറെ മന്ദാരപ്പൂക്കുലകൾ തിടുക്കത്തിൽ പറിച്ചെടുത്ത് ഒരു വലിയ കൂടയിലാക്കി അവൻ കൊട്ടാരവാതിൽക്കലെത്തി. എന്നിട്ട്, ഒരു തെരുവുവില്പനക്കാരനെപ്പോലെ അത്യുച്ചത്തിൽ വിളിച്ചു പറയാൻ തുടങ്ങി:

“പുത്തൻപുത്തൻ സ്വർണ്ണമന്ദാരപ്പൂക്കൾ വേണോ? അതിസുഗന്ധം പരത്തുന്ന സ്വർണ്ണമന്ദാരപ്പൂക്കൾ വേണോ?”

പ്രാതലിന്റെ അവസാനത്തിൽ, പഞ്ചാരപ്പാലട നുകർന്നുകൊണ്ടിരുന്ന സാച്ചോവിന്റെ കാതുകളിൽ ആ തെരുവുവില്പനക്കാരൻ ചെറുക്കന്റെ അത്യുച്ചത്തിലുള്ള വിളി വന്നുവീണു. അപ്പോൾ സാച്ചോവിന്റെ ഉള്ളിൽ വല്ലാത്തൊരു മോഹം ഉണർന്നു. തികച്ചും വിരളമായ, അതിസുഗന്ധം പരത്തുന്ന സ്വർണ്ണമന്ദാരപ്പൂക്കൾ എന്തു വില കൊടുത്തും സ്വന്ത മാക്കണം. ഉടൻ തന്റെ പരിചാരകിൽ ഒരുവനെ വിളിച്ച്, പൂക്കാരനെ തന്റെ മുമ്പിലെത്തിക്കാൻ സാച്ചോ കല്പിച്ചു.

പക്ഷേ, പിന്നീട് തന്റെ തൊട്ടുമുന്നിൽ ആ ചെറുക്കൻ തുറന്നു വെച്ച പൂക്കൂട ഒരു നോക്കു കണ്ടതും കോപമടക്കാനാവാതെ നാടുവാഴി സാച്ചോ തന്റെ ഇരിപ്പിടത്തിൽനിന്നും ചാടിയെഴുന്നേറ്റു. പൂക്കാരന്റെ മുന്നിൽ വിറച്ചു കൊണ്ടു നിന്നു. പുറംകാലുകൊണ്ടുള്ള ഒരൊറ്റ തട്ടിന് ആ പൂക്കൂട കൊട്ടാര മുറ്റത്തേയ്ക്കു തെറിച്ചുവീണു. കൂടയിൽ നിറച്ചിരുന്ന മന്ദാരപ്പൂക്കൾ ചുറ്റിനും ചിന്നിച്ചിതറി. അപ്പോൾ, ചുണ്ടത്തൊരു കുസൃതിച്ചിരിയുമായി, യാതൊരു കൂസ്സലുമില്ലാതെ മുമ്പിൽ നിൽക്കുന്ന പൂക്കാരനെ നോക്കി ക്കൊണ്ട് നാടുവാഴി സാച്ചോ തൊണ്ട പൊളിയുമാറുച്ചത്തിൽ അട്ടഹസിച്ചു:

“പച്ചക്കള്ളം... നീയെന്തു വിളിച്ചുപറഞ്ഞുകൊണ്ടാണ് കൊട്ടാര പരിസരത്തുകൂടി നടന്നിരുന്നത്? ഇതൊക്കെയും സ്വർണ്ണമന്ദാര

പ്പൂക്കളാണുപോലും...എന്റെ കൊട്ടാരവളപ്പിലെ തോട്ടം നിറയെ, എന്തിന്, ഈ ഭൂപ്രദേശമാകെ, ഇത്തരം പൂക്കളാണ്... തീരെ മണമില്ലാത്ത, വെളുപ്പും ചുവപ്പും നിറങ്ങളുള്ള വെറും മന്ദാരപ്പൂക്കൾ...ആരവിടെ? നുണയനും ചതിയനും വിവരംകെട്ടവനുമായ ഈ പൂക്കാരനെ ഈ നിമിഷം പിടിച്ചു പുറത്താക്കുക. ഇനിയൊരിക്കലും ഇവനെ അകത്തേയ്ക്കു കടത്തിവിടരുത്."

"അല്ലേയല്ല തിരുമനസ്സേ! വഴിനീളെ ഞാൻ വിളിച്ചുപറഞ്ഞത് സത്യം മാത്രമാണ്. ഈ പൂക്കൂട നിറച്ചും വെറും മന്ദാരപ്പൂക്കളാണെന്നത് അങ്ങയുടെ തോന്നൽ മാത്രമാണ്. കാരണം..."

"തോന്നലോ? കാരണം?"

"വെറും മന്ദാരപ്പൂക്കളല്ല തിരുമനസ്സേ, ഈ കൂട നിറയെ സുഗന്ധമേറിയ സ്വർണ്ണമന്ദാരപ്പൂക്കൾത്തന്നെയാണ്. പക്ഷേ, ഒരിക്കലും കോട്ടുവായിടാത്ത ഒരാളുടെ കണ്ണുകൾക്കു മാത്രമേ വെളുപ്പും ചുവപ്പും നിറങ്ങളിലുള്ള ഈ പൂക്കളെ സ്വർണ്ണമന്ദാരപ്പൂക്കളായി കാണാൻ കഴിയുകയുള്ളൂ."

അപ്പോൾ കൂടുതൽ കുപിതനായ സാച്ചൊ ഒരു തിരിച്ചടിയുടെ ശബ്ദത്തിൽ ചോദിച്ചു:

"എന്തൊരു മടയനാണ് നീ?! നീണ്ട ജീവിതകാലത്ത് ഒരിക്കലെങ്കിലും കോട്ടുവായിടാത്ത ആരെങ്കിലുമുണ്ടാവുമോ, ഈ ലോകത്ത്?"

ഉടനടി പൂക്കാരൻ ചെറുക്കന്റെ നനുത്ത ചുണ്ടുകളിൽ കുസൃതി പുരണ്ട ആ പുഞ്ചിരി ഒരിക്കൽക്കൂടി തെളിഞ്ഞു. ചുണ്ടിലെ ചിരി മായ്ക്കാതെ അവൻ ചോദിച്ചു:

"പക്ഷേ, തിരുമനസ്സേ! അങ്ങയുടെ അതിവിശ്വസ്തയും നിർദ്ദോഷിയുമായ... മാത്രമല്ല, അന്ന് ഗർഭിണിയായിരുന്ന റാണിയെ, അങ്ങയുടെ ത്തന്നെ കല്പന അനുസരിച്ചല്ലേ, രാജഭടൻമാർ ഇരുമ്പുചങ്ങലയ്ക്കിട്ട് ചങ്ങാടത്തിലേറ്റി പുഴയിലൊഴുക്കിക്കളഞ്ഞത്?! എത്രയോ വർഷങ്ങൾക്കുമുമ്പ്?! ആ പാവം റാണി ഒരിക്കൽ തന്നത്താനറിയാതെ കോട്ടുവായിടാനിടയായി എന്ന കുറ്റത്തിന്? ഇപ്പറഞ്ഞതിന്റെ അർത്ഥം ഒരിക്കലല്ലെങ്കിൽ, മറ്റൊരിക്കൽ അങ്ങും കോട്ടുവായിട്ടിട്ടുണ്ടെന്നല്ലേ?"

ആ ചോദ്യം കേട്ടതും സാച്ചൊ ഒന്നു നടുങ്ങിപ്പോയി. അപ്പോൾ പശ്ചാത്താപവിവശനായ സാച്ചൊ, നാവനക്കാനാവാതെ പൂക്കാരൻ ചെറുക്കനെത്തന്നെ നോക്കിക്കൊണ്ടു നിൽക്കുകയായിരുന്നു. ഒടുവിൽ സാച്ചോ ഒരുവിധത്തിൽ ചോദിച്ചു:

"പക്ഷേ, വെറുമൊരു തെരുവുവില്പനക്കാരനായ നിനക്ക് ആ സംഭവത്തെക്കുറിച്ച് എങ്ങനെയറിയാം? ആരാണ് നീ?"

"ഞാൻ...ഞാൻ മറ്റാരുമല്ല, തിരുമനസ്സേ...! ആ നിർഭാഗ്യവതിയായ റാണിയുടെ മകൻതന്നെയാണ്...അതായത് അങ്ങയുടെ മകൻ...!"

കുപിതനായി നിന്നിരുന്ന സാച്ചൊവിന്റെ കണ്ണുകൾ ഉടൻ നിറഞ്ഞൊഴുകാൻ തുടങ്ങി. അടുത്ത നിമിഷം കൈകൾ നീട്ടിപ്പിടിച്ച് സാച്ചൊ തന്റെ മകനെ ആലിംഗനം ചെയ്യാനായി ഓടിയടുത്തു. ■